என் இனிய இயந்திரா

# கிழக்கு பதிப்பக வெளியீடுகளாக சுஜாதாவின் புத்தகங்கள்

21ம் விளிம்பு
24 ரூபாய் தீவு
6961
அப்பா, அன்புள்ள அப்பா
அப்ஸரா
அனிதா - இளம் மனைவி
அனிதாவின் காதல்கள்
அனுமதி
ஆ...!
ஆட்டக்காரன் சிறுகதைகள்
ஆதனிலால் காதல் செய்வீர்
ஆயிரத்தில் இருவர்
ஆர்யப்பட்டா
ஆழ்வார்கள்:ஓர் எளிய அறிமுகம்
ஆஸ்டின் இல்லம்
இதன் பெயரும் கொலை
இரண்டாவது காதல் கதை
இருள் வரும் நேரம்
இளமையில் கொல்
இன்னும் ஒரு பெண்
உள்ளம் துறந்தவன்
ஊஞ்சல்
எதையும் ஒரு முறை
என் இனிய இயந்திரா
என்றாவது ஒரு நாள்
ஐந்தாவது அத்தியாயம்
ஒரு நடுப்பகல் மரணம்
ஒரே ஒரு துரோகம்
ஓடாதே
ஓரிரவில் ஒரு ரயிலில்
ஓரிரு எண்ணங்கள்
ஓலைப்பட்டாசு
கடவுள் வந்திருந்தார்
கமிஷனருக்குக் கடிதம்
கம்ப்யூட்டரே ஒரு கதை சொல்லு
கம்ப்யூட்டர் கிராமம்
கரையெல்லாம் செண்பகப்பூ
கற்பனைக்கும் அப்பால்
கனவுத் தொழிற்சாலை
காயத்ரி
குருபிரசாத்தின் கடைசி தினம்
கை
கொலை அரங்கம்
சிங்கமய்யங்கார் பேரன்
சில வித்தியாசங்கள்
சிவந்த கைகள்
சிறுகதை எழுதுவது எப்படி?
சின்னச் சின்னக் கட்டுரைகள்
சொர்க்கத் தீவு
டாக்டர் நரேந்திரனின் வினோத வழக்கு
தங்க முடிச்சு

தப்பித்தால் தப்பில்லை
திசை கண்டேன் வான் கண்டேன்
தீண்டும் இன்பம்
தூண்டில் கதைகள்
தேடாதே
தோரணத்து மாவிலைகள்
நகரம் சிறுகதைகள்
நிர்வாண நகரம்
நில் கவனி தாக்கு
நில்லுங்கள் ராஜாவே
நிறமற்ற வானவில்
நிஜத்தைத் தேடி
நைலான் கயிறு
பதினாலு நாட்கள்
பத்து செகண்ட் முத்தம்
பாதி ராஜ்யம்
பாரதி இருந்த வீடு
பிரிவோம் சந்திப்போம்
ப்ரியா
மண்மகன்
மத்யமர்
மலை மாளிகை
மனைவி கிடைத்தாள்
மாயா
மிஸ் தமிழ்தாயே நமஸ்காரம்
மீண்டும் ஒரு குற்றம்
மீண்டும் தூண்டில் கதைகள்
மீண்டும் ஜீனோ
முதல் நாடகம் - நாடகங்கள்
மூன்றுநாள் சொர்க்கம்
மெரீனா
மேகத்தைத் துரத்தியவன்
மேலும் ஒரு குற்றம்
மேற்கே ஒரு குற்றம்
ரயில் புன்னகை
ரோஜா
வசந்த காலக் குற்றங்கள்
வாய்மையே சில சமயம் வெல்லும்
வாரம் ஒரு பாசுரம்
வானத்தில் ஒரு மௌனதாரகை
விக்ரம்
விடிவதற்குள் வா
விபரீதக் கோட்பாடு
விருப்பமில்லா திருப்பங்கள்
விரும்பிச் சொன்ன பொய்கள்
விவாதங்கள் விமர்சனங்கள்
விழுந்த நட்சத்திரம்
வைரங்கள்
ஜன்னல் மலர்
ஜீனோம்
ஜோதி
ஸ்ரீரங்கத்து தேவதைகள்

# என் இனிய இயந்திரா

சுஜாதா

என் இனிய இயந்திரா
En Eniya Eyainthira
by Sujatha
Sujatha Rangarajan ©

First Edition: October 2010
224 Pages

ISBN: 978-81-8493-555-4
Title No: Kizhakku 551

Kizhakku Pathippagam
177/103, First Floor,
Ambal's Building, Lloyds Road
Royapettah, Chennai 600 014.
Ph: +91-44-4200-9603
Email : support@nhm.in
Website : www.nhm.in

Cover Image : Shutterstock

Kizhakku Pathippagam is an imprint of New Horizon Media Private Limited

This book is sold subject to the condition that it shall not, by way of trade or otherwise, be lent, resold, hired out, or otherwise circulated without the publisher's prior written consent in any form of binding or cover other than that in which it is published and without a similar condition including this the rights under copyright reserved above, no part of this publication may be reproduced, stored in or introduced into a retrieval system, or transmitted in any form or by any means (electronic, mechanical, photocopying, recording or otherwise), without the prior written permission of both the copyright owner and the above-mentioned publisher of this book.

ஜீனோ மேசை விளக்கைத் தன்பால் பொருத்திக்கொண்டு கொட்டாவி விட்டது நிலாவுக்கு ஆச்சரியமாக இருந்தது. அவள் மனத்தைப் படித்தது போல் ஜீனோ, 'கொட்டாவி விடுவது என்னுடைய மேம்போக்கான செயல்களில் ஒன்று. நிஜ நாய் போல இருக்கவேண்டும் என்று என் கம்பெனிக் காரர்கள் கற்றுத் தந்த அசிங்கம்!'

## மறுபடியும் ஜீனோ...

'என் இனிய இயந்திரா' ஆனந்த விகடன் பத்திரிகை யில் தொடர்கதையாக வெளிவந்தபோது அவ்வப் போது என்னை ஊக்குவிக்கும் கடிதங்கள் வாசகர் களிடமிருந்து வந்து கொண்டிருக்கும். பலர் இந்தக் கதையில் உள்ள 'விஞ்ஞானத்தை' வியந்து இப்படி யெல்லாம் நடக்குமா என்று கேட்டிருந்தார்கள். ஒரு ஐ.ஐ.டி மாணவர் இதில் குறிப்பிட்டிருக்கும் 'ஹோலோகிராஃபி' எவ்வாறு சாத்தியமில்லை என்று பூச்சி பூச்சியாகக் கணக்கெல்லாம் போட்டு விளக்கியிருந்தார்.

'விஞ்ஞானக் கதை' என்பது விஞ்ஞானப்படி சாத்திய மாக இருக்கவேண்டும் என்று பலர் எண்ணிக் கொண்டிருக்கிறார்கள்.

தப்பு.

விஞ்ஞானக் கதை (சயன்ஸ்ஃபிக்ஷன்) என்பதின் தற்போதைய வடிவத்தில் அது எல்லையற்ற மிக விஸ்தாரமான கற்பனையாக இருக்கிறது. அதனால் மாற்று உலகங்களையும் மாற்று சித்தாந்தங்களை யும் படைக்க முடிகிறது. தேவைப்பட்டால், அதன் காலைகளில் இருளையும் ராத்திரிகளில் வெளிச்சங் களையும் அமைத்துக்கொள்ளலாம். அதன் கடவுள் கள் ப்ரோட்டான் வடிவெடுக்கலாம். அதன் பெண்கள் மகப்பேறை ஒட்டுமொத்தமாக இழந்து

மீசை வளர்த்துக் கொள்ளலாம். அதன் நாய்கள் ப்ளேட்டோவைப் பற்றியும் ப்ரும்மசூத்திரம் பற்றியும் பேசலாம்.

ஆயிரமாயிரம் மாற்று சாத்தியக் கூறுகளை ஆராயும் அற்புதமான சுதந்தரத்தைத் தருகிறது வி.க. அதைப் பயன்படுத்தும்போது, அதன் புதிய விளையாட்டுக்களை ஆடும்போது ஒரே ஒரு எச்சரிக்கைதான் எழுத்தில் தேவைப்படுகிறது. கதையில் இன்றைய மனிதனின் உணர்ச்சிகளுடனும் ஆசாபாசங்களுடனும் ஏதாவது வகையில் ஒரு சம்பந்தம் அல்லது தொடர்பு காட்டவேண்டும். அப்போதுதான் நமக்கு அதில் சுவாரஸ்யம் ஏற்படுகிறது.

ஜீனோ என்ற ரோபாட் நாய் என்னதான் புத்திசாலித்தனமாகப் பேசினாலும் அவ்வப்போது காட்டிய மனித குணங்களால்தான் அது வாசகர்களிடம் அத்தனை பிரபலமாகிறது. பிரபலமாகி, ஜீனோவை மறுபடி கொண்டுவா என்று ஒரு மனதாக வாசகர்கள் கேட்டுக் கொள்ளும் அந்தஸ்து பெற்றுவிட்டது.

'மறுபடியும் ஜீனோ' அடுத்த வருஷம் எழுதலாம் என்று யோசித்திருக் கிறேன். இந்தக் கதையை ஆனந்த விகடனில் வெளியிட்டபோது பற்பல அருமையான யோசனைகளைச் சொன்ன ஆசிரியர் பாலன் அவர்களுக்கு என் நன்றி.

*சுஜாதா*

# 1

**டி**சம்பர் 31, கிபி 2021

புத்தாண்டை எதிர்நோக்கி வானம் வெளிச்சத்தில் ஆரவாரித்துக் கொண்டிருந்தது. தெருக்களில் மக்கள் அனுமதிக்கப்பட்ட மகிழ்ச்சியில் உற்சாகமாக ஊடாடிக்கொண்டிருந்தார்கள்.

நிலாவுக்கு உள்ளமெல்லாம் பதறியது. காரணம், அவள் மார்பில் பத்திரப்படுத்தியிருந்த அரசாங்கக் கடிதத்திலிருந்து அனுமதி -

நிலா-சிபி

107836-11343-இ

உங்கள் இருவருக்கும் ஆண் குழந்தை பெற்றுக்கொள்ள அனுமதி அளிக்கப் பட்டிருக்கிறது. பெயர் மணி... இந்த அனுமதிப் பத்திரம் 2022-ம் ஆண்டு ஜூன் இருபத்தைந்து வரை செல்லும். அதற்குள் கர்ப்பம் ஏற்படவில்லை யெனில் ஒரே ஒரு முறை அனுமதி நீட்டிக்கப்படுவதற்கு அரசின் மக்கள் தொகைக் கட்டுப்பாட்டுப் பிரிவில் 'Q' பகுதியில் விண்ணப்பம் செய்து கொள்ள வேண்டும். கர்ப்பம் பெண் குழந்தை என்று தெரிந்தால் உடனே ம.க. பிரிவின் 'D' பகுதிக்குத் தகவல் தெரிவிக்க வேண்டும். மீறினால் குற்றம்.

ஒப்பம் ஆர்.எம்.
இந்திய அரசு மக்கட் பிரிவுக்காக

நிலா தன் மார்பைத் தொட்டுப் பார்த்துக்கொண்டாள். இன்னும் சிபிக்கு தெரியாது.

புத்தாண்டுப் பரிசு. ஒரு குட்டி சிபியின் சலனம். கர்ப்பம் ஜூன் வரை எதற்கு? இன்றிரவே...இன்றிரவே!

வழியெல்லாம் உற்சாக மக்கள் தத்தம் ஒரே ஒரு குழந்தைகளை இழுத்துக் கொண்டு அனுமதித்த அளவுக்குச் சந்தோஷமாக இருந்தார்கள். ஜன்னல்களின் வழியாக பென்ஷன் இல்லங்களில் கிழவர்கள் பொக்கையாகச் சிரித்தார்கள். *அமைதியாக இறந்துபோகக் காத்திருந்தார்கள்.*

நிலா -

பழவந்தாங்கல் கூண்டிலேயே டிக்கெட் வாங்கிக் கொள்ளும்போது இயந்திரம் 'உங்கள் எடை 52 புள்ளி 5. உயரத்துக்குச் சற்று அதிகம்' என்று சின்தசைசர் குரல் தர, கண்ணாடியில் பார்த்துக் கொண்டு, 'எடை கூடப் போகிறது. சீக்கிரமே எடை கூடும். மணி! பெயர்தான் நன்றாக இல்லை. வீட்டுக்குள் 'சோமசுந்தரேசுவர சுப்ரமணி' என்று நீட்டமாகப் பெயர் வைத்துவிடவேண்டும். வெளியேதான், அரசாங்கத்துக்குத்தான் இரண்டு எழுத்துக்கு மேல் பெயர் உதவாதே. எல்லாருமே ரவி, புவி, மதி, சுகி, திரு. இன்னும் இரண்டு மாதத்திலிருந்து எடை அதிகரித்து எனக்கொரு மணி மணீ!'

*சப்-வேயில் உஷ்ணக் காற்று அவள் பாவாடையை உயர்த்தியதைத் தழைத்துக்கொண்டு டெலி கூண்டில் நுழைந்து சிபியை ஒத்தினாள். 212-3446545.*

போனுக்கு மேலே ஜீவாவின் படத்துக்குக் கீழே 'கொல்' என்று சிவப்பில் எழுதியிருந்தது.

கிறுக்கல்தான். இருந்தும் நிலாவுக்கு பயமாக இருந்தது. ஜீவாவைக் கொல்வதா! யார் எழுதியிருப்பது?

'பேசுபவரைப் பார்க்கவும் வேண்டுமெனில் ஒரு ரூபாய் அதிகமாகப் போடவும்' என்றது குரல், இயந்திர முட்டாளாக.

'என் இனிய இயந்திரா - நிச்சயம் உனக்கு நான் பணிந்து ஒரு ரூபாய் போடத்தான் போகிறேன். இன்று என் கணவனிடம் அந்தச் செய்தியைச் சொல்லும்போது அவன் முகம் மாறுவதைப் பார்த்தே ஆகவேண்டும்.'

'சிபி! நிலா பேசறேன்.'

'நிலா! எங்க இருக்கே?'

'மால் பக்கத்தில் பூத்தில. சிபி, ஒரு சுபச் செய்தி!'

'என்ன? உனக்கு காலேஜ்ல அனுமதி கிடைச்சுருச்சா?'

'இல்லை, அதைவிட இனிப்பான அனுமதி.' இப்போது திரையில் சிபியின் முழு முகமும் தெரிய, அவன் அலுவலக அறையின்

டெர்மினல்கள் பின்னால் தெரிந்தன. 'உன்னை விவியில பாத்துக் கிட்டிருக்கேன் சிபி!'

'என்னது? ரூபா போட்டியா, நீயா?'

'ஆமாம். இந்தச் செய்தியைக் கேக்கறப்ப, உன் முகத்தைப் பார்த்தே ஆகணும் எனக்கு. சிபி, நமக்கு ஒரு குழந்தை பெத்துக்க அனுமதி வந்துருச்சு. பையன்! பேர் மணி!'

திரையில் சிபியையே கண்கொட்டாமல் பார்த்திருக்க, அவன் முகத்தில் முதலில் ஆச்சரியம். அதன்பின் செய்தியின் முழு அர்த்தம் புரிந்து அவன் உதட்டோரங்கள் தலைகீழ் வில்லாக மெல்ல உயர, கண்களின் இடது வலது ஓரங்களில் புன்னகை ஜனித்துக் கண்களைச் சுருக்கிப் பற்களை வரிசை தெரிய வைத்து ஈறுவரை விரிய, 'ஓ நிலா! நிசமாவா?'

'ஆமா... எங்கிட்ட அரசாங்க அனுமதிக் காகிதம் இருந்தது. கம்பி வழியா அனுப்பட்டுமா?'

'வேண்டாம், செலவு! நான் வீட்டுக்கு எட்டு மணிக்குள்ள வந்துர்றேன். நிலா, நாம பொண்ணுன்னா கேட்டிருந்தோம்?'

'பிள்ளைக்குத்தான் அனுமதி!'

'பெண் பிறந்தால் என்ன செய்வார்களாம்?'

'நீ முதலில் வாயேன்.'

அந்தக் கேள்விக்கு இருவருக்குமே பதில் தெரியும். சொல்லிக் கொள்ள விரும்பவில்லை. கொன்றுவிடுவார்கள். மக்கட் தொகைக் கட்டுப்பாடு அத்தனை முக்கியம். எத்தனை பெண்கள், எத்தனை பிள்ளைகள் என்று ரேஷன்.

'ராத்திரிக்குள் வந்து விடுகிறேன். இன்றைக்குக் கொண்டாட்டம்! இன்றைக்கே கொண்டாட்டம்!'

'இப்போதே வாயேன்!'

'என்னால் ராத்திரிதான் வர முடியும் நிலா. எல்லாரும் புத்தாண்டு கொண்டாடினால் கம்ப்யூட்டரைப் பார்த்துக்கொள்ள என் போன்ற அப்பாவிகளும் தேவையிருக்கிறதே!'

'நாசமாய்ப் போ' என்று திட்டிவிட்டு நிலா, கூண்டை விட்டு வெளி வந்தாள். அறிமுகமில்லாதவர்கள் எல்லாம் அவளை வரவேற்றுச் சிரித்தார்கள். எல்லாரிடமும் அரசின் கொடி சின்னச் சின்னதாக, ஒரு பக்கத்தில் சிவப்பும் மறுபக்கத்தில் ஜீவாவுமாக, அவற்றை

அசைத்துக்கொண்டே நடந்தார்கள். நிலாவுக்கு தானும் ஒரு கொடி வைத்துக்கொள்ளவேண்டும் என்று தோன்றியது. வானத்தில் தொடர்ச்சியாக வாணங்கள் வெடித்தன. அவற்றின் அழுத்தப்பட்ட ஓசைகள் தாமதமாகக் கேட்டன. பொன்னேரி நிசமாகப் பொன்னேரி போல இருந்தது. யாரோ அவளை அணைத்து உப்புக் கரிக்க முத்தமிட்டதில் காமம் இல்லை!

நிலாவுக்கு இப்போது இதயத்துடிப்பு அதிகரித்தது. பவுன் கலரில் இதயம் தனியாக தடக் தடக்கென்று சத்தமாக இரைச்சலிட்டது. பிழம்பாக அதற்குள் ஒரு சந்தோஷம் ஒளிந்துகொண்டு பிதுங்கினாற் போல் வெளிக்காட்டியது. வயிற்றுக்குள் தேன் கலந்த ஒரு நேர்த்தி தெரிந்தது. கான்கிரீட் கட்டடங்களின் உச்சியில் வெள்ளி விளிம்புகளில் சிலிக்கன் தேவதைகள் தெரிந்தார்கள். புதிய யுகம், புதிய சகாப்தம், புதிய குழந்தை, புதிய பிரஜை - குழந்தை மணி! 'மணியோ மணி என் பொன்மணி... தங்க மணி... ரேடிய மணி... சோமசுந்தரேசுவர சுப்ரமணி' என்று வீட்டுக்குள் கூப்பிட, சிற்றில் சிதைத்து, பொன்முகத்துச் சுட்டி தொங்கத் தொங்க வருவான்! பதக் பதக்கென்று நடந்து வருவான்.

மணி! இன்றே மணியை உண்டாக்கவேண்டும். சிபி எத்தனை நேரம் தாமதித்து வந்தாலும் பரவாயில்லை!

பைத்தியக்காரி நான்! இன்றைக்குத்தான் கடிதம் வந்திருக்கிறது. இன்னும் எத்தனை பரிசோதனைகள் பாக்கியிருக்கின்றன? சிபிக்கு க்ரோமோஸோம் சிகிச்சை, எனக்குப் பயிற்சிகள். எப்போது மருந்தை நிறுத்தலாம் என்று சலுகை!

முதன் முதலாக மக்கட் பெருக்கம் சரிய ஆரம்பித்த சாதனை! போதிய மக்கள், போதிய கோதுமை, ஜீவாவின் சாதனை!

ஜீவா! எங்கு நோக்கினும் அந்த முகம்! நாட்டைக் காப்பாற்றின ஆபத்பாந்தவன்.

பிரசிடெண்ட் ஜீவா! விளக்கு வெளிச்சத்தில் அவருடைய மூவர்ண முகத்தைப் பார்த்தாள் சற்று நேரம்!

வந்தனம் ஜீவா!

வெட்ட வெளியில் ஜீவாவின் மெகா புன்னகை சற்றுநேரம் ஹொலோகிராப்தனமாக உயிருடன் தெரிய, நிலா ஜன வெள்ளத்தில் அலை யடித்துக்கொண்டு சென்றாள். ஜிம்னேஷியத்திலிருந்து படபடவென்று கைதட்டல் ஒலி கேட்க, வெள்ளையுடைப் பெண்கள் வெல்வெட் குட்டிக்கரணம் போட்டுக்கொண்டிருப்பது வெளியே ராட்சச எல்.சி.டி திரையில் தெரிந்தது. எட்டாவது தெருவில் டிக்கெட் வாங்கிக்கொண்டு மானோ பிடித்தாள். அதன் காந்தத் தண்டு காற்று மெத்தையில் வழுக்கிக்

கொண்டு செல்ல, சிந்த் இயந்திரக் குரலில், பல்லாவரம், மீனம்பாக்கம், பரங்கிமலை, கிண்டி என்று அறிவிக்க, பத்தாவதில் இறங்கி பூமியடி ரயில் பிடித்து எட்டாவது குறுக்குத் தெருவில் இறங்கிக்கொண்டாள். சூப்பர் மார்க்கெட் சென்று ஒரு வாரத்துக்கு உண்டான காய்கறி வகைகள் ஆர்டர் செய்தபோது திரையில் மறுபடி ஜீவா தெரிய, கடையில் யாவரும் தத்தம் வியாபாரங்களை மறந்து ஜீவா என்ன சொல்கிறார் என்று கேட்டார்கள்.

'என்னருமை மக்களே! புத்தாண்டில் காலடி வைக்கும் உங்கள் எல்லோருக்கும் ஜீவாவின் வாழ்த்துக்கள். நாளையிலிருந்து அரசு உங்களுக்கு அளிக்கப்போகும் புதிய புதிய திட்டங்களைப் பற்றிச் சொல்ல விரும்புகிறேன்....

வருமான வரி முழுமையாக நீக்கப்பட்டு விட்டது.'

எங்கிருந்தோ படபடவென்று கைதட்டல் தாளித்தது.

'பொய்!' என்று பக்கத்தில் குரல் கேட்டது. திரும்பிப் பார்த்தபோது அந்த இளைஞன், 'நீதானே நிலா?' என்றான்.

நிலா சற்று சந்தோஷத்துடன் அவனைப் பார்க்க, முரட்டுச் சட்டையும், பெட்டியும், நாயுமாக நின்று சுலபமாகப் புன்னகைத்தான்.

'உன்னைப் பார்க்கத்தான் உன்னையே தொடர்ந்து வந்து கொண்டிருக் கிறேன்' என்றான்.

'யார் நீங்க?'

'எம் பேரு ரவி. தெரிஞ்சோ தெரியாமலோ அறிஞ்சோ அறியாமலோ என் விதியும் உங்க விதியும் ஒண்ணு சேர்த்தது. ஜீவாவுக்கு வந்தனம். ஜீவாவென்னும் மகத்தான பொய்யனுக்கு, டீப் மாஸ்டருக்கு, நம் நாட்டின் அபாண்ட மெஸ்ஸையாவுக்கு!'

நிலா சற்றுப் பயந்து சுற்றுமுற்றும் பார்த்தாள்.

'பயப்படாத. ராணுவத்து ஆசாமிங்க யாரும் இல்லை!'

'நீங்க யாருன்னே...'

'உங்க வீட்டு முன் அறைக்குப் புதுசா குடிவரப்போகிற மாணவன் நான். இந்தாங்க அரசாங்கக் கடிதம்!' - அவன் தன் பைக்குள்ளிருந்து கடிதத்தை எடுத்துக் காட்ட, அவர்கள் முன்னறை அவனுக்கு அளிக்கப் பட்டிருந்ததை வீட்டுவசதிப் பிரிவிலிருந்து தெரிவித்த ஆணைக் கடிதம்.

'நீங்க கல்யாணம் ஆனவங்கன்னு கேள்விப்பட்டிருக்கேன். குறுக்கீட்டுக்கு ஆயிரம் மன்னிப்புகள்.'

'எப்படி உங்களுக்கு அறையைக் கொடுக்க முடியும்? எங்களுக்கு அனுமதி வந்திருக்கே!'

'எதற்கு?'

'குழந்தைக்கு!'

'உத்தமம்! அப்படியென்றால், குழந்தை வந்தால் மறுபடி என்னைத் துரத்துவார்கள் என்பது நிச்சயம். அதுவரைக்கும் என்னை நீங்கள் சமாளித்துத்தான் ஆகவேண்டும்!'

அவனை இப்போது நேராகப் பார்த்தாள். இளைஞுன்தான். உயரமாக இருந்தான். நெற்றிப் புருவங்கள் பென்சிலால் வரைந்ததுபோல, இன்றைக்கு ஷேவ் பண்ணிக்கொள்ளாததால் லேசான பச்சைப் பூச்சு முகத்தில் தெரிய, கண்கள்தான் சற்றுக் கோபமாகவும், அதே கோபம் மூக்கின் ஒரத்தில் மேல்நோக்கிச் சற்றே திறந்திருந்த கூர்மையாலும்...

'என்னை நீங்க சகிச்சுக்கிட்டே தீரணும். விதி, ஜீவாவின் விதி என்னையும் என் நாயையும் ... என்ன ஜீனோ!' அந்த நாய் ஒரே ஒருமுறை வாலாட்டியது.

'என் கணவர் வீட்டில் இல்லை.'

'பயப்படாதீர்கள். கற்பழிக்கமாட்டேன்.'

'உங்களைப் பார்த்தாலும் கற்பழிப்பவர்போல இல்லை.'

'நிலா! நல்ல பேர்தான். ஆனால் நாடு பூரா நிலா நிலான்னு எத்தனை ஆயிரம் பொண்ணுங்கன்னு யோசிக்கிறபோதுதான் ஒரு மாதிரி மயிர் சிலிர்க்குது. என்ன ஒரு நாடு! என்ன ஒரு ஊரு!'

வீட்டுக்கு வந்து கதவைத் திறந்து அவனுக்கு டீ போட்டுக் கொடுத்த போது அவன் சுதந்தரமாக முன்னறையில் போய் உட்கார்ந்தாலும் அவனைக் கண்டால் நிலாவுக்குப் பயமாக இல்லை.

போன தடவை வாடகைக்கு வந்திருந்தவனைப் பார்க்கப் பயமாக இருந்தது. குண்டாக, பெரிசாக, அடர்த்தியாகத் தாடி வைத்து இருந்தான். இவனைப் பார்த்தால் சின்னப் பையன் போல இருக் கிறான். ஜீவாவைப் பற்றிப் பேசுவதில்தான் சற்று அபாயம்!

'உங்க கணவர் என்ன செய்கிறார்?'

'கம்ப்யூட்டர் சென்டரில்.'

'கம்ப்யூட்டர் சென்டரில் என்ன வேலை?' என்று நாய் கேட்டது.

# 2

நிலாவுக்கு சற்று நேரம் யார் பேசுகிறார்கள் என்று கணிக்க முடிய வில்லை. 'பயப்படாதீங்க. ஏய் ஜீனோ! அதிகப் பிரசங்கி' என்று ரவி தன் நாயை அதட்டினான்.

'நான் கேட்டது தப்பா?' என்றது நாய். அப்போதுதான் நிலா அதை முழுமையாகப் பார்த்தாள்.

கொசகொசவென்று தேன் கலரில், கண்கள் எங்கே என்று சொல்ல முடியாதபடி முகமெல்லாம் மயிர் மூடி, ப்ரஷ் போல வால் வைத்துக்கொண்டு ஷோக்காகத்தான் இருந்தது. 'நிஜ நாயா?'

'இல்லை, ரோபாட்! புதிய மாடல்! நிஜ நாய் போலவே இல்லை? ஒத்தாசைக்கு இருக்கட்டுமே என்று அஜாக்ஸ் கம்பெனியில் வாங்கினேன். இதற்குப் பேசக் கற்றுக் கொடுத்தது தப்பாப் போச்சு. அசந்தர்ப்பமாக ஏதாவது எதிர்த்துப் பேசுகிறது. ஜீனோ, ஷேக் ஹாண்ட்ஸ்!'

ஜீனோ கை கொடுக்காமல், 'ஹலோ, நிலா! இந்த வீட்டில் கொசு இருக்குமா?' என்றது.

நிலா ஆச்சரியத்துடன் அதைப் பார்த்து, 'நம்மவர்களைப் போலவே பேசுகிறதே!'

'ஐயோ, அதுக்குத் தெரிந்தது நமக்குத் தெரியாது. ஜீனோ என்று பெயர் வைத்ததே அதற்காகத்தான். ஜீனோ! உன் பேர் எதுக்காக ஜீனோ?'

'கிரேக்க தத்துவஞானி ஜீனோவின் ஞாபகார்த்தமாக!'

'பார்த்தீர்களா!'

'ஜீனோ, இதெல்லாம் எங்க கத்துக்கிட்ட?' என்றாள் நிலா.

'எல்லாம் கேள்வி ஞானம்தான். டயம் இருந்தா புக்ஸ் படிப்பேன்! என் ஸ்கானரைக் கொஞ்சம் பழுது பார்த்தா, இன்னமும் படிச்சு இன்னமும் உங்களுக்கு உபயோகமாக இருக்க முடியும்! அப்புறம் வால்ல ஒரு பேரிங்கு போயிருக்கு. ஆட்டறது கஷ்டமா இருக்கு. இஃப் யூ டோன்ட் மைண்ட், எனக்கு மத்தியானம் கொஞ்சம் தூங்கணும்!'

விசுக் விசுக் என்று அது நடந்து செல்வதை நிலா ஆச்சரியத்துடனும் ரவி புன்னகையுடனும் பார்க்க, 'அது கவிதைகூட எழுதறது' என்றான் ரவி.

'என்ன சாப்பிடும்?'

'ஒண்ணுமே தேவையில்லை. ஸோலார் செல்! தினம் வெயிலில் ஒரு வாக் அழைச்சுட்டுப் போனா சரி.'

'ஸ்வீட் ஜீனோ!'

'அதுங்கிட்ட வாயைக் கொடுக்காதீங்க. மொச்சு மொச்சுன்னு எதிர்த்துப் பேசும்! என்னோட ரூமைக் காட்டினீங்கன்னா இனி உங்களுக்குத் தொந்தரவு தராம இருப்பேன்.'

'இன்னும் காலி பண்ணலை.'

'அதனால் என்ன... பரவாயில்லை.'

அந்த அறையில் சிபியின் பி.சி. (பர்ஸனல் கம்ப்யூட்டர்) பாலிதீன் உறையில் இருந்தது. புல் ஓர்க்கரும் எக்ஸர்சைசரும்கூட பாலிதீன் உறையில்தான் இருந்தன.

'உங்க கணவர் நிறைய நல்ல காரியங்களை ஒத்திப் போடுவதில் எக்ஸ்பர்ட் போல.'

'எந்த விளம்பரத்தைப் பார்த்தாலும் வாங்கிடுவார். அப்புறம் அதை உபயோகிக்க டயம் இருக்காது. உங்க மாதிரி நாய்கூட வாங்கறதாத்தான் சொல்லிட்டிருந்தார்.'

'வேண்டாம், வாங்காதீங்க. வேஸ்ட்டு. இதை வெச்சுக்கிட்டு சமாளிக்கிறது பேஜாராக இருக்கு.'

'இந்த சாமான்களை எல்லாம் எங்க கொண்டு வெச்சுக்கப் போறேன்னே தெரியலையே!'

'எப்படியோ, காலி பண்ணிக் கொடுத்துத்தான் ஆகணும். என்னை வீதில விரட்டிடாதீங்க.'

'கவலைப்படாதீங்க.'

'கொஞ்ச நேரம் பேசாம இருந்தாத் தூங்கலாம் நானு' என்று சோபா அடியிலிருந்து சப்தம் வந்தது.

'ஷட் அப் ஜீனோ. வந்த உடனே திமிரா பேச ஆரம்பிச்சுட்டே?'

'சத்தம் போடாதீங்கன்னு கேட்டுக்கிட்டா திமிரா?'

'ஜீனோ!'

'பாரு! என்னால குரைக்க முடியும்! முறைக்க முடியும்! கடிக்க முடியும்! எதுக்கு பேட்டரி வேஸ்ட்டுன்னு பாக்கறேன். என்ன நிலா, நான் சொல்றது?'

நிலா திகைத்துப்போய், 'வாங்க! ஹாலுக்குப் போகலாம்' என்றாள். ரவி தன் பெட்டியை எடுத்து நடுக்கூடத்தில் வைத்து 'புத்தகப் பெட்டி இன்னும் வரவில்லை' என்றான்.

'உங்களுக்கு சொந்த ஊர் எது?' என்றாள்.

'சென்னைதான், நீங்க.'

'நாங்க தஞ்சாவூர், எங்கப்பா ஸாயில் கெமிஸ்ட். நான் பயாலஜிஸ்ட். இம்யூனைஸேஷன் பிரிவில் வேலை செய்யறேன்.'

'எங்கப்பா அரசாங்க பியானிஸ்ட். றிடையராயிட்டார். லைஃப் எக்ஸ்டென்ஷன்ல இருக்கார். உங்கப்பா?'

'அவர் காலம் கடந்துருச்சு' என்று ரவி வெற்றுப் பார்வை பார்த்தான். 'ரொம்ப அநியாயம் இல்லை? இந்த மாதிரி பெரியவங்களைத் தீர்த்துற்றது...'

'இதெல்லாம் பத்தி நாம பேசக் கூடாதுன்னு சிபி சொல்லியிருக்கார். எந்த வேளையும் யாரையும் யாரும் கேக்க முடியுமாம். ஜீவாவுக்கு எல்லாம் தெரிஞ்சுருமாம்.'

'எல்லாம் புரளி.'

விசுக் விசுக் என்று சப்தம் கேக்க ஜீனோ கொட்டாவி விட்டுக் கொண்டு, 'மேடம், ஏதாவது புஸ்தகம் இருக்குமா?' என்றது.

'தூங்கலையா ஜீனோ?'

'உங்க பேச்சுக் குரல் கேட்டு எழுந்துட்டேன். தூக்கம் வரலை.'

'ஜீனோ! ஜீவாவைப் பற்றி நீ என்ன நினைக்கிறே?'

'ஜீவாவை நான் பார்த்ததில்லை. ஆனா அவர் கொள்கைகள்ள முரண்பாடு இருக்கு.'

'ஜீவாவுக்கு எல்லாம் தெரியுமாமே?'

'எல்லாம் தெரியும்னு யாராலயும் சொல்லவே முடியாது. இன்றைய தேதி டெக்னாலஜிப்படி அது முடியாது.'

அப்போது வாயில்பக்கம் மணி அடிக்க சிபியாகத்தான் இருக்கும் என்று நிலா உற்சாகமாகக் கதவைத் திறக்கச் சென்றாள்.

கதவு திறந்ததுமே சிபி அவளைக் கட்டிப் பிடித்து முத்தம் தர முயற்சி செய்தான். 'சிபி, விருந்தாளிங்க!'

சிபி சட்டென்று நிறுத்தி ரவியையும் நாயையும் பார்த்தான். 'ஓ, மை காட்! யாரிது?'

'நம்முடைய முன் அறைக்கு அலாட் ஆயிருக்காம். பேரு ரவியாம்!'

'ஸாரி! உங்க அந்தரங்க வாழ்க்கையிலே கொஞ்ச மாசமாவது குறுக்கிட வேண்டி...'

'என்னது? அலாட் ஆயிருக்குதா! முடியாத காரியம். மிஸ்டர், எங்களுக்கு குழந்தைக்கு அனுமதி வந்திருக்கு. தெரியுமில்லை?'

'சொன்னாங்க, கங்ராஜுலேஷன்ஸ்!'

'அது கிடக்கட்டும். எங்களுக்கே முழு வீடு தேவையா இருக்கும்போது மற்றொரு ஆளைச் சேர்த்துக்கொள்ள எப்படி முடியும்?'

'எப்படியோ எனக்கு வந்திருக்கும் இந்த அரசாங்கக் கடிதம் பொய்யல்ல. நான் இங்கே இருந்தாகவேண்டும். மற்றொரு கடிதம் வரும்வரை. எனக்கு வேற போக்கிடம் கிடையாது.'

'முடியாது, இதை நான் உடனே தீர்த்தாக வேண்டும். இது ஏதோ கம்ப்யூட்டர் தப்பு.'

'சரி, அப்படியே இருக்கட்டும். அதை இந்த ராத்திரி வேளையில் நிவர்த்திக்க முடியுமா? எல்லா ஆபீஸும் இந்நேரம் மூடியிருக்குமே' என்றது ஜீனா.

சிபி அதிர்ச்சியுற்றுக் கீழே காட்டி, 'இந்த நாயா பேசிச்சு?'

'ஆமாம்! நாயில்லை. இது ரோபாட். நான் அஜாக்ஸ் கம்பெனியில வாங்கினது!'

'ஹலோ சிபி!' என்றது ஜீனோ. கைகுலுக்க விரும்பினதுபோல சின்னக் காலைத் தூக்கியது. சிபி தயக்கத்துடன், 'என்ன இருந்தாலும் நான் விசாரித்துக்கொண்டு வரவேண்டும். ஏதோ தப்பு இருக்கிறது!'

'காலையில் பார்த்துக்கொள்ளலாமே' என்றாள் நிலா.

'இல்லை நிலா. இது ஒன்றில்லை ஒன்று, தீர்த்துவிட வேண்டும் இன்றிரவே!'

'என்ன அவசரம் இப்போது? கம்ப்யூட்டர் அலுவலகம் திறந் திருக்குமா?'

'திறந்திருக்கும். நான் அங்கேதானே வேலை செய்கிறேன். இந்தத் தப்பு வரவே கூடாது!'

'சிபி, எங்கே கிளம்பிவிட்டாய்?'

'ஆபீசுக்குத்தான். ஒரு மணியில் வந்துவிடுகிறேன். மிஸ்டர் ரவி! உமக்கும் எனக்கும் விரோதம் எதுவும் இல்லை. குழந்தைக்கு அனுமதி கொடுக்கப்பட்ட வீட்டில் மூன்றாம் பேர் குடியிருக்க அனுமதிக்கக் கூடாது என்று சட்டம் இருக்கிறது. நான்தான் ப்ரோக்ராம் எழுதினவன். இந்தத் தப்பு நிச்சயம் ஏற்படவே கூடாது. எப்படியாவது இதைத் திருத்தி, உங்களுக்கு அளிக்கப்பட்ட அறையின் சரியான விவரங்களை அறிந்து கொண்டு வருகிறேன்.'

'அதுவரைக்கும் உள்ளே இருக்கலாமா, தெருவில் நிற்க வேண்டுமா?' என்றது ஜீனோ.

'வீட்டுக்குள்ளேயே இருக்கலாம். நிலா, இவர்களுடன் பேசிக் கொண்டிரு. ஜீனோ, நான் திரும்பி வந்ததும் உன்னோடு பேசுகிறேன். ஸாரி மிஸ்டர் ரவி!'

'பரவாயில்லை.'

'என்ன பரவாயில்லை? பரவா உண்டு?' என்றது ஜீனோ.

சிபி சிரித்துக்கொண்டே சென்றான்.

நிலா ஜீனோவுக்கு நேஷனல் ஜியாக்ரபிக் இதழ்களை எடுத்துக் கொடுத்தாள். ரவி சோபாவில் சற்றே படுத்துக்கொண்டான்.

நிலா சட்டை மாட்டிக்கொண்டு காத்திருந்தாள்.

ராத்திரி பன்னிரண்டாகியும் சிபி வரவில்லை.

# 3

ஜீனோ மேசை விளக்கைத் தன்பால் பொருத்திக்கொண்டு கொட்டாவி விட்டது நிலாவுக்கு ஆச்சரியமாக இருந்தது. அவள் மனத்தைப் படித்தது போல் ஜீனோ, 'கொட்டாவி விடுவது என்னுடைய மேம்போக்கான செயல்களில் ஒன்று. நிஜ நாய் போல இருக்கவேண்டும் என்று என் கம்பெனிக்காரர்கள் கற்றுத் தந்த அசிங்கம்!'

'இந்த நாய் பேசுவது ஒரு மாதிரி இருக்கிறது' என்றாள் நிலா.

ரவி சிரித்து, 'அங்கங்கே பிராசம் பிசகும்; ஆனால் படிப்பதென்னவோ பல பாஷைகள்!'

'ரவி, புத்தகத்தை உன் நிழல் மறைக்கிறது' என்றது ஜீனோ.

'ரவி, எனக்கு கவலையாக இருக்கிறது. நீங்கள் வந்ததில் எத்தனை சிக்கல்! இன்னும் சிபி வரவில்லை.'

'ராத்திரி கம்ப்யூட்டர் அறைக்குச் செல்வது முட்டாள்தனம்' என்றது ஜீனோ.

'சும்மா இரு ஜீனோ! உங்கள் கணவர் வந்துவிடுவார். கவலைப் படாதீர்கள். பிடிவாதமாக அவர்தான் என்னை வெளியேற்றணும்னு...'

'காலையில போயிருக்கலாம். சிபி எப்பவுமே இப்படித்தான். பிடிவாதம்! அதுக்காக ஆபீஸ்ல சிகிச்சைக்குக்கூட அனுப்பியிருந் தாங்க!'

டெலிவிஷன் மூடிவிட்டார்கள். ராத்திரியின் ஆரஞ்சு விளக்கு வெளிச்சம் தெரிய, நிலாவுக்குத் தூக்கம் வந்தது.

'நீங்கள் தூங்குங்கள். நான் பார்த்துக்கொள்கிறேன். யாராவது வந்தால் வவ் அல்லது வள் என்று குலைக்கிறேன். ஓகே? ரவி, நீயும் சோபாவில் படுத்துத் தூங்கிவிடு. இன்றிரவு நம்மை விரட்ட முடியாது என்றுதான் தோன்றுகிறது' என்றது ஜீனோ.

நிலாவுக்கு இன்று இரவு விழித்திருக்கவேண்டும் என்றுதான் விருப்பம். ஆனால், களைப்பு அவள் கண்களைச் செருகியது. 'சிபி வந்துவிடுவான், எங்கே போய்விடப் போகிறான். என்னவோ ஒரு பிடிவாதம். ஒரு நாள் அவர்கள் இருந்து விட்டுப் போகட்டுமே. அந்த நாய் அழகாக இருக்கிறது. குழந்தை பிறந்தவுடன் அதற்கு விளையாட்டு காட்ட ஜீனோவைப்போல் சின்னதாக வாங்கவேண்டும். விலை அதிகம் இருக்குமோ?'

'அது மாடலைப் பொருத்தது' என்றது ஜீனோ.

'நீ இன்னும் தூங்கவில்லையா?'

'தூங்கமாட்டேன்.'

'எண்ணங்களையும் படிப்பாயா?'

'இல்லை, என்னால் முடியாது.'

'பின் எப்படி நான் மனசில் நினைத்த கேள்விக்கு பதில் சொன்னாய்?'

'உன் முகத்தைப் பார்த்ததும் இப்படித்தான் எண்ணுவாய் என்று யூகித்தேன்.'

'உனக்குப் பிடித்த புத்தகம் எது?'

'ஷெல்லி! என்ன பார்க்கிறாய்? கவிதை படிக்கும் நாய் என்றுதானே?'

'இல்லை, உன்னை ஷெல்லி படிக்க வைத்த விஞ்ஞானத்தை வியக்கிறேன்.'

'எல்லாமே நீங்கள்தானே! மனித சிருஷ்டிதானே! மார்வின் மின்ஸ்கினு ஒரு ஆள் ஆரம்பிச்சான்.'

ஜீனோவுடன் கவலைகளைப் பகிர்ந்துகொள்ளாம்போல் இருந்தது நிலாவுக்கு.

'ஜீனோ, சிபியை இன்னும் காணமே?'

'காணோம்...'

'அவர் ஆபீசுக்குப் போய்ப் பார்த்துவிட்டு வரட்டுமா? நீ வீட்டைப் பார்த்துக்கொள்கிறாயா?'

'சரியா விடிந்ததும் போகலாம் என்று தோன்றுகிறது.'

'ராத்திரி பூரா சிபி இதுவரை வெளியே இருந்ததே இல்லை.'

'இன்று முதல் தடவை - ஏதாவது காரணம் இருக்கவேண்டும்.'

கிழக்கே சூரியன் வெளுக்கும்போது ஜீனோ ஷெல்லியிலிருந்து,

'ஹெவன் ஸ்மைல்ஸ் அண்ட் ஃபெயிந்த் அண்ட்
எம்பையர்ஸ் க்ளீம்
லைக் ரெக்ஸ் ஆஃப் எ டிஸ்ஸால்விங் ட்ரீம்'

என்றது.

'சிபி இன்னும் வரவில்லை ஜீனோ. விடிந்துவிட்டது. சிபியின் ஆபீசுக்குப் போகலாம், வருவாயா?'

'தாராளமாக. எனக்குக் காலை வேளைகளில் நடந்து பழக்கம்.'

காலையில் ஒரு கண்ணாடித் துல்லியம் இருந்தது. முனிசிபல் ராட்சச யந்திரங்கள் மெதுவாக நீர்த்திரையால் சாலைகளை வருடிக் கொண்டிருக்க, கதிரவனின் முதல் கதிர்களில் இலவசமாக வானவில் கிடைத்தது. காற்றில் குளிர் குறைந்திருந்தது. ஜீனோ விசுக் விசுக்கென்று பின் பக்கத்தை ஆட்டி ஆட்டிக்கொண்டு கூட வந்தது சிரிப்பாக இருந்தது.

வெள்ளை மயில் போல் விசிறியடித்த நீர்த்திரையால் கடை சன்னல்கள் அலம்பப்பட, ஆளரவமே இல்லாமல் எல்லாமே சாது இயந்திரங்கள், தத்தம் வேலையைப் பார்த்துக் கொண்டிருந்தன. சாலையில் காகிதக் குப்பை பொறுக்குவது. வீட்டு வாசல் குப்பைகளைச் சேகரிப்பது, அலம்புவது, பெருக்குவது... 'எத்தனை சௌகரியம் இயந்திரங்களால்' என்றாள் நிலா.

'என் போன்ற இயந்திரத்தால் என்ன சௌகரியம் என்று எனக்குத் தெரிந்துகொள்ள முடியவில்லை. அத்தனை வேகமாக நடக்காதே, என் பேட்டரி பழுதாகிவிடும்' என்றது ஜீனோ.

'சிபி இன்னும் வரவில்லையே என்று கவலையாக இருக்கிறது ஜீனோ.'

'கவலை இன்னும் பத்து நிமிஷத்தில் விலகிவிடலாம் அல்லது அதிகமாகலாம்.'

ஸ்டாட்டிக் நீக்கும் மிதியடிகளை மிதித்துக்கொண்டு லாமினா காற்றோட்டத்தில் குளித்து இருவரும் கம்ப்யூட்டர் சென்டரின் ரிசப்ஷனுக்குச் செல்ல அங்கே காவலாளி, 'இப்போது அலுவலகத்தில் யாருமில்லை, பத்து மணிக்கு வாங்க' என்றான்.

'சிபியைச் சந்திக்க வந்திருக்கிறேன். அவர் இங்கேதானே வேலை செய்கிறார்.'

'என்ன பெயர்?'

'சொன்னேனே, சிபி!'

'எண்...?'

'11343.'

அவன் டெர்மினலின் அருகில் உட்கார்ந்து மெல்ல 11343 என்று அதில் விரல்களால் தட்டிக் காத்திருந்தான்.

'நாய் எல்லாம் உள்ளே அனுமதி கிடையாது.'

'நான் நாய் இல்லை' என்றது ஜீனோ.

காவலாளி வியந்து, 'பேசியது யார்?' என்றான்.

டெர்மினலில் 'பீப்பீப்' என்று சப்தம் கேட்க, காவலாளி அதன் பச்சைத் திரையில் கவனம் செலுத்தினான். திரையில் எழுத்துக்கள் இங்கிருந்து நிலாவுக்குத் தெரிந்தன.

'அனுமதி இல்லை' என்றான்.

''ஏன்?'

'நீங்கள் கொடுத்த நம்பர் தப்பு. அந்த எண்ணில் இந்த அலுவலகத்தில் யாருமில்லை.'

'நான் இதே நம்பரில் எத்தனையோ முறை வந்திருக்கிறேன்.'

'இருக்கலாம். இன்று நீங்கள் கொடுத்த நம்பர் தப்பு என்கிறது கம்ப்யூட்டர்.'

'மாறியிருக்கிறதா நம்பர்? சிபி என்கிற பெயரில் பாருங்களேன்.'

'நேரமாகும்.'

'காத்திருக்கிறேன். அதைவிட வேறு என்ன வேலை? சிபி என் கணவன்.'

'அண்ணே, இங்கே ஏதாவது புஸ்தகம் இருக்குமா?' என்றது ஜீனோ.

'இரு ஜீனோ' என்று நிலா அதட்டினாள். காவலாளி 'சிபி' என்று அடித்துவிட்டு சீட்டியடித்துக்கொண்டே காத்திருந்தான். சற்று நேரத்தில் கம்ப்யூட்டர் 'யாருமில்லை' என்றது.

'சிபி என்கிற பெயரில் யாருமில்லை.'

'நீ வந்தது சரியான இடம்தானே? இடம் தவறி வந்துவிட்டாயா?' என்றது ஜீனோ.

'இல்லையே! இதுதானே கம்ப்யூட்டர் சென்டர்? பலமுறை வந்திருக்கிறேனே!'

'ஆம்' என்றான் காவல்.

'இங்கேதானே கம்ப்யூட்டர் கேந்திரம் இருக்கிறது?'

'ஆம்.'

'இங்கேதான் சிபி வேலை செய்கிறார். எனக்குக் கட்டாயம் தெரியும்.'

'அப்படி யாருமில்லை என்று கம்ப்யூட்டரே சொல்கிறதோ?'

'கம்ப்யூட்டர் சாதாரணமாகத் தவறுவதில்லை. கம்ப்யூட்டர் தப்பு செய்வதற்கு இன்றைய சாத்தியக்கூறு பதினைந்து லட்சத்தில் ஒரு பாகம்' என்றது ஜீனோ.

'சும்மா இரு ஜீனோ! ஐயா, இந்த இடத்தில்தான் என் கணவர் வேலை செய்கிறார். நான் பலமுறை வந்திருக்கிறேன். முதல் மாடியில் மூன்றாவது அறையில் வீற்றிருப்பார். அவர் முன்னால் டெர்மினல் இருக்கும். இப்போது இங்குதான் வந்திருக்கிறார். வீட்டில் சொல்லி விட்டுத்தான் கிளம்பினார்.'

'எது எப்படி இருந்தாலும் உத்தரவின்றி உள்ளே அனுமதி இல்லை. இப்போதெல்லாம் செக்யூரிட்டி ரொம்ப இறுக்கம். யாரையும் உள்ளே அனுமதிக்கக்கூடாது என்று மேலிடத்து உத்தரவு. நீங்கள் உங்கள் கணவரைப் பார்க்கவேண்டும் என்றாலும் இங்கே வரவழைத்துத்தான் பார்க்கவேண்டும்.'

'வரவழையுங்கள்.'

'சிபி என்கிற பெயரில் யாருமே இல்லையே. பெயர் இல்லாதவரைக் கூப்பிடுவது எப்படி?'

'முதல் மாடியில்தான் இருக்கிறார். போய்ப் பார்த்து விட்டு வாருங்களேன்.'

'நான் எப்படிப் போவது, கம்ப்யூட்டரைத் தனியே விட்டுவிட்டு? முதல் மாடியா? என்று கேட்டான் காவலாளி.

'ஆம்' என்றாள் நிலா.

அவன் சற்று நேரம் யோசித்துவிட்டு, 'சரி, போய்த் தொலைக்கிறேன். நம்பரும் சரியாக இல்லாமல் பெயரும் சரியாக இல்லாமல் தேடச் சொன்னால் எப்படி?' என்று சலித்துக் கொண்டான் காவலாளி.

'பேர் சிபி. 11343. எனக்கு நன்றாகத் தெரியும். வருஷக் கணக்காக அதே நம்பர்தான், அதே பேர்தான்!' என்றாள் நிலா, அழுத்தம் திருத்தமாக.

அவன் சென்றதும் ஜீனோ, 'கம்ப்யூட்டரில் நீயே கேட்டுப் பாரேன். அவன் வருவதற்குள் கேட்டுவிடலாம்' என்றது.

# 4

அந்தக் கண்ணாடி அறையில் கம்ப்யூட்டர் டெர்மினலின் பச்சை எழுத்துக்கள் தெளிவாகத் தெரிய, ஜீனோதான் சொல்லிக் கொடுத்தது, 'உதவி! என்று அடி.'

'உதவி!' என்று எழுத்துக்களைப் பார்த்துப் பார்த்து நிலா அடிக்க, உடனே திரை தன்னைத் துடைத்துக்கொண்டு குரல் - எழுத்து? என்று கேட்டு கேள்விக்குறி காட்டியது. குரல் என்பதன் 'கு'வைத் தொட்ட உடனே அதன் உள்ளேயிருந்து 'நல்வரவு! ஜீவாவுக்கு வந்தனத்துடன் நம் உரையாடலைத் தொடங்கலாமா?' என்றது.

நிலா தயக்கத்துடன், 'தொடங்கலாம்' என்றாள்.

'உன் பெயர்?'

'நிலா!'

'எண்?'

'107836...'

கொஞ்ச நேரம் விட்டு அது, 'உன் பெயர் நிலா. நீ வசிப்பது பழவந்தாங்கல். மணிக்கூண்டின் எட்டாம் பகுதியில். எடை 52 புள்ளி 5... உன் கணவன் பெயர் ரவி. உங்கள் இருவருக்கும் சமீபத்தில் குழந்தை பெற்றுக்கொள்ள அனுமதி' என்றது.

'மன்னிக்கவும், என் கணவன் பெயர் ரவி இல்லை. சிபி.'

தயக்கம்... 'இல்லை, ரவி.'

'இல்லவே இல்லை. சிபி எண் 11343.'

தயக்கம்... 'சிபி என்ற பெயரில் அந்த எண்ணில் யாருமே இல்லை.'

'மாட்சிமை தாங்கிய மிஷினே! அந்த சந்தேகத்தை நிவர்த்திக்கத்தான் இந்த உரையாடலே' என்றது ஜீனோ.

'சிபி என்கிற பெயரில் அலுவலகத்தில் யாருமே இல்லை. என் ரெகார்டுகளைத் துப்புரவாகப் பார்த்துவிட்டேன். டேட்டாபேஸ் முழுவதும் தடவிப் பார்த்துவிட்டேன். என் ரெகார்டுபடி, உன் எண்படி பெரிய எஜமானைக் கேட்டதில் கிடைத்த விவரம்... உன் பெயர் நிலா, கணவன் பெயர் ரவி...'

'போதும். அது தப்பு.'

'பெரிய எஜமான் தப்பு செய்யமாட்டார்.'

'யார் இந்தப் பெரிய எஜமான்?'

'டில்லியில் இருக்கும் மாஸ்டர் கம்ப்யூட்டர் க்ரேயின் எட்டாவது மாடல் சூப்பர்' என்றது.

ஜீனோ காதைக் குடைந்துகொண்டு, 'வா நிலா, இதனுடன் மன்றாடிப் பிரயோசனமில்லை.'

'தகவல் தப்பு' என்றாள் நிலா. இதற்குள் அந்தக் காவலன் இறங்கி வந்து, 'நானும் விசாரித்துவிட்டேன். முதல் மாடியில் அந்தப் பெயரில் யாருமே இல்லை. கபி என்று ஒருவர் இருந்தார். இப்போது மாற்றலாகி செவ்வாய் கிரகத்துக்கு...'

நிலா வியப்புடன் ஜீனோவைப் பின்தொடர்ந்து நடந்தாள். 'இயந்திரங்கள் தப்பு செய்யுமா, என்ன? நேற்று முன் தினம் இதே கட்டடத்துக்கு வந்து சிபியுடன் விவியில் கால் மணி பேசியிருக்கிறேன். இதே நம்பர்தான், இதே கட்டடம்தான். எப்படி சாத்தியம்? இதுவரை எந்த இயந்திரமும் தப்பு செய்து பார்த்தே இல்லை. கோவாபரேட்டியில் அரிசி பொறுக்கும் இயந்திரம் வார ரேஷன் ஒரு குந்துமணி அதிகப் படியாகக் கொடுக்காது. மின்சாரக் கட்டுப்பாட்டு இயந்திரம், கொடுக்கப்பட்ட யூனிட்டுகளுக்கு மேல் ஒரு செகண்டு தாமதிக்காது. ஃப்யூசைப் பிடுங்கிவிடும். மைக்ரோ சாகசங்கள் அத்தனையும் இதுவரை ஒன்றும் பிசகியதில்லை...' நிலா ஜீனோவிடம் சொன்னாள்.

'மனிதன் அமைத்த எதுவும் பழுதாகச் சாத்தியம் இருக்கிறது. கவலைப் படாதே. வீட்டுக்குப் போனால் சிபி இருப்பார் அல்லது அவர் எண் மாறியிருக்கும். இந்த நூற்றாண்டு முழுவதும் எண்கள்தானே. முன்னொரு காலத்தில் ஒரு சித்தர் பாடினார். 'இறைச்சி தோல் எலும்பிலும் இலக்கமிட்டிருக்குமோ' என்று. இந்த நாட்களில்

என் இனிய இயந்திரா 27

எல்லாமே இலக்கம்தான்! சமூகப் பாதுகாப்பு எண்ணை மறந்தால் ஒரு ஆள் செத்தான்! உனக்கு நிச்சயமாகத் தெரியுமா, 11343 தானா? சிபிதானா? என்று கேட்டது ஜீனோ.

'ஆம், சந்தேகமே இல்லை. முந்தா நாள் உபயோகப்படுத்தியிருக்கிறேன்' என்றாள் நிலா.

வீட்டுக்குப் போனால் ரவி சோபாவில் வேளை கெட்ட வேளையில் தூங்கிக்கொண்டிருக்க, ஜீனோ 'ரவி...ரவி!' என்று எழுப்பியது. அவன் காதருகே ஹிஸ்க் என்று தும்மியது.

'சிபி வந்தாரா?' நிலா கேட்டாள்.

'இல்லையே! ஆபீசில் இல்லையா?' என்று கண்ணைக் கசக்கிக் கொண்டான் ரவி.

'ஆபிசில் அந்த மாதிரி ஆளே கிடையாது என்று சத்தியம் அடிக்கிறார்கள். நிலாவுக்கு நீ கணவராம். சிரிக்கவேண்டும் போல் இருக்கிறது. சிரிக்கத் தெரியவில்லை. வாலை ஆட்டுகிறேன்' என்றது ஜீனோ.

ரவி நிலாவைச் சிரிப்புடன் பார்த்து, 'அபத்தம்' என்றான்.

நிலாவுக்குச் சட்டென்று அந்தச் சந்தேகம் பளிச்சிட்டது. 'நாயும் இவனும் சேர்ந்து சதி பண்ணி... சே! அப்படியிருக்காது. ரவி இப்போது அவளைக் கண்கொட்டாமல் பார்த்துச் சிரித்த சிரிப்பில் களங்கமில்லாமல்தான் தோன்றினான். ஆனால், யார் கண்டது? ஆண் பிள்ளைகள் எத்தனையோ களங்கங்களை மறைக்க வல்லவர்கள். ஆனால், அந்த நாய் பொய் சொல்லாது. தனியாகக் கேட்டுவிடலாம்.' நிலாவின் வயிற்றுக்குள் என்னவோ சங்கடம் பண்ணியது. 'ஏதோ தப்பு, எங்கோ தப்பு!' சட்டென்று, 'சிபியை இனி பார்க்க மாட்டோம்!' என்று ஒரு பய மின்னல்.

சமையலறைக்குள் வந்து பார்த்தான். ரவி காப்பி போட்டு வைத்திருந்தான். 'கவலைப்படாதீர்கள். சிபி வந்துவிடுவார். வந்துதான் ஆகவேண்டும்.

'டில்லியில் உள்ள பெரிய கம்ப்யுட்டரே அப்படி யாருமே இல்லை என்று சொல்கிறது. இதிலிருந்து என்ன தெரிகிறது?'

'எந்தத் திட்டமும் முழுமையானதில்லை, எங்காவது ஒரு ஓட்டை இருக்கும் என்று. இதைப் பார், சிபி என்ற ஒரு முழு மனிதன் இருப்பது நமக்குத் தெரியும். ராத்திரிதான் அவருடன் பேசிக் கொண்டிருக்கிறோம்.'

'தப்பு, பேசிக்கொண்டிருந்திருக்கிறோம்!' என்றது ஜீனோ.

'குறுக்கே பேசாதே. இன்றைக்குப் போய்க் கேட்டால் அப்படி ஒரு ஆள் இல்லை என்று சொல்வது எத்தனை அபத்தம்? சிஸ்டம் தப்பு.'

'அல்லது.'

'அல்லது?' என்று நிலா திருப்பிக் கேட்டாள்.

ஜீனோ தன் உடலைப் படபடவென்று ஒரு முறை குலுக்கிக் கொண்டு நிலாவின் காலடியில் வந்து, 'ஒரு பேச்சுக்குதான் சொல்கிறேன், கலவரப்படாதே' என்றது.

'சொல்லு.'

'சிபிக்கு ஏதாவது ஆகி அவர் பெயரைப் பட்டியலிலிருந்து நீக்கும்படி...'

'ஜீனோ, சும்மாயிரு' என்று ரவி அதட்டினான்.

'சொல்லு ஜீனோ!'

'ஒரு பேச்சுக்குத்தான் சொல்கிறேன். இப்படி ஆகியிருக்கும் என்று நம்பாதே நிலா. கம்ப்யூட்டர்கள் இந்த நாட்களில் தப்பு செய்வதில்லை தான். இந்த நாட்களில் கம்ப்யூட்டர்கள் மனித யத்தனத்தில் உற்பத்தி ஆவதில்லை. கம்ப்யூட்டர்களாலேயே செய்யப்பட்ட கம்ப்யூட்டர் தப்பு செய்வதற்கு சந்தர்ப்பங்கள் மிக மிகக் குறைவு. உன் கணவன் சிபியின் அலுவலக கம்ப்யூட்டர், டில்லி கம்ப்யூட்டர் இரண்டும் சிபியே இல்லை என்று சொல்கின்றன என்றால் என்ன அர்த்தம்? சிபி இப்போது, இன்றைய தேதிக்கு அழிக்கப்பட்டிருக்க வேண்டும். சிபி திரும்பி வந்தால்தான் அது பற்றிய விவரம் தெரியவரும். அவர் வருகிற வரைக்கும் இந்தக் குழப்பம் தீரப்போவதில்லை. எனவே, என்னுடன் ஒரு பாட்டம் செக்கர்ஸ் ஆடிக்கொண்டிருந்தால் பொழுது போவது தெரியாது, கவலையும் மறக்கும். ஹா! ஹா!' என்று செயற்கையாகக் குரைத்தது.

'இல்லை ஜீனோ. நான் சரியான மனோநிலையில் இல்லை. நான் போய் ஒரு டாக்டரைப் பார்க்கவேண்டும்.'

'கூட வரட்டுமா?'

தயங்கிவிட்டு, 'வேண்டாம்' என்றாள்.

டாக்டர் ஹரியின் வீட்டுக்குச் செல்கையில் நிலாவுக்குக் குழப்பம் அதிகரித்திருந்தது.

என் இனிய இயந்திரா ■ 29

'ஜீனோவையும் ரவியையும் நம்ப முடியாது. வீட்டுக்குள் வந்து ஆக்கிரமிக்கும் புது மாதிரி குற்றமா என்ன? இந்த நாட்களில் குற்ற மாவது? எங்கும் எங்கும் ஜீவாவின் கண்கள் வியாபித்திருப்பதாகச் சொல்லும்போது எல்லாம் தீர்மானித்த கதியில், தீர்மானித்த விதியில் நடக்கும்போது...'

பத்தே பத்து நிமிஷத்தில் தரையடி ரயிலில் சென்று டார்மிட்டரியில் தன் எண்ணைக் குறிப்பிட்டதில், கம்ப்யூட்டர் பரிசோதித்து வழிவிட்டது. 'நல்ல வேளை என் எண்ணில் குழப்பமில்லை.'

'இதற்கா இத்தனை தூரம் வந்தாய் நிலா? போன் பண்ணியிருக் கலாமே?'

'இல்லை டாக்டர். கவலையாக இருந்தது. சிபியை ராத்திரியிலிருந்து காணவில்லை.'

'ஆபீசில் விசாரிக்கச் சென்றவர்...' எல்லாம் சொன்னாள்.

'நம்பர் மறந்து போய்விட்டாயா?'

'சேச்சே! எப்படி மறக்க முடியும்? உங்கள் ரெகார்டுகளில் பாருங்களேன் - 11343.'

ஹரி தன் சொந்த கம்ப்யூட்டரில் 11343-ஐக் கேட்க, 'பிங்' என்று சப்தமிட்டு கேள்விக்குறி வந்தது.

'ஹூம்! இது எப்படி! என்று ஹரி மறுபடி 11343-ஐக் கேட்க...

மறுபடி பிங்! கேள்விக்குறி!

'சிபி' என்று கேட்டதிலும் கேள்விக்குறிதான்.

'என்ன ஆச்சு. என் ரெகார்டிலும் இல்லையே. இது எப்படி சாத்தியம்? சிபி என்று ஒரு ஆளை முழுசாகக் கண்முன்னே பார்த்திருக்கிறேன். நேற்றுவரை அவன் பெயர் என்...'

'திடீரென்று இந்தியாவில் உள்ள அத்தனை இடங்களிலும் சிபியைப் பற்றிய நம்பரையும் செய்தியையும் அழித்துவிடுவது சாத்தியமா டாக்டர்?'

'சாத்தியம். டில்லியிலிருந்து பெரிய எஜமான் என்று ஒரு மாஸ்டர் கம்ப்யூட்டர் இருக்கிறதே, அதன் மூலம் சாத்தியம்.'

'அந்த மாதிரி ஏன் அழிக்கவேண்டும்? சிபியின்மேல் என்ன திடீர் என்று அக்கறை?'

'அது சிபி வந்தால்தான் தெரியும். அவனைக் கேட்டுப்பார்.'

'சிபி வரவில்லையே. அவர் மறைந்துபோய் பதினெட்டு மணி நேரம் ஆகிறதே!'

'காவல்துறைக்கு ஒரு புகார் கொடுத்துப்பார். இன்னும் ஆறுமணி நேரம் பார். அதற்குள் வரவில்லை எனில் 24 மணி நேரத்துக்குமேல் தாமதம் செய்யாதே!'

நிலா வீட்டுக்குத் திரும்பியபோது வாசலில் அந்தச் சிவப்பு வண்டி நின்றுகொண்டிருந்தது.

# 5

*அந்த* அரசாங்க வண்டியைக் கண்டதும் நிலாவுக்கு வயிற்றில் ஒரு பயப் பந்து சுற்றிக்கொண்டது. அரசாங்கத்துடன் எதுவுமே வைத்துக் கொள்ளாமல் இருப்பது உத்தமம் என்று சிபி அடிக்கடி சொல்லி யிருக்கிறான். சின்ன சிவப்பு வண்டிக்குள் ஹெல்மெட்டை மடியில் வைத்துக்கொண்டு தலைமுடியைச் சுருக்கமாக வெட்டியிருந்த இளைஞர்கள் காத்திருந்தார்கள். வண்டிக்குள் இருந்த ரேடியோ அவ்வப்போது 'ரெட் செக்ஷன்! ப்ளூ செக்ஷன்! செக்' என்றெல்லாம் அலறிக்கொண்டிருந்தது. நிலா வந்ததும் அந்த இளைஞர்கள் பணிவுடன் வண்டியிலிருந்து இறங்கி 'குட் ஈவினிங்!' என்றார்கள்.

'வணக்கம். நாங்கள் காவல் படையிலிருந்து வந்திருக்கிறோம்.'

'என்ன விஷயம்?' என்றாள் நிலா.

'அதை நீங்கள்தான் சொல்லவேண்டும்.'

'நான் ஏதும் புகார் செய்யவில்லையே?'

'புகார் ஏதும் இல்லை?' - அவன் வண்டிக்குள் இருந்த சின்ன கம்ப்யூட்டரில் கீ போர்டை ஒத்தினான். அதன் பச்சைத் திரையில் கிடைத்த எழுத்துக்களைப் படித்தான். 'நீங்கள் உங்கள் கணவரைத் தேடுகிறீர்களா? தேடினீர்களா?'

'ஆம்!'

'கிடைத்துவிட்டாரா?'

'இல்லை, இதுவரை இல்லை. உள்ளே போய்ப் பார்க்கவேண்டும். இந்நேரம் அவர் வந்திருந்தால் உங்களைத் தொந்தரவு செய்ய விரும்பவில்லை.'

'தொந்தரவே இல்லை. இதுதான் எங்கள் கடமை! இரண்டு மூன்று இடங்களில் கம்ப்யூட்டரில் சிபி என்பவரை நீங்கள் தேடினீர்கள் என்று எங்களுக்குத் தகவல் வந்திருக்கிறது. நீங்கள் கொடுத்த எண் தப்பு என்று தகவல் வந்திருக்கிறது. உங்கள் கணவரின் மாஸ்டர் கார்டைப் பார்க்கவேண்டும் எனில் வருகிற வெள்ளிக்கிழமை பணம் கட்டி ரசீதுடன் எங்கள் அலுவலகத்தில் எட்டாவது மாடியில் 'ஓய்' பிரிவுக்கு வந்தால், ஒருமுறை அவர் மாஸ்டர் எண்ணிக்கை சரியானதா என்று பார்க்கலாம்.'

'தேவையிருக்காது. இந்நேரம் என் கணவர் திரும்பியிருப்பார்.'

'மேலே போய்ப் பார்த்துச் சொல்கிறீர்களா, கீழேயே இருக்கிறோம்.'

'வாருங்களேன். தேநீர் அருந்தலாம்.'

'நன்றி!' என்று அவர்களில் ஒருவன் மற்றவனை இருக்கச் சொல்லிவிட்டு அவளுடன் மேலே வந்தான். சோபாவில் ரவி உட்கார்ந்துகொண்டு விவியில் பழைய ஹிட்ச்காக் பார்த்துக் கொண்டிருந்தான். கையில் சோமாஸ் வைத்திருந்தான். நாய் ப்ளோட்டோ படித்துக்கொண்டிருந்தது.

'என்ன? அகப்பட்டானா?'

'இல்லை. நீங்கள்தான் சொல்லவேண்டும் ரவி. யாரும் வரவில்லையா?'

'இதுதான் உங்கள் கணவரா?' என்று வந்தவன் ரவியைப் பார்த்தபடி கேட்க, நாய் 'கெக்கே' என்று சிரித்தது.

'நாயா சிரித்தது! என்ன திமிர்' என்று அதன்மேல் தன் லேசர் ஆயுதத்தைக் குறி பார்த்தான் அவன்.

'என்னைக் கொன்று ஏதும் பிரயோசனமில்லை. நான் இயந்திர நாய். ரிப்பேர் பண்ணி மீண்டும் உயிர் பெற்று விடுவேன்.'

'அன்புள்ள அமைதிப்படை நண்பனே! நான் இந்த வீட்டில் குடியிருக்க அனுமதிக்கப்பட்டவன். இவள் கணவனில்லை!' என்றான் ரவி.

'உன் அனுமதிப் பத்திரத்தைக் காட்டு.'

'உன் அடையாளச் சீட்டைக் காட்டு.'

'ஓ! சண்டைக்காரனோ?'

அவன் தன் கார்டைக் காட்டினதும், ரவி தனக்கு வந்த கடிதத்தைக் காட்டினான்.

'இவனால் ஏதாவது தொந்தரவா உங்களுக்கு? கைது செய்யலாமா?'

'இல்லை' என்றாள் நிலா.

'வெள்ளிக்கிழமை 'ஓய்' பிரிவுக்கு வந்தால் உங்கள் கணவரின் எண்ணைச் சரி பார்த்துவிடலாம். எண் இல்லாமல் எதுவும் நடக்காது' என்றான்.

அவன் போனதும் ரவி அவனைப் பார்த்து அசிங்கமாகச் சாடை காட்டினான். 'அரசாங்கத்து முட்டாள்கள்! ஒரு குறிப்பிட்ட அளவுக்கு மேல் செயல்படத் தெரியாது.'

'ரோபாட்டுகளா?'

'இல்லை, மனித ரோபாட்டுகள்! உன் கணவனைக் காணவில்லை அல்லவா? கம்ப்யூட்டரிலிருந்து கேள்வி வந்திருக்கிறது. வண்டியைப் போட்டுக்கொண்டு வந்துவிட்டான். ஏதாவது உருப்படியாகத் தகவல் தந்தானா? என்னதான் சொன்னான்?

'வெள்ளிக்கிழமை அலுவலகத்தில் பணம் கட்டி எண் சரிதானா என்று கேட்கலாமாம்!'

'எண்! உன் கணவன் உயிருக்கு மதிப்பு எண்! இலக்கம்! எல்லோரையும் அமானுஷ்யமாக்கி எண்களைக் கொடுத்து, காந்தத் தட்டில் சரித்திரத்தை எழுதிவைத்திருக்கிறார்கள். எல்லாத்துக்கும் நம்பர், நம்பர். நம்பரை மறந்தால் போச்சு!'

'அரசாங்கத்தை ரொம்ப விமர்சிக்கிறாய், உதை வாங்குவாய்' என்றது ஜீனோ.

'நான் என் கணவரின் எண்ணை மறக்கவே இல்லை. நேற்றுதான் பிரயோகப்படுத்தியிருக்கிறேன்.'

'பின் எப்படி இந்தத் தப்பு ஏற்படும்? ஏதும் சொல்வதற்கில்லை!'

'அந்த 11343-ஐ எந்த இடத்திலே கேட்டாலும் சிபி இல்லை என்றுதான் சொல்கிறது. ரவி, எனக்கு வேறு கவலை...'

'விசாரிக்கப் போனவர் வரவில்லை என்றுதானே?'

'ஆம்! விபத்து ஏதாவதா?'

'விபத்து ஏற்பட்டிருந்தால் இதற்குள் ஏதாவது ஆஸ்பத்திரியிலிருந்து தகவல் வந்திருக்கும். விபத்துக்குள்ளானவர்களை அடையாளம் கண்டு பிடிப்பதில் நம் அரசு ரொம்பச் சுறுசுறுப்பு. அவர்களுக்கு யாராவது செத்தால் குஷி!'

'மறுபடி கடுமையான விமரிசனம். நீ உருப்படமாட்டாய்!' என்ற ஜீனோ, புத்தகத்திலிருந்து நிமிர்ந்து, 'என் ஸ்கானர் ரிப்பேருக்கு சொன்னாயா? எழுத்துக்கள் எல்லாம் கொஞ்சம் பஜ் என்று இருக்கிறது.'

'ரொம்பச் செலவு ஜீனோ! உன்னை வாங்கிவிட்டு உனக்கு ஆப்ஷன் வாங்கவே என் சம்பளத்தில் பாதி போய் விட்டது!'

'பொய், எனக்காக இதுவரை நீ செலவழித்த சரியான தொகை முந்நூற்று இருபது புள்ளி நாற்பது. விவரம் வேண்டுமென்றால் விவி திரையில் காண்பிக்கிறேன்.'

'வேண்டாம், ஜீனோ. சரி. இதற்கு ஒரு வழி சொல்.'

'எதற்கு?'

'சிபியைத் தேடுவது எப்படி?'

'காவல் படையினர் சொன்ன ஒரு வழிதான் இருக்கிறது. முதலில் சிபியின் சரியான எண் இல்லாமல் எதுவுமே செய்ய முடியாது.'

'11343-தான் சரியான எண்.'

'இல்லை, எண் தெரியாதவரைக்கும் நாம் ப்ளேட்டோவின் குகை வாசிகள்தாம். ஒரே திரையில் மட்டும் பார்த்துத் தம் நிழல்களையே புரியாதவர்கள்!'

'ஜீனோ தத்துவம் பேச ஆரம்பித்துவிட்டது என்றால் பேட்டரி ரீசார்ஜ் பண்ணவேண்டும் என்று அர்த்தம். என்ன ஜீனோ?'

'நாளைக்குத்தான் புதுப்பிக்க வேண்டும்.'

'கவலைப்படாதீர்கள் நிலா. விபத்து இல்லை. உங்கள் கணவர் ஏதாவது முக்கிய அரசு காரியத்துக்காக வெளியூர் போகும்படி ஆகியிருக்கலாம். கம்ப்யூட்டரில் வேலை செய்பவர்களை எந்த வேளை என்ன செய்வார்கள், எங்கே கூப்பிடுவார்கள் என்று சொல்ல முடியாது.'

'ஜீனோ, உனக்கு ஏதாவது தெரியுமா?'

'தெரியாது... ப்ளேட்டோவின் ரிபப்ளிக்கில்...'

'வாயை மூடு!'

'வவ்!' என்று ஒரு முறை சன்னமாகக் குலைத்துவிட்டு ஜீனோ புத்தகத்தில் ஆழ்ந்தது.

வெள்ளிக்கிழமை வரை சிபி வரவே இல்லை. ரவிக்குக்கூட வியப்பாக இருந்தது. நிலாவை அழைத்துக்கொண்டு 'ஓய்' பிரிவுக்குச் சென்றான்.

ஒரு மாதிரி ஆஸ்பத்திரி வரவேற்பறை போல இருந்தது. 'ஃபாரம் எக்ஸ்' என்று கொடுத்தார்கள். அதை ரவிதான் நிரப்பினான். அதை வாங்கிக் கொண்டு உள்ளே சென்ற பெண் ஏதோ பரதேவதை போல் இருந்தாள். கம்பி கம்பியாகத் தலைமுடி. 'வெய்ட்' என்றாள். மேசைமேல் அரசாங்கத்தின் 'ஜீவாவின் சாதனைகள்' என்கிற புத்தகம் இருந்தது. அதில் ஒரு பக்கத்தைக் கிழித்து ரவி தன் பூட்ஸைத் துடைத்துக் கொண்டான்.

அந்த அம்மாள் வந்தாள். 'யார் இங்கே நிலா என்று பெயர்?'

'கேள்வி அனாவசியம். இங்கே இருப்பது ஒரே ஒரு பெண்தான்.'

'அவள் ஒரு இயந்திரம்' என்றது ஜீனோ.

அவள் நாயைக் கவனித்து, 'இல்லை! இயந்திரம் இல்லை' என்றாள். 'சொல்லுங்கள். என்ன நடந்தது?' - கவனமாகக் கேட்பதற்கு ஆயத்த மானாள் அவள்.

நிலா மெல்ல ஆரம்பித்தாள். 'என் கணவர் பெயர் சிபி. எண் 11343. இதில் எனக்குச் சந்தேகமே இல்லை. கம்ப்யூட்டர் சென்டரில் 'D'யில் வேலை செய்கிறார், சிஸ்டம் அதிகாரியாக. சென்ற வெள்ளிக்கிழமை எங்களுக்குக் குழந்தை பெற்றுக்கொள்ள அரசாங்க அனுமதி கிடைத்தது. அன்றைக்கே இவர் ரவி, எங்கள் வீட்டின் முன்னறைக்கு குடியிருக்க அலாட்மெண்டும் வந்தது. ஏதோ தப்பு இருக்கவேண்டும் என்று, சிபியே கம்ப்யூட்டர் கேந்திரத்தில் இருப்பதால், ராத்திரியே விசாரிக்கச் சென்றார். அதன்பின் வரவே இல்லை. நான் தேடிப்போய் அவர் எண்ணைக் குறிப்பிட்டுக் கேட்கும்போதெல்லாம் அந்த மாதிரி ஒரு ஆளே இல்லை என்று பதில் வருகிறது. எந்த கம்ப்யூட்டரைக் கேட்டாலும் இதே பதில்தான் வருகிறது. ஆகவே, தயவு செய்து...'

அந்தப் பெண்ணுக்கு மூக்கருகில் ஒரு மச்சம் இருந்தது. அதில் ஒரே ஒரு முடி வளர்ந்திருந்தது. அவள் மெஷின் இல்லை! லேசாக மீசைகூட இருந்தது.

'நிலா, ஒரு நிமிஷம்' என்று அவள் உள்ளே போனாள். அஞ்சு நிமிஷம் கழித்துத் திரும்பி வந்தாள்.

'11343- சிபி நம்பர் சரிதான்!

நிலா முகம் மலர்ந்து, 'நான் சொன்னேனே, பார்த்தியா ரவி?' என்றாள்.

'ஆனால் ஏன் எல்லா கம்ப்யூட்டர்களும் அந்தப் பெயரில் யாரும் இல்லை என்று பதில் தருகின்றன?' என்று கேட்டான் ரவி.

'டேட்டாபேஸிலிருந்து அந்த எண் நீக்கப்பட்டிருக்கிறது! நான் பேக்-அப்பிலிருந்து இதைப் படித்தேன்' என்றாள்.

'ஏன் டேட்டாபேஸிலிருந்து நீக்கவேண்டும்?'

'பல காரணங்கள் உண்டு. உன் கணவர் புதிதாக ஏதாவது எண் மாற்றத்துக்கு விண்ணப்பித்தாரா? அவர் வேலை மாற்றம் செய்யப் போகிறாரா?'

'இல்லையே!'

'செக்ஸ் மாற்றம்?'

'சேச்சே!'

'செவ்வாய், சுக்கிரன் எங்கேயாவது மாற்றலாகிப் போகப் போகிறாரா?'

'இல்லையே!'

'வெள்ளிக்கிழமை போன உன் கணவர் இன்னும் உன்னிடம் வந்து சேரவில்லையா?'

'ஆம்.'

'அப்படியெனில் ஒரே ஒரு சாத்தியக் கூறுதான் பாக்கியிருக்கிறது!'

ரவி, 'என்ன?' என்று கேட்க, அந்த மாது ஒரு மாதிரி முகத்தை வைத்துக் கொண்டு 'உன்னிடம் இதைச் சொல்வதற்கு வருந்துகிறேன் நிலா. உன் கணவன் செத்துப் போயிருக்க வேண்டும்.'

'ஓ! நோ, அப்படி இருக்காது' என்றாள் நிலா.

'நீ அளித்த பதில்கள் எல்லாம் சரி என்றால் வேறு ஏதும் சாத்தியக்கூறு இல்லை. இறந்துதான் போயிருக்கவேண்டும். ஒரு நிமிஷம் கம்ப்யூட்டரையே கேட்டுச் சொல்கிறேன்!' என்று அருகே இருந்த டெர்மினலைத் தன்பால் திருப்பிக்கொண்டாள்.

# 6

நிலா மெல்லக் கண்ணீர் சிந்திக்கொண்டு கம்ப்யூட்டரிலிருந்து பதில் வரும்வரை காத்திருந்தாள்.

'இப்போது அழுவதில் ஏதும் லாபமில்லை' என்றான் ரவி.

'சிபிக்கு ஏதாவது விபத்து ஏற்பட்டிருக்கவேண்டும்.'

'விபத்தில்லை. உடனே காவல் நிலையத்திலிருந்து இந்தக் கேந்திரத் துக்கு செய்தி வந்திருக்கும். இதில் எல்லாம் தாமதமே கிடையாது.'

'பின், எப்படி அவள்...?'

'கொஞ்சம் இரேன். யெஸ் மேடம்?'

பெண்மணி மௌனமாக ஒரு காகிதத்தில் இருந்த 'பிரிண்ட் அவுட்'டை அவர்களிடம் கொடுத்தாள். 'மன்னிக்கவும், இப்போதைக்கு இதுதான் செய்தி.'

ரவி அந்தக் காகிதத்தைப் பிடுங்கிப் படித்தான்.

'சிபி(11343)யின் ஃபைல் ஏன் நீக்கப்பட்டது என்பதைச் சொல்ல எனக்கு அதிகாரம் இல்லை.'

'ஏதோ தப்பாக நிகழ்ந்திருக்கிறது!' என்றான் ரவி. 'மேடம், இந்த அதிகாரம் யாருக்கு உள்ளது?' என்றான் அந்த மாமியிடம்.

'தலைநகரில் உள்ளது.'

'தலைநகரில் யாரிடம்?'

'உள்துறை மாஸ்டர் கம்ப்யூட்டர் அதிகாரியிடம் இருக்கிறது. எம்.சி.ஏ. என்பார்கள். அவருக்கு விண்ணப்பம் செய்ய 'ஆர்' டிபார்ட்மெண்டில்

'ஃபாரம் 145'ஐ நிரப்பி, பதினைந்து ரூபாய் தேசியப் பாதுகாப்பு நிதிக்குக் கட்டியதற்கு ரசீது இணைக்க வேண்டும். பதினைந்து நாளில் பதில் வரும்.'

ரவியுடன் வெளியே நடக்கும்போது நிலாவுக்கு அந்த இனம் தெரியாத 'என்னவோ' உணர்ச்சி வயிற்றில் அதிகமாகியிருந்தது. 'ரவி! எனக்குப் பயமாக இருக்கிறது.'

'பயம் என்பது என்ன? அறியாமைதான் பயம்' என்றது ஜீனோ.

'ஜீனோ! குறுக்கே பேசாதே, ப்ளீஸ்! எதாவது உபயோகமாக யோசனை சொல்வதாக இருந்தால் சொல்லு. இல்லாவிட்டால் கம்மென்று இரு.'

'சரி, நல்லது!' என்றது ஜீனோ.

'என்ன ஒரு வாழ்க்கை! நம்மையெல்லாம் கம்ப்யூட்டரில் ஃபைல் நம்பர்களாக, எண்ணிக்கைகளாக மாற்றிவிட்டு எங்கெங்கும் நம்பர். உன் கணவன் இருக்கிறான். ஆனால், அவன் அரசாங்க அடையாளம் அழிக்கப்பட்டுவிட்டது. அவனை எங்கே தேடினாலும் எங்கே விசாரித்தாலும் நம்பர் கொடுக்கவேண்டும். நம்பர் இல்லாமல் எதுவும் நடக்காது. ஏதோ ஒரு காரணத்துக்காக நம்பர் நீக்கப்பட்டு விட்டது. ஏறக்குறைய செத்த மாதிரிதான்.'

'ஏன் நம்பரை நீக்கி விட்டார்கள்?'

'அது தெரிந்தால் அலைச்சல் இல்லையே' என்றது ஜீனோ. பஸ் ஸ்டாண்டை முகர்ந்து பார்த்தது. வேறொன்றும் செய்ய அதால் முடியாது!

'என் கணவன் இறந்து போகவில்லையே? ரவி, ப்ளீஸ்! சொல்லுங்களேன். சிபி உயிரோடுதானே இருக்கிறார்?'

'அப்படித்தான் நம்ப வேண்டியிருக்கிறது.'

'வேறு ஏதாவது செய்ய முடியுமா? லஞ்சம் கிஞ்சம் கொடுத்துப் பார்க்கலாமா? அந்த அம்மாவைப் பார்த்தால் லஞ்சம் வாங்குபவள் போலத்தான் தோன்றுகிறது.'

'லஞ்சம் வாங்கி இந்தச் சமூகத்தில் என்ன பயன்? லஞ்சம் கொடுத்து என்ன வாங்க முடியும்? சோப்பு அரசாங்க சப்ளை, சீப்பு அரசாங்க சப்ளை, சோறு அரசு, வீடு அரசு, துணி அரசு, சினிமா அரசு! இந்த ரூம் அலாட்மென்ட் கிடைக்க அரசாங்கத்து அதிகாரிக்கு லஞ்சம் கொடுத்துப் பார்த்தேன். அந்தாள் என்ன செய்தான் தெரியுமா?'

'தொடர்ந்து பத்து நிமிஷம் சிரித்தான்' என்றது ஜீனோ.

'ஜீனோ!'

'என்னிடம் இந்தச் சம்பவத்தைப் பதினைந்து முறை சொல்லிவிட்டாய்! கோபித்துக்கொள்ளாமல் இருந்தால் ஒரு யோசனை சொல்லவா?'

'வேண்டாம்' என்றான் ரவி.

'சொல்லு ஜீனோ!' என்றாள் நிலா.

ஜீனோ கம்பத்துக்குக் கம்பம் முகர்ந்து பார்த்துக்கொண்டு வந்தது. 'இந்தப் பழக்கத்தை என் ப்ரோக்ராமிலிருந்து மாற்றவேண்டும்' என்றது.

மூவரும் பாதசாரிப் பாதையில் சப்-வேக்கு நடந்து சென்றனர். ரவி டிக்கெட் வாங்கவில்லை. முழங்கால் உயரம் இருந்த கேட்டைத் தாவிச் சென்றான். நிலா டிக்கெட்டை கேட்டின் காந்தக் கண்களிடம் காட்டினாள்.

'சொல் ஜீனோ.... என்ன செய்ய வேண்டும்?'

'அரசாங்க ஃபாரங்களை நிரப்பித் தகவல் கிடைக்க நாள் ஆகும். பேசாமல் ஒரு முறை டில்லிக்குப் போய் நேர்ப்பட விசாரித்துவிட்டு வருவது நல்லது.'

'அங்கே போய் என்ன செய்ய முடியும்?'

'ரவி, உனக்குத் தெரிந்த ஆசாமி டில்லி கம்ப்யூட்டர் சென்டரில் இருக்கிறார். அவருக்கு ஒரு கடிதம் எழுதிக் கொடுத்தால் நான் நிலாவை அழைத்துக்கொண்டு செல்லலாம். இப்போதைக்கு உனக்குப் பரீட்சை ஏதும் இல்லையே? நீயும்... ஸாரி, நீங்களும் வரலாம்!'

'அப்படியா! போய் வரலாமா?' என்றாள் நிலா.

'அந்த நண்பன் இப்போது டில்லியில் இல்லை. ஒரு வருஷம் பாஸ் எடுத்துக்கொண்டு சந்திர நகர் போயிருக்கிறான்.'

'டில்லிக்கு எப்படிப் போவது?'

'அரை மணிக்கு ஒரு தரம் ஷட்டில் விமானம் இருக்கிறது. வார நாட்களில் போனால் பாதி விலைதான் டிக்கெட். காற்று சுவாச பிளேனில் அரை மணி பயணம்!' என்றது ஜீனோ.

ரவி குறுக்கிட்டு, 'ஜீனோ, போகாத ஊருக்கு வழி சொல்லாதே, டில்லிக்குச் சும்மா போய் வருவதில் பயனில்லை.'

'அப்படியென்றால் ஃபாரங்களை நிரப்பிப் பதில் வரக் காத்திருக்கத்தான் வேண்டும்.'

'ஜீனோ, டில்லியில் காரியம் ஆகும் என்கிறாயா?' என்றாள் நிலா.

'முயற்சித்துப் பார்க்கலாம்.'

'ஜீனோ, உளறுகிறாய். அங்கே எந்தக் காரியாலயத்தில் யார், என்ன வென்று தேடுவது? அப்படியே எங்கே என்று தெரிந்தாலும் உள்ளே அனுமதிப்பார்களா? டில்லி ஜீவாவின் கோட்டை, தெரியுமா?'

'தெரியும். உங்களைப் போல மனித வர்க்கத்தினர்தான் உள்ளே போவது கஷ்டமாக இருக்கும்.'

'என்ன சொல்கிறாய் ஜீனோ?'

ஜீனோ ஒரு மாதிரி சிரித்தது. 'என் போன்ற நாய் உருவ ரோபாட்டு களுக்குத் தந்திரமாக உள்ளே செல்வது அத்தனை கஷ்டமில்லை.'

'ஜீனோ, இது என்ன வம்பு? வேண்டாம்! உன்னைச் சுட்டுப் பொசுக்கி விடுவார்கள்.'

'என் மெமரியைக் காப்பி பண்ணிக்கொண்டு விட்டால் சுட்டுப் பொசுக்கினாலும் இன்னொரு மாடல் வாங்கிக் கொள்ளலாம் இல்லையா? எனக்கு என்ன உயிரா இருக்கிறது? யோசித்துப் பாருங்கள். என் உதவி வேண்டுமெனில் சொல்லுங்கள். விமானத்தில் நாய்க்குப் பிரத்யேகமாக அனுமதி வேண்டும்' என்று ஜீனோ ஒரு மாதிரி நடந்து சென்று எதிர் சீட்டின்கீழ் உட்கார்ந்துகொண்டு, 'ஹிஸ்டரி ஆஃப் வெஸ்டர்ன் ஃபிலாஸபி' என்கிற பெரிய புத்தகத்தை எடுத்து வைத்துக்கொண்டது. 'ரவி! என் ஸ்கானர்...'

'நாளை போன் பண்ணுகிறேன்' என்ற நிலா, 'ஜீனோ சொல்வது போலச் செய்து பார்க்கலாமா?' என்று ரவியிடம் கேட்டாள்.

'அதற்கு இன்னும் வேளை வரவில்லை நிலா! இந்த விவகாரத்தை என்னிடம் விடு! உன் கணவனுக்கு என்ன ஆயிற்று என்று கண்டுபிடிக்க வேண்டியது என் பொறுப்பு. குழம்பாதே! நாய் பேச்சைக் கேட்காதே. சில வேளைகளில் கண்டபடி உபதேசம் சொல்லும். அதன் லாஜிக் நமக்குச் சரிப்பட்டு வராது' என்றான் ரவி.

வீட்டுக்கு வந்து சேர்ந்தபோது தொலைபேசி உறுத்தாமல் முணுமுண என்று ஒலித்துக்கொண்டிருந்தது.

'இந்த வேளையில் யார்' என்று அதை எடுத்து 'நிலா' என்றாள்.

'அரசாங்க ஆஸ்பத்திரியின் எட்டாவது பிரிவிலிருந்து பேசுகிறோம். உன் எண் என்ன?'

'107836. ஏன்... ஏதாவது?' நிலாவின் கரங்கள் நடுங்கத் தொடங்க, தொலைபேசியை இறுக்கப் பிடித்துக்கொண்டாள்.

'உன் கணவன் பெயர் சிபி (11343) தானே?'

'ஆம்.'

'அரசாங்க ஆஸ்பத்திரியின் எட்டாவது பிரிவு தெரியுமா? சப்-வேயில் பூங்காவில் இறங்கவேண்டும்.'

'என் கணவனுக்கு ஏதாவது?'

'அதெல்லாம் இல்லை! சிபியை அழைத்துச் செல்லவேண்டும்! உடனே வா! வார்டு மூடப் போகிறது!'

'சிபி உயிருடன்தான் உயிருடன்தான்...' அவள் நெஞ்சில் இன்பம் பிரவகிக்க மூச்சு அடைத்தது.

'உயிருடன்தான் இருக்கிறார். சீக்கிரம் வா!'

'அவருடன் பேச முடியுமா?'

'முடியாது. உன் நேரத்தையும் என் நேரத்தையும் விரயம் செய்யாதே. உடனே வா! வாழ்க ஜீவா! பேசுவது ஆஸ்பத்திரி கம்ப்யூட்டர். உன் டிக்கெட் நம்பர் 363. ஆறாம் நம்பர் கேட்டில் நுழையவும். அரை மணிக்குள் வேக ரயில் பிடித்து வரவும்.'

ரவி அவள் பேசுவதைக் கேட்டுக்கொண்டிருந்தவன், 'என்ன?' என்றான்.

'சிபி உயிருடன்தான் இருக்கிறார். ஆஸ்பத்திரியிலிருந்து தகவல் வந்தது.'

'ஆச்சரியம்! நாம் எல்லா ஆஸ்பத்திரியிலும் விசாரித்துப் பார்த்தோமே, என்னவாம் அவருக்கு?'

'சொல்லவில்லை, வந்து அழைத்துச் செல்லும்படியாகச் சொன்னார்கள்.'

'உயிருடன்தானே?' என்றது ஜீனோ.

'ஆமாம். உடனே கிளம்பவேண்டும்.'

'பேசியது யார்?'

'ஆஸ்பத்திரி கம்ப்யூட்டர் குரல்.'

'அது நிசம்தான் பேசும். ஏதாவது விபரீதம் என்றால் சொல்லியிருக்கும்.'

நிலா அவசரமாகப் புறப்படத் தயாராக ஜீனோ, 'நான் வீட்டில் இருக்கிறேன். என் பேட்டரி கொஞ்சம் வீக்காகியிருக்கிறது. சூரிய வெளிச்சம் வரும்வரை கொஞ்சம் சிக்கனமாக இருக்கவேண்டும்.'

ரவியும் நிலாவும் அரை மணிக்குள் ஆஸ்பத்திரி போய்ச் சேர்ந்து, டிக்கெட் நம்பர் சொல்லி, வெள்ளை அறையில் வெள்ளை பெஞ்சில் உட்கார வைக்கப்பட்டார்கள். முகத்திரை அணிந்த நர்ஸ் கண்ணாடிக்கு அந்தப் புறத்திலிருந்து பேசினாள். 'அவருடன் அதிகம் பேசாதீர்கள். அதிகம் அவரைத் தொந்தரவு செய்யாதீர்கள்.'

'என்ன ஆச்சு அவருக்கு?'

'ஒரு சின்ன ஆபரேஷன். அவ்வளவுதான்.'

'ஆபரேஷனா, எங்கே?'

பதில் கிடைப்பதற்குமுன் நிலா சிபியைப் பார்த்துவிட்டாள். சக்கர நாற்காலியில், தொள தொளவென்று ஷர்ட் பைஜாமா அணிந்து கொண்டு, நேராக அவளைப் பார்த்துக்கொண்டே வந்தான். அவன் தலையில் கட்டு போட்டிருந்தது, முண்டாசு போல் இருந்தது. 'சிபி, சிபி!' என்றாள். உணர்ச்சி நிறைந்த அவள் குரல் கேட்டதும் மெல்லத் தான் திரும்பினான்.

'ஹலோ நிலா! போலாமா! தாங்க்ஸ் சிஸ்டர்! டாக்டர்கிட்ட சொல்றீங்களா! நிலா, போகலாமா?' என்றான் சிபி.

நிலாவுக்கு அவன் பேசியது ஒரு மாதிரி தனித் தனி வார்த்தைகளாக இருந்தது. 'என்ன ஆச்சு சிபி?' என்றாள். கண்ணீரை அடக்க முடியவில்லை.

'அழாதே! ஜீவாவின் இந்த சகாப்தத்தில் யாரும் அழுவதில்லை' என்றான்.

'சரியாப் போச்சு' என்றான் ரவி.

'இவர்?'

'இவர்தான் ரவி. நம்ம முன்னறைக்குக் குடி வரப்போகிறவர்! சந்தித்தாயே போன வாரம்!'

'அச்சா அச்சா! இவர்தானா அது?' என்றான். சிரித்தான்.

என் இனிய இயந்திரா ■ 43

# 7

நர்ஸ் மூன்று இடங்களில் கையெழுத்து போடச் சொன்னாள். 'அவரை அதிகமாகத் தொந்தரவு செய்யாதீர்கள். விடுமுறை-ஓய்வுக்கு இந்த அத் தாட்சியை அலுவலகத்தில் காட்டினால் போதும். இனி நாயை எல்லாம் ஆஸ்பத்திரிக்கு அழைத்து வராதீர்கள்' என்றாள். முதலில் வரவில்லை என்று சொன்ன ஜீனோ, தங்கள் பின்னாலேயே ஆஸ்பத்திரிக்கு வந்திருப்பதை அப்போதுதான் பார்த்தான் ரவி.

'ஆயி! நான் நாயில்லை' என்றது ஜீனோ.

'நீ நாயில்லை என்றால் நான் நர்ஸ் இல்லை. ஒரு நிமிஷம்! இந்த நாயா பேசியது?'

'ஆம். நாய்தான் பேசியது' என்றது ஜீனோ.

நர்ஸ் ஆச்சரியம் நிறைந்த கண்களில் அதைப் பார்த்து 'ஜீவாவின் சுபிட்ச ராஜ்ஜியத்தில் எதுவுமே சாத்தியம். என்ன வித்தை! நாயைப் பேச வைத்துவிட்டார்கள்! அவ்வளவு முன்னேற்றம்.'

'இது நாயில்லை, ரோபாட்' என்று சொல்வதற்குள், அவள் உள்ளே போய் விட்டாள். 'அவளே ரோபாட்டோ என்னவோ' என்றது ஜீனோ. 'கண் ணெல்லாம் பார்த்தால் ப்ளாஸ்டிக் போல இருந்தது.'

'சிபி, உனக்கு என்ன ஆச்சு?' என்றாள் நிலா.

'சரியாப் போச்சு.'

'சரியாப் போச்சுதான்! என்ன ஆச்சு?'

'ஜீவாவின் அருள் சலுகை, சரியாப் போச்சு.'

ரவி அவளுக்குச் சைகை செய்து, 'மேலே கேட்காதே' என்றான்.

அதை நிலா பொருட்படுத்தாமல், 'என்ன சிபி, கன்னாரே பின்னாரே என்று பேசுகிறாய்?' என்றாள்.

சிபி அதற்கு மையமாகச் சிரித்தான்.

நிலா, சிபி, ரவி, ஜீனோ நால்வரும் ஆஸ்பத்திரியை விட்டு வெளியே வந்து தரையடிக்குப் படி இறங்கினபோது, நிலா தன் கணவனைப் பக்கவாட்டிலிருந்து உன்னிப்பாகக் கவனித்தாள். 'சிபி, உன் தழும்பு என்ன ஆயிற்று?'

'ஜீவாவின் அருள்! விலகிவிட்டது.' சிபியின் காதருகே பைசா நாணய அளவுக்குத் தழும்பு உண்டு. கறுப்பாக மச்சம் போல! அதைக் காணவில்லை.

'போரோஸிஸ் என்று ஒரு சிகிச்சை இருக்கிறது' என்றது ஜீனோ. ரயில் கதவு பெருமூச்சுடன் திறக்க, சிபி ஓரத்தில் உட்காரச் சொல்லும்போது, 'நடைகூட ஒரு மாதிரி இருக்கு' என்றாள் நிலா.

ரவி அவனைச் சந்தேகத்துடன் பார்த்து, 'நிலா, இப்படி வா' என்றான் தனியாக.

ரயில் புறப்பட்டு உடனே 100 கிமீ தொட, 'என்ன ரவி?'

'ஒரு சந்தேகம்!'

'என்ன?'

'அது உன் கணவன் சிபிதானா?'

'ஆமாம்...அவரேதான்... ஏன்?'

'இல்லை! அப்புறம் சொல்கிறேன்! ஒன்றுமில்லை!'

'என்ன சொல்கிறாய் ரவி?'

'அவன் நடந்துகொள்வது ஒருமாதிரி வினோதமாக இல்லை?'

'ஏதாவது விபரீதமாயிருக்குமோ, விபத்து கிபத்து?'

'ஆஸ்பத்திரியில் சொல்லியிருப்பார்களே?'

சிபி ரயிலுக்குள் இருந்த அறிவிப்புப் பலகையை படித்தான், 'ரயில் நிறுத்தம் 99!'

நிலா சிபியின் அருகில் வந்து உட்கார்ந்துகொண்டு தோளைப் பற்றினாள். அவன் வாசனையே வேறு மாதிரி இருந்தது. ரவியும் ஜீனோவும் எதிர் சீட்டில் உட்கார்ந்துகொண்டு கண் கொட்டாமல்

சிபியையே பார்த்துக்கொண்டிருந்தார்கள். ரவி ஜீனோவின் காதில் ஏதோ சொல்ல, அது 'வேறு வழி இருக்கிறதா பார்க்கலாம்' என்றது.

'என்ன ஜீனோ!'

'உன் கணவன் சிபியைக் காலில் கடி என்கிறார் ரவி.'

'ஏய் சும்மாரு.'

இதெல்லாம் காதில் விழவில்லை போல சிபி உட்கார்ந்திருந்தான்.

'எதற்குக் கடிக்கவேண்டும்?'

'வலி இருக்கிறதா என்று பார்ப்பதற்கு!'

'என்ன ரவி இது?'

'நிலா! இந்த நாய் சொல்றதைப் பொருட்படுத்தாதே. ஏதோ விளையாட்டுக்குச் சொல்லப்போய்...'

'விளையாட்டா! நீ என்னிடம் கேட்கும்போது சீரியஸாகத்தானே சொன்னாய்!'

'ஐயோ ஐயோ! கொஞ்ச நேரம் சும்மா இரேன்.'

சிபியின் கரங்களை எடுத்து தன் கையில் பத்திரப்படுத்திக் கொண்டாள்.

'என்ன சிபி, சில்லுனு இருக்கு?'

'பதினாறு டிகிரி' என்றான் சிபி. 'எத்தனை இருக்கணும்?'

'சிபி, இந்த மாதிரியெல்லாம் பேசாதீங்க. எனக்கு பயமா இருக்கு!'

சிபி மையமாகச் சிரித்தான்.

மாம்பலத்தில் கூட்டம் அதிகமாகிவிட்டது. ஒரு ஆள் உள்ளே வந்து துண்டுப் பிரசுரங்களைக் கொடுத்தான்.

ஜீவாவுக்கு பகிரங்கக் கடிதம்!

பெரிய வியாபாரியே! வயதானவர்களைக் கொல்ல உனக்கு என்ன உரிமை? தப்பிப் போன கருக்களைக் கலைக்க என்ன உரிமை? அருமையான நூல்களைத் தடை செய்ய என்ன உரிமை? பாட்டையும் கூத்தையும் பண்பாட்டையும் நீக்க உனக்கு என்ன உரிமை? பதில் சொல். உலுத்தனே. டிசம்பர் மூன்று ஞாபகம் இருக்கட்டும்.'

இவண்
ம.தி.க
(மக்களாட்சி திரும்ப வரும் கழகம்)

'டிசம்பர் மூணாம் தேதி என்ன?'

'ஜீவா பிறந்த நாள். அவர் இந்த ஊருக்கு வருகிறார். சேப்பாக்கத்தில் பொதுக்கூட்டம்.'

'ஏதாவது விபரீதம் நடக்குமா?' என்றாள் நிலா, பயந்த குரலில்.

'நடக்கும்' என்றான் ரவி. எதிரே கதவருகில் நின்று கொண்டிருந்தவர்கள் அவர்கள் அருகில் வந்து உட்கார, நிலா மேலும் பேச்சைத் தொடங்குமுன் ரவி உதட்டில் விரல் வைத்து 'ஷ்ஷ்ஷ்' என்றான்.

'அமைதிப் படை ஒற்றர்களே, உங்களுக்கு என்ன சம்பளம்?' என்றது ஜீனோ. அவர்கள் பதிலளிக்காமல் ஒரே திசையில் பார்த்துக்கொண்டு உட்கார்ந்திருக்க, நிலா தன் கணவனைக் கவலையுடன் பார்த்தாள். சைதாப்பேட்டையில் ஒற்றர்கள் இறங்கிச் செல்ல, பழவந்தாங்கல்வரை கூட்டமே இல்லாததால் ஜீனோ பாடிக்கொண்டே வந்தது.

'மூச்சென்பார், உள்ளமென்பார், மோனம் எனும் மோட்சம் என்பார், பேச்சென்பார், உன்னுடைய பேரறியார் பூரணமே!'

சிபியின் அருகில்போய் உட்கார்ந்துகொண்டு அவன் மார்பில் காதை வைத்துக் கேட்டது.

'க்ளாக் பல்ஸ்' என்றது.

'என்ன ஜீனோ?'

'இவர் நெஞ்சுக்குள்ள க்ளாக் கேக்குது. பன்னிரண்டு மெகா!'

'என்ன சொல்ற ஜீனோ?'

ரவி அவளருகில் வந்து, 'நான் சந்தேகிச்சது சரியாப் போச்சு நிலா, அது உன் கணவன் இல்லை.'

'என்னது?'

'ஆமா! டிபி தெரியுமா? டோட்டல் ப்ராஸ்தெஸிஸ்!'

'அப்படின்னா?'

'சொல்ல நேரமாகும். ஆனா, எதிரே அந்த சீட்டில் உட்கார்ந்திருக்கிறது உன் கணவனில்லை.'

'பின்ன?'

'உன் கணவன் மாதிரி அரசாங்கம் பண்ணி அனுப்பிச்சிருக்கும் பொம்மை! சத்தியமா அது பொம்மைதான்! அப்பவே தெரிஞ்சுது, கலரே ஒரு மாதிரி பிரவுனா இருக்குது. அப்புறம் மூச்சு விடறது

எங்கயாவது தெரியுதா பாரு? பார்வையைப் பாரு? ஒரே மாதிரி பேச்சு, குரல்? கிட்டப் போனியே... வாசனை பார்த்தியா?'

'என்ன உள்ளே ரவி? அவர்கிட்ட சொல்லட்டுமா?'

நிலாவின் விரல்கள் நடுங்கின.

'சொல்லிப் பாரு!'

'சிபி, இங்க பாருங்க!'

சிபி திரும்பிப் பார்த்துச் சிரித்தான்.

'ரவி சொல்றான், நீங்க வந்து பொம்மையாம்!'

சிபி சிரித்தான். 'ரவி சொல்வதில் உண்மையே இல்லை நிலா!'

'வாத்யாரே, நீ நம்ம ஜாதியா! உங்கிட்ட க்ளாக் கேக்குது. எந்த கம்பெனில செஞ்சாங்க உன்னை?' என்று கேட்டது ஜீனோ.

'நான்தான் சிபி! நீதான் நிலா! வா நிலா, பக்கத்தில் வந்து உட்கார்! அச்சா அச்சா' என்றான் சிபி. நிலா ஒரு மாதிரி பார்த்தாள்.

'ரவி! இவர் பேசறது நல்லால்லை... ஆனா?'

'ஒரு காரியம் பண்ணு. வீட்டுக்குப் போனவுடனே சட்டையைக் கழற்றச் சொல்லு!'

'எதற்கு?'

'சீல் இருக்கும். இடது பக்கத்தில் இருக்கும்.'

'என்ன சொல்கிறாய் என்றே புரியவில்லை ரவி.'

'இதோ பார், எதிரே உட்கார்ந்திருக்கிறேனே, அல்லது உட்கார்ந்திருக் கிறதே, அது உன் கணவன் இல்லை. அரசாங்கம் தயாரித்து அளித்த பொம்மை. எதிரே எதிரே பார்க்கும் விதமே சரியில்லை பார்.'

ஜீனோ, சிபியின் காலைக் கடித்தது. சிபி அப்படியே ஆடாமல் அசையாமல் இருக்க...

'அறுபது அவுன்ஸ் அழுத்தத்தில் கடிக்கிறேன். சொரணையே இல்லை பார்.'

'ஜீனோ, என்ன இது?' என்று நிலா கேட்க.

'அப்புறம் பார்' என்று ரவி, சிபியின் அருகில் சென்று முகத்தில் 'மடேர்' என்று குத்தினான். சிபி சற்று அசங்கி விட்டு, 'அச்சா அச்சா' என்று புன்னகைத்தான்.

'ஐயோ! இது சிபி இல்லை. இது யார்? இது யார்?' என்று நிலா புலம்ப...

''யார்' இல்லை, இது அஃறிணை' என்ற ஜீனோ, 'எனக்கு இருக்கிற படிப்பறிவுகூடக் கிடையாது. மனித சாதியில்லை. என்ன சக யந்திரமே, உனக்கு சித்தர் பாடல் தெரியுமா?'

'அச்சா அச்சா!'

'இன்னும் 'அச்சா அச்சா'வையும் அசட்டுச் சிரிப்பையும் விட வில்லையா? ரொம்ப புவர் மாடல், என்ன ரவி?'

'இவரை, இதை என்ன செய்வது?'

'இருப்புப் பாதையில் தள்ள வேண்டியதுதான்.'

'அச்சா அச்சா!'

'ரவி, எனக்குப் பயமாக இருக்கிறது. நிஜ சிபிக்கு என்ன ஆகி யிருக்கவேண்டும்?'

'கண்டுபிடிக்க வேண்டும். வாருங்கள். ஸ்டேஷன் வந்துவிட்டது. வீட்டுக்குப் போகலாம், ஜீனோ, அழைத்துச் செல்வாய்.'

ஜீனோவின் பின் சிபி நடந்து செல்ல, ரவியும் நிலாவும் சற்றுத் தயங்கிப் பின்னால் வந்தார்கள்.

'ஏதோ ஒரு காரியத்துக்காக உன் கணவன் ஊரில் இல்லை அல்லது ஏதாவது அவசரப்பட்டு அரசாங்கத் தண்டனை கொடுத்துவிட்டார்களோ என்னவோ?' என்று ரவி சொல்ல,

'மெல்லப் பேசு! காது கேட்டுவிடப் போகிறது!' என நிலா பயந்தாள்.

'கேட்டால் என்ன? அது வெறும் ஜடம்! என்ன ஒரு சாமர்த்திய சர்க்கார்! தத்ரூபமாக பொம்மையைச் செய்து மனைவியிடமே அனுப்பிவைத்துப் பொய் புனைகதை இவற்றையெல்லாம் சாதனைகளாக்கிக் கொல்லும் சர்க்கார்!'

'என்ன, ரயிலுக்கு முன் தள்ளி விட்டுவிடலாமா?' என்று ஜீனோ மேம்பாலத்தின் மேலிருந்து கேட்டது.

# 8

ஜீனோ மூக்கை மூக்கை உறிஞ்சியது. 'என் டிசைனிலேயே ரொம்ப வீக் மூக்குதான். அப்படியிருந்தும் மற்றொரு மிஷினை என்னால் அடையாளம் கண்டுகொள்ள முடியும். இந்த ஆள் ஒரு ஃப்ராடு! இது மனிதனே இல்லை. இது மனிதன் என்றால் நான் தேவன்!'

ரவி நிலாவிடம், 'இப்போது ஏதும் நினைக்காதே. செய்யாதே, வீட்டுக்குப் போனதும் பார்த்துக்கொள்ளலாம்' என்றான்.

'என்ன?' என்றாள் மையமாக. அவளுக்கு யாவும் பிரமிப்பாக இருந்தது.

'இந்த ஆள் இயந்திரமா, மனிதனா என்று பரிசோதித்துப் பார்க்க ஒரு முறை இருக்கிறது!'

'சூடு போட்டுப் பார்க்கலாம்.'

'நாயே, சும்மா இரு! நிலா, இந்தப் பிரச்னையை என்னிடம் விடு.'

'எனக்குப் பைத்தியம் பிடித்துவிடும் எனத் தோன்றுகிறது.'

'உத்தரவாதம்.'

சிபி இதையெல்லாம் கவனித்துக் கொண்டிருந்தாலும் எதுவுமே பேசாதது நிலாவுக்கு ஆச்சரியமாகத்தான் இருந்தது.

'சிபி, ஏதாவது பேசேன். இவர்கள் உன்னைப் பற்றி என்னவெல்லாம் அவதூறு சொல்கிறார்கள்...'

'போகட்டும்...'

வீட்டுக்குப் போனதும் ரவி, நிலாவை டீ போட்டுத் தரச் சொன்னான்.

ஜீனோ, 'உதவிக்கு வருகிறேன்' என்றது. சிபியும் ரவியும் தனியாக இருக்க, நிலாவும் நாயும் உள்ளே சென்றார்கள்.

ஜீனோ திறமையாகச் செயல்பட்டது. மைக்ரோ அவனில் பட்டங்களை ஒத்தி, 'தேநீர், காகித கேக் இரண்டுக்கும் ஆணையிட்டது. நிலா, 'சிபிக்கு என்ன வேண்டும் என்று கேட்கவில்லையே?' என்றபடி ஹாலுக்குப் புறப்பட்டாள்.

'அங்கே போகாதே' என்றது ஜீனோ.

'ஏன்?'

'ரவி உன் கணவனுக்குச் செய்வது உனக்குப் பிடிக்காமல் இருக்கலாம். அந்தக் காட்சியைத் தாங்கிக்கொள்ளக்கூடிய பக்குவம் உனக்கு இருக்காமல் இருக்கலாம். சே! என்ன மோசமான வாக்கிய அமைப்பு!' என்று தலையில் தட்டிக் கொண்டது.

'என்ன சொல்கிறாய் ஜீனோ?'

'நிலா! இந்தக் கணத்தில் உன் கணவன் ஒரு மனிதனா அல்லது பாசாங்கு இயந்திரமா என்று ரவி சோதித்துக் கொண்டிருக்கலாம்...' ஹாலிலிருந்து 'தட்' என்று ஒரு வினோதமான சப்தம் வர, 'திருத்தம்... சோதித்துக் கொண்டிருக்கிறார்' என்றது.

மனசின் ஒரு ஓரம், 'போகாதே! பார்க்காதே' என்றாலும், மற்றொரு ஆர்வ ஓரம், 'போ, பார்' என்றது. நிலா நெஞ்சம் படபடக்க அங்கே சென்றாள். சிபி ஹாலில் சட்டை இல்லாமல் படுத்திருக்க, ரவி ஏதோ ஒரு டாக்டர் போல அருகில் நின்றுகொண்டு சோதித்துக் கொண்டிருந்தான்.

சிபியின் வயிற்றுக்குள் கையை முக்கால் பாகம் நுழைத்து, பச்சையாக ஒரு அட்டை போன்ற வஸ்துவை வெளியே எடுத்தான். அதில் சதுரம் சதுரமாக எலெக்ட்ரானிக் சில்லுகள் பதிக்கப்பட்டிருந்தன!

'சென்ட்ரல் ப்ராஸசர்!' என்றான் ரவி அதை வெளிச்சத்தில் பார்த்து.

நிலாவுக்கு அந்தக் காட்சியின் முழு அர்த்தமும் புரிந்ததும் அலறினாள்.

திடுக்கிட்ட ரவி, 'நிலா, நீ ஏன் இங்கே வந்தே?' என்று கேட்டான்.

'இது... இது... யாரு? என்ன...? எப்படி?'

'நான் சொல்லலை! இது உன் கணவனில்லை. பொம்மை!' கீழே தத்ரூபமாகப் படுத்திருந்த சிபி இப்போது அசையாமல் இருந்தான். ரவி மறுபடி அதன் விலாப் பக்கத்திலிருந்து ஒரு சிறிய அறையைத் திறந்து

என் இனிய இயந்திரா ◼ 51

மிகச் சிறிய காஸெட் ஒன்றை எடுத்தான். 'பிரமாதம்! இங்க நடக்கறது எல்லாத்தையும் பதிவு செய்யறதுக்கு.'

'அது வேண்டாம். அந்தப் பொம்மையைத் தூக்கிப் போட்டுடுங்க ரவி!' என்றாள் நிலா.

'பிரயோஜனமில்லை. கொஞ்ச நாள் இருக்கட்டும். இதை எதுக்காக, யாரு உங்கிட்ட அனுப்பிச்சாங்கன்னு தெரியறவரைக்கும்!'

'வேண்டாம்! வேண்டாம்!'

'இல்லை நிலா. இந்தப் பொம்மை தேவைப்படும்...' ரவி அந்தப் பச்சை அட்டையை மறுபடி பொருத்த, சிபி படக் படக் என்று கண்களை இமைத்து நிமிர்ந்து உட்கார்ந்து 'அச்சா அச்சா!' என்றான். நிலா நடுங்கிப்போய் பின் வாங்கினாள்.

'என்ன சிபி சௌக்கியமா?'

'நலமே! நீ நலமா? வந்தனம்!'

'இந்த மாதிரியே மரியாதையா ஒரு வாரம் பேசிக்கிட்டு இருக்கட்டும். தகவல் பதிவு செய்யறதை மட்டும் பிடுங்கிட்டேன்' என்று பைக்குள் அந்த காஸெட்டைப் போட்டுக்கொண்டான். 'இங்க உக்காரு சிபி. தேநீர் சாப்பிடறியா?'

'நல்லது!'

'நல்லதுன்னா...'

'நல்லது!'

ஜீனோ உள்ளே வந்து, 'தோஸ்த்! நடை பழகலாமா? வெளியே போகலாமா?' என்று சிபியிடம் கேட்டது.

'நல்லது!'

சிபி எழுந்து நிற்க, ஜீனோ தன் கழுத்தில் பட்டை கட்டிக் கொண்டு சங்கிலியை அவன் கையில் கொடுத்தது. 'நானும் சிபியும் வாக் போயிட்டு வருகிறோம். அதுவரை மேற்கொண்டு என்ன செய்வது என்று தீர்மானித்து வையுங்கள்.' நாய் சிபியை இழுத்துக்கொண்டு செல்வதை வினோதமாகப் பார்த்துக் கொண்டிருந்தாள் நிலா.

'என்ன ஒரு அற்பமான குரூரமான சமுதாயம். உன் கணவன் எங்கே என்ற கணக்கில்லை. பதிலாக ஒரு அரைகுறை பொம்மையைச் செய்து அதை நம்புவாய் என்று அனுப்பி வைத்திருக்கிறார்கள்' என்றான் ரவி.

'இம்மாதிரி செய்வதால் என்ன பயன்?'

'யாருக்குத் தெரியும்? ஜீவாவின் ராஜ்ஜியத்தில் நடக்கும் பற்பல வினோதங்களுக்கு என்ன பயன், என்ன அர்த்தம் என்று ஜீவாவுக்குத் தான் தெரியும்!'

'ஜீவா திடீரென்று அடுத்த வாரம் சென்னைக்கு வருகிறாராம். ஒரு பெரிய பொதுக்கூட்டத்தில் பங்கேற்க! செய்தி வந்திருக்கிறது...'

'வரட்டுமே!'

'ஜீவாவைக் கேட்டு விடலாமா?'

'அவரைப் பார்க்க முடியாது. கஷ்டம்.'

'அனுமதிக்கு எழுதினால் கிடைக்கும் என்று விவியில் செய்தி காட்டினார்களே?'

'முயற்சி பண்ணிப் பார். சரி, பேட்டிக்கு அனுமதி கிடைக்கிறது. என்ன கேட்பாய்?'

'என் கணவனைக் காணோம், அதற்குப் பதில் ஒரு மோசமான பாசாங்கை அனுப்பியிருக்கிறார்கள் என்று!'

'ஜீவா புன்னகைப்பார். தன் செயலாளரிடம் சொல்வார். செயலாளர் உதவிச் செயலாளரிடம் சொல்வார்... இப்படி...'

'பின் என்னதான் செய்வது?'

'நிலா, உனக்குப் புரியவில்லையா? அரசாங்கம் தனி மனுஷியான உனக்குத் துரோகம் செய்கிறது. உண்மையை மறைக்கிறது. ஏதோ ஒரு தெரியாத காரணத்துக்காக உன் கணவனுக்கு ஏதோ ஒரு அசம்பாவிதம் நிகழ்ந்திருக்கிறது. சிலநாள்வரை உன் கணவன் அவர்களுக்குத் தேவைப்படலாம்...'

'அதுவரை பொம்மையா! என்ன ஒரு விளையாட்டு... என்ன ஒரு அபத்தம்!'

'அபத்தம். அதுதான் நம் பரிபாலனத்தின் தேசிய குணம். ஜீவாவை நீ சந்திக்கப் போகிறாயோ, இல்லையோ... நாங்கள் சந்திக்கப் போகிறோம்!'

'நாங்கள் என்றால்?'

'ம.தி.க!'

'என்றால்?'

'மக்களாட்சி திரும்ப வரும் கழகம்! நாங்கள் ஜீவாவை கொல்லப் போகிறோம்!' என்று மெல்லச் சொல்லிவிட்டு ரவி தன் உடைமைகளுடன் முன்னறைக்குச் சென்றான்.

நிலா பிரமித்து நின்றாள். எண்ணங்கள் குழப்பமாக இருந்தன. அறையின் டெர்மினலுக்குப் போய், 'கம்ப்யூட்டரே, கம்ப்யூட்டரே... வணக்கம்' என்றாள். தன் பெயர், எண் சொன்னாள்.

'நிலா, காத்திரு!' என்றது. சற்று நேரத்தில், 'பிங்' என்று சப்தமிட்டு, 'நிலா, தென் மண்டல உப மத்ய கம்ப்யூட்டருடன் இணைக்கப் பட்டிருக்கிறாய். உனக்கு ஒரு நிமிஷம் அளிக்கப்பட்டிருக்கிறது. என்ன வேண்டும் சொல்?' என்று ஒரு இயந்திரக் குரல், ஒருவிதமான மத்ய வயதுக்குரல், கேட்டது.

நிலா டெர்மினலைப் பார்த்துக்கொண்டே, 'எனக்கு ஜீவாவைப் பார்க்க அனுமதி வேண்டும்.'

'எப்போது?'

'அவர் சென்னைக்கு வரும்போது...'

'உன் பிரச்னை என்ன? மாட்சிமை ஜீவாவரை கொண்டு செல்லக்கூடிய லாயக்கு என்ன?'

'என் கணவனைக் காணவில்லை. கணவனுக்குப் பதிலாக அரசாங்க ஆஸ்பத்திரியிலிருந்து ஒரு பொம்மையை அனுப்பி வைத்திருக் கிறார்கள்!'

திரை சற்று நேரம் சும்மா இருந்தது. சற்று நேரம் மௌனம். எங்கோ ஏதோ காந்தத் துகள்களுக்குள் இந்தச் செய்தி போய் அத்தனை பெரிய இயந்திர மூளையில் ஒரு கேள்வி அல்லது வியப்பு அல்லது தவிப்பு ஏற்பட்டிருக்கவேண்டும். இறுதியில், 'அப்படியா? பொம்மை என்று எப்படித் தெரிந்தது உனக்கு?'

'பிரித்துப் பார்த்துவிட்டோம்! எல்லாம் சிலிக்கன்.' மறுபடி மௌனம். போன முறையைவிட அதிக அளவு மௌனம். நிச்சயம் கேள்வி டில்லிக்குப் போயிருக்கவேண்டும்.

சற்று நேரத்தில், 'இரு' என்றது ஒரு குரல்.

சற்று நேரத்தில், 'காத்திரு' என்றது மற்றொரு குரல். மூன்றாம் முறையாக, 'தயவு செய்து காத்திருக்கவும்.' அதன் பின், 'நிலா, உன்னிடம் அச்சடி இருக்கிறதா?'

'இருக்கிறது.'

'இணை அதை!'

'அப்பாடா! சிபி வாங்கி வைத்த லேசர் பிரிண்டருக்கு உபயோகம். பாவம், சிபிதான் இல்லை' என்று 'அதன் கேபிளின் சுலப இணைப்பைச் செருகி 'தயார்' என்றாள். இப்போது அதன் மெல்லிய லிர்ர் கேட்டது. அச்சடி தொடங்கியது.

இந்திய அரசு
உள்துறைப் பிரிவு...

நிலாவுக்கு நம்ப முடியவில்லை. ஜீவாவைச் சந்திக்க அனுமதி! அவளுக்கு...

ஜீவா சென்னை வரும்போது நிலாவைச் சந்திக்க மிகவும் விரும்புகிறார்...

நிலா கண்களைக் கசக்கிக்கொண்டாள். ஜீவா! நாட்டின் தலைவர். இந்த நாட்டின் பொருளாதாரச் சமுதாய விதிகளை நிர்ணயிப்பவர். முதல் குடிமகன். தலைவர், அவர் என்னைச் சந்திக்க அழைக்கிறார்.

'நிலா, ஜீவாவைச் சந்திக்கும்முன் சில சம்பிரதாயங்கள் உள்ளன. உள்துறையின் சென்னைக் கிளை அலுவலகம் 'அய்' பிரிவுக்கு முதல் நாள் காலை வரவேண்டும். அங்கே எல்லாம் சொல்லித் தருவார்கள்... என்ன, சந்தோஷம்தானே?'

'என் கணவன் கிடைத்துவிட்டால் இன்னும் சந்தோஷமாக இருப்பேன்.'

'கவலைப்படாதே, ஜீவா கவனித்துவிட்டார். ஜீவா நமக்கெல்லாம் பெருந்தலைவர். அவர் கருணையுள்ளவர். அன்புள்ளவர். திறமை யுள்ளவர்... ஒவ்வொரு குடிமகனும் அவருக்கு ஒன்றே... ஜீவா வாழ்க!'

'வாழ்க!' என்றாள் நிலா, தன்னை அறியாமல்.

ரவி இப்போது மெல்லுடைகளுக்கு மாறியிருந்தான். கையில் ஒரு கண்ணாடியில் வெள்ளையாக பானம் வைத்திருந்தான். நிலா அந்த அனுமதிக் கடிதத்தை அச்சடியிலிருந்து கிழிக்கையில் ரவி அங்கே வந்தான்.

'என்ன நிலா?'

'அனுமதி.'

'ஜீவாவைப் பார்க்கவா?'

'ஆம். கேட்டேன், கிடைத்தது.'

என் இனிய இயந்திரா

'ஜீவாவே நேராகப் பேசினாரா?'

'இல்லை.'

'சில பேரிடம் அந்த ஸ்டண்ட்கூட அடிப்பார். எங்கே காட்டு.'

அதைப் படித்துவிட்டு விசிலடித்தான். 'அனுமதி கிடைத்திருக்கிறது. எனக்கு ஒரு யோசனை!' அவன் யோசனை என்ன என்று அறியுமுன்னே ஜீனோ, சிபியை இழுத்துக் கொண்டு உள்ளே வந்தது. 'ரொம்ப அடாசு மாடல்! தெருவில் போனால் பச்சை சிவப்பு தெரியவில்லை. தன் பேட்டரியை சார்ஜில் போடத் தெரியவில்லை! என்ன ஒரு மோசமான தயாரிப்பு!'

சிபி சற்றுத் தொளதொவென்றுதான் நடந்தது.

'நான் படுத்துக்கொள்ளவா?'

'இரு, எங்கே போகிறாய்?'

'சரி, இருக்கிறேன்.'

'ஜீனோ, இங்கே வா! நீ ஒரு உதவி செய்யவேண்டும்.'

# 9

'சென்னை சேப்பாக்கத்தில் பெரிய கூட்டம் நடக்கப் போகிறது. அந்தக் கூட்டம் தொடங்குமுன் தேர்ந்தெடுத்த சில பிரஜைகளை ஜீவா சந்திக்கச் சம்மதித்திருக்கிறார். அந்த பாக்கியம் 107836, உனக்கு கிடைத்திருக்கிறது. அதற்கான சில தயார்த்தனங்கள் உள்ளன...' ரவி படிப்பதிலிருந்து நிமிர்ந்தான்.

'அப்படியென்றால்?'

'முன்னேற்பாடுகள்! 'முதல் நாளே நீ சேப்பாக்கம் மைதானத்துக்கு வந்துவிடவேண்டும். ஆயுதம் எதுவும் வைத்துக்கொள்ளக் கூடாது. உன்னைச் சோதனை போட்டு உன்னை அரசாங்க விருந்தினராக ராத்திரி வைத்திருப்போம். காலை எட்டரை மணிக்கு ஜீவாவைச் சந்திக்க சந்தர்ப்பம் கிடைக்கும். ஜீவாவை எப்படி அணுகுவது, எப்படிப் பேசுவது போன்ற பந்தாக்களில் எல்லாம் உனக்குப் பயிற்சி அளிக்கப் படும். ஜீவாவின் முன் மக்கள் எப்படி மண்டியிட வேண்டும், எப்படிப் பேசவேண்டும் என்பதெல்லாம் சொல்லிக்கொடுக்கப்படும்.' அரசாங்கத்தில் தமிழைப் போட்டுக் கொல்ற மாதிரி எதுவும் இல்லை...'

ரவி தன் மேசை விளக்கைச் சரியாக அமைத்துக்கொண்டு, 'இதைக் கேள். ஜீவாவிடம் சொல்ல வேண்டியதை முன்பே சுருக்கமாக ஒரு காகிதத்தில் அச்சடித்து எட்டுப் பிரதிகள் செகரெட்டரியிடம் கொடுக்க வேண்டும்.'

'அபத்தம்!' என்றது ஜீனோ. 'இது என்ன மக்கள் சந்திப்பு?'

'ஜீவாவைச் சந்திக்க ஒரு நிமிஷம்.'

'உடன் அழைத்துச் செல்ல ஒரு ஆளுக்கு அனுமதி கொடுக்கப்பட்டால் நல்லது.'

'அதற்கு இன்னும் அனுமதி கிடைக்கவில்லை.'

'அனுமதி கிடைத்தாலும் உன்னைப் பற்றி விசாரித்தால் உன்னை அந்த வட்டாரத்திலேயே அனுமதிக்க மாட்டார்கள்' என்றது ஜீனோ.

'பார்க்கலாம்! நிலா துணைக்கு ஆள் கேட்டால் கொடுப்பார்கள். இந்தத் தடவை கிட்டத்தில் அந்த ஜீவாத்மாவைப் பார்க்கப் போகிறேன். வேறு ஏதும் விசேஷமில்லை. எங்கள் ம.தி.க தலைமைச் செயலகத்திலிருந்து எந்தவிதக் கட்டளையும் இல்லை.'

'ஜீவா ஜீவாக ஜீவாதாரம் ஜீவனோபாயம் ஜீவாத்மா' என்றது ஜீனோ.

'உன் நாயை உள்ளே விடுவார்களோ?'

'முதலில் நான் நாயில்லை. அப்படியே அனுமதித்தாலும் நான் வருவதாக இல்லை. ரஸ்ஸலை முடிக்கவேண்டும். நீ எனக்கு ஸ்கேனர் புதுசு பண்ணக்கூடிய ஆளாகத் தெரியவில்லை!'

உள்ளேயிருந்து நிலா அவர்கள் இருவருக்கும் தேநீர் கொண்டு வந்து தர, நாய் அதை சாஸரில் ஊற்றி, ப்ளக் ப்ளக் என்று நக்கிக் குடித்தது. 'இதில் உள்ள க்ளூகோஸ் மட்டும்தான் என் செல்லுக்கு உபயோகம்! மற்றவை யாவும் விரயம். ரவி, தித்திப்பு என்றால் என்ன?'

'உன் நாக்குக்கு அது தெரிவதில்லையா ஜீனோ?'

'என் நாக்கில் ஒரு தெர்மோகப்பிள் மட்டும்தான் இருக்கிறது. ருசி என்பதே எங்கள் மாடலுக்குக் கிடையாது. நானூறு கொடுத்தால் நாக்கு மாற்றித் தருகிறார்கள்.'

'நாக்கு போல் வேறு அவயங்கள்?'

'ஷட் அப்! என்றது ஜீனோ. ரவியின் அருகில் நிலா உட்கார, 'எனக்கு பயமாக இருக்கிறது' என்றாள்.

'என்ன பயம்?'

'ஜீவாவிடம் ஏதாவது தத்துப்பித்து என்று உளறிவிட்டேன் எனில்?'

'ஜீவா ஆபத்பாந்தவர், அநாதரட்சகர், அவர் நம் போன்ற சின்னச் சின்ன பிரஜைகளின் சின்னச் சின்னப் பாவங்களையெல்லாம் மன்னிக்கக் கூடியவர். அன்னதாதா! நசிந்து போனவன், பொறுக்கிப் பயல்! இருக்கும் எல்லா உரிமைகளையும் பறித்துக் கொண்டு...'

'ஜீவா மக்கள் பிரதிநிதியாகத் தேர்ந்தெடுக்கப்பட்டு வந்தவர்!'

'ஹூ' என்று சிரித்தான் ரவி.

'ரவி, உன்னை அழைத்துப்போக எனக்குப் பயமாக இருக்கிறது.'

'எங்கே உன் கணவன்?' என்று கேட்டான் ரவி.

'அறையில் மௌனமாக உட்கார்ந்திருக்கிறான். ஏதாவது கேட்டால், 'என்னைத் தொந்தரவு செய்யாதே' என்கிறான். கிட்டே போகவே அருவருப்பாக இருக்கிறது. ஜீவாவிடம் இதைச் சொல்லத்தான் போகிறேன்' என்று டெர்மினலில் எழுத உட்கார்ந்தாள்.

'அன்புள்ள ஜீவாவுக்கு ... எனக்கு அனுமதி தர இசைந்ததற்கு...'

'இசைந்ததற்கு?' என்றது ஜீனோ.

'வந்தனம்! இசைந்ததற்கு வந்தனம்! என் கதை வினோதமானது. என் கணவனைக் காணோம் என்று...'

ஜீனோ கொட்டாவி விட்டுக்கொண்டு தன் இருக்கைக்குச் சென்று பெர்ட்ரண்ட் ரஸ்ஸல் படிக்க ஆரம்பித்தது. ரவி அடுத்த அறைக்குச் சென்றான். அங்கே சலனமில்லாது உட்கார்ந்திருந்த சிபியைப் பார்த்தான். 'சிபி!' என்று விளித்தான்.

அது மெல்லத் திரும்ப,

ஜீனோ தன் புத்தகத்துடன் உள்ளே நுழைந்தது. 'சிபி உன்னை ஒன்று கேட்கவேண்டும்.'

'கேள்' என்றது சிபி.

'ஒரு கிராமத்தில் இருக்கும் ஒரே ஒரு நாவிதன், சுய க்ஷவரம் செய்து கொள்ளாதவர்களுக்கெல்லாம் க்ஷவரம் செய்கிறான். அப்படியென்றால் அவனுக்கு யார் க்ஷவரம் செய்கிறார்கள்?'

'கொஞ்சம் இரு, யோசித்துச் சொல்கிறேன்' என்றது சிபி.

'ரஸ்ஸலின் பாராடாக்ஸ்... இதை யோசித்துப் பார்த்து விடை தருவதற்குள் அதன் பேட்டரியெல்லாம் காலியாகிவிடும், பாரேன்.'

'சுய க்ஷவரம், வெறும் க்ஷவரம், சுய க்ஷவரம்' என்றது சிபி.,

'உத்தரவாதம். வா, போகலாம்.'

'இந்த சிபி இயந்திரத்துக்குள் இருக்கும் ஆணைத் தொடரை வாசிக்க முடியுமா?'

'முடியாது, அதற்கு ஹார்ட்வேர் தெரியவேண்டும்.'

சிபி இப்போது சற்றுச் சோர்ந்துபோய் ஓரத்தில் ஒரு வினோதமான நிலையில் உட்கார்ந்து நின்று போயிற்று.

என் இனிய இயந்திரா

'பாவம்! புது பேட்டரி போடுகிறவரை இப்படியே இருக்கும்' என்றது ஜீனோ.

'இருக்கட்டும்.'

நிலா, அப்போது உள்ளே வந்து, 'ரவி, இதைப் பார்' என்று அந்தக் காகிதத்தைக் காட்டினாள். 'எட்டுப் பிரதி எடுத்தாக வேண்டும்.'

ரவி அதை மேலாகப் பார்த்து, 'சபாஷ் நன்றாக எழுதியிருக்கிறாய்' என்றான்.

'படிக்கவே இல்லையே!'

'என்ன எழுதியிருப்பாய் என்று தெரியாதா, என்ன? முக்கியம் நீ ஜீவாவைச் சந்திப்பது! எனக்கும் அனுமதி கிடைத்தால் நல்லது; இல்லையெனில் நீ தனியாகப் போகவேண்டும். ஜீனோவை அனுமதிக்க மாட்டார்கள் என்று நினைக்கிறேன். பந்தோபஸ்து ரொம்ப அதிகம்.'

'சிபி, என்ன ஆச்சு உனக்கு?' என்றாள் புன்னகையுடன்.

'சிபி தீர்ந்து போச்சு! புதுசாக பேட்டரி போட்டால்தான் சிபி நகரும்! இதோபார், இதை போட்டோ எடுத்து உன் கடிதத்துடன் பின் குறிப்பாக இணைத்துக் கொடு.'

'நிஜமான சிபியைப் பற்றிக் கவலையாக இருக்கிறது ரவி. எங்கே இருக்கிறாரோ?'

'இருக்கிறாரோ, இல்லையோ?'

'நீ ஜீவாவைச் சந்திக்கும்போது வேறு எதுவும் கேட்டுக் குழப்பாதே. எனக்கு என் உண்மையான கணவர் திரும்ப வரவேண்டும், பொம்மை யல்ல என்று கேள். எல்லாம் உள்துறை ஆசாமிகள் செய்யும் சாகசம் தான். இதைப் போய் நம்புவோம் என்று எப்படி இந்த அடாசு பொம்மையை அனுப்பினார்கள்? என்ன ஜீனோ?'

'பொம்மையை நம்புபவர்கள் நிறையப் பேர் இருக்கிறார்கள் என்று அர்த்தம்.'

'ஆம், அதுதான் அர்த்தம். மக்கள் அனைவருமே அரசாங்கம் விநியோகிக்கும் செய்திகளை நம்பி, அரசு கொடுக்கும் உணவை உண்டு, உடையை உடுத்து, அது அனுப்பும் பொம்மைகளை உண்மையென நம்பி... நிலா, என்ன அக்கிரமம் பார்த்தாயா? இதை நாம் நிறுத்த வேண்டாமா?'

'எப்படி நிறுத்துவது?'

ரவி தன் குரலைத் தழைத்துக்கொண்டு, 'ஜீவாவைக் கொல்ல வேண்டும். அதைத்தான் ம.தி.க தலைமையகம் திட்டம் தீட்டிக் கொண்டிருக்கிறது.'

ஜீனோ, 'க்கும்' என்று கனைத்துக்கொண்டது. 'ரவி நீ ரொம்ப ரிஸ்க் எடுக்கிறாய் என்று நினைக்கிறேன். இந்த அறைக்குள் மானிட்டர், கேமரா கண், ஒட்டுக்கேட்கும் சாதனம் எதுவும் இல்லை எனினும், இந்த அஜாக்கிரதை உன்னை எங்கே கொண்டுபோய்... சட்! வாக்கியம் ரொம்ப பெரிசாகிவிட்டது. இதன் பொதுவான அர்த்தம் புரியும் என்று எதிர்பார்க்கிறேன்.'

'ஜீனோ, உன்னைத்தான் பயன்படுத்துவதாகத் திட்டம் இட்டிருக் கிறேன். ஜீவாவைக் கொல் ஜீனோ, என்ன பொருத்தம்!'

'கக் கக்' என்று சிரித்தது ஜீனோ. 'மனிதன் இறக்கையில்லாத ஒரு பறவை என்று கிரேக்கர்கள் சொன்னது எத்தனை நிஜம்.'

'நிலா, இந்த நாட்டில் பொம்மைகள் எத்தனை பேர்? கேள்வி கேட்காத வர்கள் எத்தனை பேர்? ஜீவா சொல்வதைக் கேள்வி கேட்காமல் ஒப்புக் கொண்டு அரசாங்கம் தரும் புள்ளி விவரங்களை நம்பிக்கொண்டு ஒரு மயக்க உலகிலேயே வாழ்பவர்கள் எத்தனை பேர்? தெரியுமா?'

'எனக்கு அதைப் பற்றியெல்லாம் என்ன கவலை? என் சிபி கிடைத்தால் சரி!'

வெள்ளிக்கிழமைதான் நிலாவுக்கு அனுமதி வந்தது. இரண்டு பேருக்கு அனுமதி என்று போட்டிருந்தது. நிலாவுக்கு ரவியை அழைத்துப் போவதில் சற்றுத் தயக்கமாக இருந்தது. ஆஸ்பத்திரி பரிசோதனைக்கு வரும்படி ஒரு கடிதம் வந்திருந்தது. ஜீவாவைச் சந்திக்கும்முன் அவள் உடல்நிலை, மனநிலை, ரத்தம் எல்லாம் எதற்காகப் பரிசோதனை செய்கிறார்கள் என்று தெரியவில்லை. காலையே சேப்பாக்கம் மைதானத்துக்கு ரவியுடன் போனாள். எப்போதோ கிரிக்கெட் ஆடிக் கொண்டிருந்தார்களாம். கிரிக்கெட் ஆட்டம் தடை செய்யப்பட்டதி லிருந்து அஸ்ட்ரோ புல்வெளி அமைத்து பங்கி, ஜீல் போன்ற ஆட்டங்களுக்கு மைதானம் பயன்பட்டாலும், வருஷாந்திர கம்ப்யூட்டர் சந்தையும் அரசாங்கப் பொதுக் கூட்டங்களும்தான் விசேஷம். இங்கிருந்து மேகம்வரை பிருமாண்டமான ஹீலியம் பலூனின் ஆதரவில் ஜீவாவின் சிரித்த முகம் நீலவானில் ஒளிர்ந்தது. பள்ளிப் பிள்ளைகளை லாரி லாரியாகக் கொண்டு தள்ளினார்கள். அவர்கள் வெள்ளையாகச் சீருடை அணிந்து இப்போதே கொடியாட்டத் தொடங்கினார்கள். ஜீவா நடக்கப்போகும் பாதைக்கு கம்பளம்

அமைத்து, பக்கவாட்டில் செடிகள் கொண்டுவந்து ஒரு மணி நேரத்தில் உத்யான வனம்! ஒலிபெருக்கியில் தேச பக்தி கீதம் பாடப்பட்டது.

தந்தையின் மணிக்கொடி பாரீர்... அதைத்
தாழ்ந்து பணிந்து புகழ்ந்திட வாரீர்
ஓங்கி வளர்ந்ததோர் கம்பம் அதன்
உச்சியின் மேல் ஜீவா வாழ்க வென்றே...

'இந்தப் பாட்டை எழுதின ஆளு நூறு வருஷத்துக்கு முன்னாலேயே இறந்து போனான். நல்லவேளை' என்றான் ரவி. ஸ்டேடியம் ஆபீசில் அவர்கள் இருவரையும் தனித் தனியாகப் பிரித்து அழைத்துச் சென்றனர். இரவு தனித்தனியே தங்க வைத்தார்கள்.

காலையில் ஜீவாவை சந்திக்கப் போகும் முன் நிலாவை ஒரு காவலாளி உடம்பெல்லாம் தடவிப் பார்த்தான். மார்பின் மேல் சற்று அதிகமாக அழுத்தி, உள்ளங்கையால் இடுப்பில் தடவும்போது, 'கல்யாணம் ஆகிவிட்டதா?' என்றான்.

நிலா அவனை முறைத்துவிட்டு வெளியே வந்தாள். அவள் உடுத்திக் கொள்ள ஓவரால் அளிக்கப்பட்டு, கைகள் பின்னால் கட்டப்பட்டன. 'ரவி!' என்று கூப்பிட்டாள்.

'எனக்கு இதுவரைதான் அனுமதி. உனக்குத் துணை. அவ்வளவுதான். ஜீவாவைப் பார்க்கப்போவது நீ மட்டும்தான். அந்தக் காகிதங்களை கொடுத்தாயா?'

'ஆச்சு.'

'ஜீவா வந்து விட்டாரா?'

'அப்போதே வந்தாயிற்று. மற்ற பிரஜைகளை ஒவ்வொருவராகச் சந்தித்துப் பேசிக்கொண்டிருக்கிறார். உனக்கு வேளை வரும்போது சந்திக்கலாம்.'

உள்ளே கைதட்டல் ஒலி கேட்க, நாலைந்து இளைஞர்கள் சந்தோஷத் துடன் வெளி வந்தார்கள். 'ஜீவா வாழ்க' என்று ஆரவாரம் கேட்க, நிலா மெல்ல மெல்ல அந்த வாசலை நோக்கி நடந்தாள்.

'வா குழந்தாய்!' என்று தந்தைத்தனமான ஒரு குரல் கேட்டது.

# 10

கண்ணாடி சன்னல்களுக்கு அந்தப் புறத்தில் காவலர்கள் காத்திருக்க, ஒரே ஒரு கதவு மட்டும் ஒருக்களித்துச் சாத்தியிருந்தது. அதனருகில் தேசக்கொடி, கொடியின் அருகே மேசை, மேசையருகில் சற்றே மங்கோலிய முகத்துடன் அதிகாரி... பிறந்ததிலிருந்து ஒருநாள் கூடச் சிரிக்காதவர்போல இருந்தார். நிலா உள்ளே வருவதை அதி சந்தேகத்துடன் பார்த்து அவள் அனுமதிப் பத்திரத்தை மறுபடியும் மறுபடியும் புரட்டிப் பார்த்தார். உள்ளே அனுப்பினார். கொஞ்ச செகண்டு நிலாவுக்குத் தன்னந்தனியே நடக்கவேண்டியிருந்தது.

வெளிச்சம் வெள்ளமாக வடிந்துகொண்டிருக்க, இடதுபுறத்திலிருந்து அந்தச் சப்தம் கேட்டது. 'வா குழந்தாய்!' நிலா திரும்பிப் பார்க்க, ஜீவா அந்த உயரமான ஸ்தானத்தில் உட்கார்ந்திருந்தார். வினைல் சிம்மாசனத்தின் இரு கைகளிலும் தன் இரு கைகளையும் பதித்து அவளைப் பார்த்துப் புன்னகைத்தார். அவரருகில் நின்றுகொண்டிருந்தவர்கள் யாருமே புன்னகைக்கவில்லை. அந்த அறையில் பத்துப் பேர் இருந்தாலும் யாரும் உட்காரவில்லை.

ஜீவாவுக்கு முன் நிலா எப்படி நடந்துகொள்ளவேண்டும் என்று குறிப்பேடு கொடுத்திருந்தார்கள். அதை அவள் நேற்று படித்திருந்தாள். அதன்படி முன்னே சென்று, சற்றே முழங்காலை மடக்கி மண்டி போட்டுப் பணிவுடன் நின்று, 'நண்பர் ஜீவாவுக்கு, நாட்டின் காவலருக்கு, நாட்டைக் காப்பாற்றுபவருக்கு நான்கைந்து கோடி வணக்கங்கள். ஜீவா, ஜீவனுடன் உடல் நலத்துடன் வாழ்க! என் பெயர் நிலா... எண்...'

'வா குழந்தாய்!' என்றார் மறுபடியும். ரவி என்ன சொன்னாலும், முகத்தில் ஒரு தேஜஸ் இருந்தது. வாஸ்தவம்தான் என்று தீர்மானித்தாள்.

புன்னகையுள் ஒரு அனுபவமும் ஆதரவும் இருந்தது. ஜீவாவுக்கு என்ன வயசு என்று சொல்ல முடியவில்லை. நாற்பது என்றாலும் நானூறு என்றாலும் நம்பியிருப்பாள். ஜீவா கருநீலத்தில் கால்சராயும் மேலங்கியும் அணிந்திருந்தார். கழுத்துவரை பித்தான்கள் போட்டிருந்தார். தலையை அழுத்திச் சுத்தமாக வாரி நடு வகிடு எடுத்திருந்தார். அவரைப் பார்த்த மாத்திரமே, 'இவர் சொல்வதைக் கேட்கலாம். இவர் நம்பகமானவர்' என்கிற உத்தரவாதம் தோன்றியது. அப்பா இல்லாதவர்களுக்கெல்லாம் ஒரு கூட்டு அப்பாவாகத் தோன்றினார்.

'உன் குறை, பெண்ணே, அதை நான் படித்தேன். உன் கணவன் இன்னும் உன்னிடம் வரவில்லையா?' குரலில் அதீதமான அன்பும் பரிவும் இருந்தது. ஒத்தடம் தரும் குரல்.

'ஆம் ஜீவா! என் வீட்டுக்கு ஒரு பொம்மையை அனுப்பியிருக் கிறார்கள்.'

'அதை உனக்குக் கண்டுபிடித்துச் சொன்னது யார் நிலாப் பெண்ணே?'

'ரவி என்று எங்கள் வீட்டில் குடியிருக்க வந்தவர் ஜீவா! ரவி சொல்லியிருக்காவிட்டாலும் நானே கண்டுபிடித்திருப்பேன். அந்தப் பொம்மை மோசமான பாசாங்கு...'

ஜீவா சிரித்தார். 'பெண்ணே! உன் கதையை விசாரித்தேன். ஆஸ்பத்திரி யில் நடந்த ஒரு குழப்பம் அது என்பது தெரிகிறது. கவலைப்படாதே! உன் வீட்டில் வந்திருக்கும் ரவியைப் பற்றிச் சொல்.'

'என்ன சொல்வது?' நிலா தயங்கினாள். பொய் சொல்வதா, மழுப்புவதா? உண்மையைச் சொன்னால், ரவிக்கு ஏதாவது ஆபத்து நிகழுமா?

'ரவி எங்கள் வீட்டுக்குக் குடி வந்திருக்கிறவர். அவரை எனக்கு முன்னே பின்னே தெரியாது.'

'ரவி உன்னிடம் என்னவெல்லாம் சொல்லிக் கொடுத்தான் குழந்தாய்?'

நிலா மௌனமாக இருக்க...

'நிலாப் பெண்ணே! என் நேரத்தையும் உன் நேரத்தையும் வீணாக்க விருப்பமில்லை அல்லவா? உன்னிடம் ரவி என்னதான் சொன்னான்?'

'ரவிக்கு இந்த அரசாங்கத்தின் நடவடிக்கைகள் பிடிக்கவில்லை என்று...'

'என் அரசாங்கத்தை யாரும் கடுமையாக விமரிசிக்கலாம். அதுபற்றி எனக்கு வருத்தமே இல்லை. எல்லோரும் ஒரே மாதிரி நினைக்க முடியுமா, சொல்லு? நிலா, கை விரல்கள் எனக்கு பதினொன்று!

ஒவ்வொன்றும் ஒவ்வொரு விதமாகத்தானே இருக்கின்றன! அதுபோல, மக்களிலும் என் சீர்த்திருத்தக் கருத்துக்களுக்கு எதிர்ப்பு இருக்கவே இருக்கும். அதை நான் வரவேற்கிறேன். இதை ரவி போன்றோரிடமும் சொல்லு நிலா.'

'ரவி வந்திருக்கிறார்.'

'இன்றைக்கு சந்தர்ப்பம் இல்லை, என்றாவது ஒருநாள் சந்திக்கிறேன் என்று சொல்லு...பொது மேடைக்கு நேரமாகி விட்டது.'

'ஜீவா! என் கணவர் கிடைப்பரா?'

ஜீவா அவளைப் பார்த்து நிதானமாகப் புன்னகைத்து விட்டு, 'உன் கணவனைப் பற்றி விசாரித்ததில், சிபி 11343 அரசாங்கக் கோட்பாடு 1817-ன் கீழ் நீக்கப்பட்டதாகத் தகவல்.'

'நீக்கப்பட்டார் என்றால்...?'

'என் அருமைக் குழந்தாய், விவரங்கள்... விவரங்கள்! ஜீவா போல ஆசாமிக்கு விவரங்கள் தேவையில்லை. உன்னுடைய அஞ்சல் சபைக்கு விண்ணப்பித்து அதிகாரியிடம் கேட்டுக்கொள் அல்லது உங்கள் வட்டார உள்ளதிகாரியிடம் கேட்டுத் தெரிந்து கொள். இல்லையெனில் உன் ரவியையே கேள்! வேண்டுமெனில் ரவியை எடுத்துக்கொள்!'

'ஜீ...வா... ஜீ...வா' என்று வெளியே ஸ்டேடியத்திலிருந்து குரல்கள் வெடித்தன.

'மக்கள் அழைக்கிறார்கள்' - ஜீவா எழுந்து அவளை ஒருவிதமான மதகுருத்தனமாக ஆசீர்வதித்துவிட்டு மெல்லத் தீர்மானமாக நடந்து வெயில் வெள்ளமாகக் கண்கூசும் அந்த வாசலில் மறைய, அந்த 'ஜீவா! ஜீவா!' இப்போது வானளாவியது.

நிலாவுக்கு எதுவும் புரியவில்லை. 'நீக்கப்பட்டான் என்றால்? வேலை யிலிருந்தா? 'வேண்டுமெனில் ரவியை எடுத்துக்கொள்' என்றால் என்ன அர்த்தம்?'

ரவி வெளியே நிலாவுடன் சேர்ந்துகொண்டான். மக்கள் வெள்ளத் துடன் ஸ்டேடியத்துக்குள்ளே இருவரும் செலுத்தப்பட்டார்கள்.

'என்ன சொன்னான் புழுகுணி ராஜா?'

'ரவி, உன்னைப் பற்றித் தெரிந்திருக்கிறது. உன்னைப் பற்றி ஜீவா விசாரித்தார்!'

'அப்படியா! நாட்டின் தலைவன் என் போன்ற சாதாரண குடிமகனைப் பற்றி அக்கறையாக விசாரிக்கிறானா? என்ன ஒரு ஆச்சரியம்! ஏன்

என் இனிய இயந்திரா ■ 65

என்மேல் இத்தனை கருணை? இருக்கட்டும். உன் கணவன் பற்றி என்ன சொன்னான்? உள்துறை அனுப்பி வைத்த பொம்மையைப் பற்றிச் சொன்னாயா?'

'சொன்னேன் ரவி. 'நீக்கப்பட்டார்' என்றால் என்ன அர்த்தம்?'

'நீக்கப்பட்டார்? ஏன் கேட்கிறாய்?'

'சிபி நீக்கப்பட்டதாகத் தகவல் தெரிந்ததாகச் சொன்னார்.'

'ஜீவாவா?'

'ஆம்! என்ன அர்த்தம்?'

'நீக்கப்பட்டார்' என்றால் வேலையிலிருந்து நீக்கப்பட்டு இருக்கலாம்; ஓட்டுப் பட்டியலிலிருந்து நீக்கப்பட்டிருக்கலாம். உலகத்திலிருந்து நீக்கப்பட்டிருக்கலாம். இதில் எந்த நீக்கமாம்?'

'ஏதோ ஒரு அரசாங்கக் கோட்பாட்டின்கீழ் நீக்கப்பட்டதாக எண் சொன்னார்.'

'என்ன எண்?'

'ஞாபகமில்லை. வட்டார உள் அதிகாரியாம். அவரிடம் கேட்டுக் கொள்ளச் சொன்னார்.'

'அதிகாரிகள் அதிகாரிகள்! அவன் வட்டார வெளியதிகாரியிடம் காண்பிப்பான்.'

'வேணுமென்றால் ரவியை எடுத்துக்கொள்' என்றார்.

ரவி அப்படியே நின்றான்! அவர்களைச் சுற்றிலும் ஜனவெள்ளம் வழிந்தது.

'அப்படியா சொன்னார்?'

இப்போது அவர்கள் ஸ்டேடியத்துக்குள் இருந்தார்கள். பிரம்மாண்ட மான விவி திரைகளில் அங்கங்கே மேடைமேல் ஜீவா வந்திருப்பது தெரிய, பேருக்குப் பேர் மாலை போட மேடைக்குச் செல்ல, அந்த மாலைகளையெல்லாம் ஜி.பி.எஸ். அதிகாரி வாங்கி வாங்கிப் பக்கத்தில் குவித்துக்கொண்டிருக்க, இங்குமங்கும் ஒளிக்கற்றை உலாவிட, ஆரவாரங்கள் பெருகிட, கவிராஜா ஜீவதாசன் ஒரு கவிதையை வாசித்தளித்தார்.

'கவிதை யாப்பது தடை செய்யப்பட்டாலும் அரசாங்கச் சாதனைகளைப் பற்றிப் பேச மட்டும் ஜீவா கவிதைகளை அனுமதித்திருக்கிற அந்தச்

சலுகையின் கீழ் யான் இக்கவிதையை வடித்துள்ளேன். அரசின் சாதனை என்பதன் மறுபெயர் ஜீவா!

மூவா முதலா உலகமொரு மூன்றும் ஏத்த,
வாவாவென வானுயர பல மனிதர் வானம் எட்ட,
ஜீவா எனுமோர் தலைமகனின் பெருமை சொல்ல...'

ரவி 'மலம்' என்றான்.

'ரவி! நீ ஜாக்கிரதையாகவே இருக்கவேண்டும். ஜீவாவை நீ விமர்சிப்பது அவருக்கு நிச்சயம் தெரிந்திருக்கிறது.' அவள் குரலில் எச்சரிக்கை இருந்தது.

'பெண்ணே நிலா! உன் கணவனுக்கு என்ன ஆச்சு என்கிறாய்? நீக்கப் பட்டான் என்றால் என்ன அர்த்தம் தெரிகிறதா? எனக்கு ஏதோ விபரீதம் போலத் தோன்றுகிறது.'

அவள் மௌனமாக இருக்க, 'ரவியை எடுத்துக் கொள் என்றால் என்ன அர்த்தம்? இந்த வினோத தேசத்தில், ஆடை மாற்றிக் கொள்வதுபோல, ஆடவனை மாற்றிக்கொள்ளும் இந்த தேசத்தில் என்ன அர்த்தம்?' என்றான் ரவி.

'என்னவோ! சிபியைப் பற்றித் தீர்மானமாகத் தெரியாமல் எனக்குள் கலக்கம் அதிகரிக்கிறது.'

'ஜீவாவைப் பார்த்தாயே, சமாதானமில்லையா?'

வாண வேடிக்கைகள் முடிந்ததும் மக்கள் யாவரும் சட்டென்று தத்தம் கைக் கொடிகளை விரிக்க, காலரி முழுவதும் ஒரே ஜீவா முகமாக மாறிப் புன்னகைத்தது. நீல வானத்தில் வெண் புகை மிதக்க, ஓயாத, முடிவே இல்லை போன்ற கைதட்டல் ஒரு வழியாக ஜீவாவின் கை மிதப்பால் அடங்க ஜீவா எழுந்து நாலாபுறங்களிலும் வணங்கினார்.

'என் இனிய மக்களே, என் உயிரின் துணுக்குகளே!' (ஆரவாரம்)

ஜீ...ஈ...வா...ஜீ...ஈ...வா...ஜீ...ஈ...வா!

மறுபடி கை உயர்த்தி, 'எதற்காக ஆரவாரம்? எதற்காகக் கோலாகலம்? எதற்காக வாணங்களால் வெளிச்சம்? எதற்காக இத்தனை விரயம்? நேர விரயம், பண விரயம் என்று நீங்கள் கேட்கலாம்.'

'இல்லை, இல்லை' என்றது மக்கள் மெகா குரல்.

'என் எதிரிகள் கேட்கலாம்?'

'எதிரிகளுக்கு மரணம்! கொல்வோம் அவர்களை!'

'வேண்டாம், என் இனிய ரத்தத் துளிகளே!'

ரவி, 'மை காட்! இத்தனை அபத்தத்தை இன்னும் கேட்டுக் கொண்டிருக்க வேண்டுமா?'

நிலா, விவியில் பரிமாணங்களுடன் முந்நூறு மீட்டர் சதுரம் பரவி யிருந்த அந்த ஜீவ முகத்தைத் தரிசித்தாள். தூரத்தில் மேடையில் பேசும் ஜீவாவின் மிகைப்படுத்தப்பட்ட நாடு தழுவின முகத்தில் பற்பல உணர்ச்சிகள் தென்பட்டன.

'இன்று, இந்தக் கணத்தில் நான் உங்களுக்குத் தகுதியில்லாத தலைவன் என்று சொல்லுங்கள். உடனே விலகுகிறேன். இன்று இந்தக் கணத்தில் நான் உங்களுக்குத் தீங்கிழைத்து விட்டேன் என்று சொல்லுங்கள். உங்கள் எல்லோர் முன்னிலையிலும் என் மார்பைப் பிளந்துகொள் கிறேன். இன்று, இக்கணத்தில் நான் உங்களைக் கொடுமைப்படுத்தி விட்டேன் என்று சொல்லுங்கள். இதோ என் காவலனின் லேசர் என்னைத் துளைக்கட்டும்...' - ஜீவா அந்த ஆயுதத்தை வாங்கித் தன் மார்பில் குறி வைத்துக் கொண்டு, 'சொல்லுங்கள், நான் தகுதியில்லாத வனா ஆ?'

'இல்லை... இல்லை' என்றன லட்சம் தொண்டைகள்.

'நான் தீங்கிழைத்தேனா?'

'இல்லை...இல்லை.'

'நான் கொடுமை செய்தேனா?'

'இல்லை... இல்லை' என்றாள் நிலாவும் எல்லோருடன் சேர்ந்து கொண்டு.

# 11

ஜீவாவின் பேச்சு முடிந்ததும் ஜீவா எழுதிய 'தினசரி சிந்தனை' என்கிற புத்தகத்திலிருந்து பிரும்மாண்டமான கோஷ்டிகானம் பாடினார்கள். அதன்பின் 'ஜேவ்' என்கிற விளையாட்டு விளையாடினார்கள். கிரிக்கெட், ஹாக்கி போன்றவற்றைத் தடை செய்ததிலிருந்து, அரசாங்கம் சொல்லிக்கொடுத்த விளையாட்டுகளில் தலையாயது ஜேவ். மனிதர்களும் ரோபாட்டுகளும் விளையாடும் ஆட்டம். ஜேவ் என்கிற ஒரு ரோபாட் இயங்கும். அதை மனிதக் கட்சிக்காரர்கள் பிடிக்க வேண்டும். பிடித்துக் கொல்லவேண்டும். ரோபாட் மிகத் திறமையாக ஓடும். அது யாரையும் எதிர்க்காது. யாருக்கும் துன்பம் கிடையாது. முட்டாது, மோதாது, மைதானத்தின் எல்லையை மீறாது. அதைப் பிடிக்கவேண்டும். அவ்வளவுதான். ஜேவ் ஆடுவதற்கு, பிடிப்போன் - எடுப்போன் - அடிப்போன் என்று தனித்தனிப் பிரிவுகள் உண்டு. கடைசியில் ரோபாட்டை கொல்கிறவனுக்கு வெள்ளிச் செல்வன் (வெ.செ) என்கிற பட்டத்தை ஜீவாவே கொடுப்பார்.

வேப்பர் விளக்குகள் பொருத்தப்பட்டு, தேசிய கீதம் பாடப்பட்டு ஆரவாரம் இரைச்சல் அடங்க, நட்ட நடுவே இந்த ஜேவ் உள்ளே நுழைய, ஆரவாரம் மேலும் பெருகியது. ஜீவாவை நோக்கி அவர்கள் வணங்கிவிட்டு, தத்தம் குத்தீட்டிகளையும் கத்திகளையும் பளபளக்க அசைத்தார்கள். ரோபாட் ஜேவ் நட்டநடுவே அவர்களைப் பார்த்துக்கொண்டிருந்தது. ஒரு ஆட்டக்காரன் தன் ஈட்டியை அதன்பால் பயிற்சிக்கு எறிய, அது மின்னல் போல ஜேவை நோக்கிப்பாய, ஈட்டி வந்து குத்தும் கடைசிக் கணத்தில் ஜேவ் எம்பித் தப்பியது.

'ரொம்பத் துடிப்பாக இருக்கிறது' என்றாள் நிலா.

ரவி, ஜீவா இருக்கும் திசையையே பார்த்துக்கொண்டிருந்தான். அடிக்கடி விவி திரையையும் நோக்கிக்கொண்டிருக்க, ஆட்டக்காரர்கள் ஜேவைச் சுற்றிலும் வட்டம் அமைத்துக் கொண்டார்கள். அந்த வட்டம் மெல்ல குறுகக் குறுக, ஜேவ் கொஞ்ச நேரம் சும்மாயிருந்தது. இந்தப்புறம் அந்தப்புறம் பார்த்து அந்த ஆட்டக்காரர்களில் ஒருவரை நோக்கித் திடீர் என்று ஓடிவந்து அவன் ஈட்டிக் குத்தைச் சமாளித்து, சாமர்த்தியமாக நழுவி, மேல்புறக் கோடிக்கு ஓடியது. மயிலாப்பூர் கட்சியின் மிகத் திறமையான ஆட்ட ஓட்டக்காரனையே கவனித்து அவனுக்கு எதிர்ப்புறமாகவே இயங்கியது.

'இந்த வருஷம் ரொம்ப ஷோக்காக மாடல் செய்திருக்கிறார்கள்' என்று தனக்குத்தானே சொல்லிக்கொண்டார் ஒருவர்.

'இந்த ஆட்டமே பாசாங்கு தெரியுமா?' என்றான் ரவி.

நிலா அவன் சொல்வதைக் கவனிக்காமல், இப்போது தலைதெறிக்க ஓடும் ஜேவை எல்லாரும், 'கொல்லு, கொல்லு' என்று கோஷ்டியாகக் கூச்சலிட்டதைக் கவனித்தாள்.

'இந்த ஆட்டத்தின் காரணம் என்ன தெரியுமோ? ஜனங்களின் கொல்லும் இச்சையைத் தணிப்பது. எல்லாருக்கும் ஒரு பாசாங்கு இச்சை. கடைசியில் பார்.'

'என்ன ஆகும்?'

'ரோபாட் தோற்றே ஆகவேண்டும். அதை எல்லாரும் சேர்ந்து ஹதம் பண்ணி விடுவார்கள்.'

'கொல் கொல்' என்றன நாற்பதாயிரம் குரல்கள்! இப்போது ஜேவ் நட்டநடுவே அகப்பட்டு அதன் உடலில் முதல் குத்து பாய, குபுக்கென்று ரத்தம் பொங்கியது, பிரும்மாண்டமான விவி திரையில் தெளிவாகத் தெரிந்தது.

'ரத்தம்கூட நிஜம் போலவே வைத்திருக்கிறார்கள். இன்னும் பார், உள்ளேயிருந்து சதை பிதுங்கி ரத்தக் குதறலாக்கி விடுவார்கள். எல்லாமே வினைல் சிந்தடிகி!'

'எனக்கு இந்த ஆட்டம் பிடிக்கவே இல்லை. பாவம் ஜேவ்!'

'பாவமா! என்ன சொல்கிறாய்? அதற்கு உயிரே இல்லை!'

'இருந்தும் உயிருள்ளது போல இந்தப் பதினைந்து நிமிஷம் நடித்ததே தத்ரூபமாக!'

இப்போது அவர்கள் யாவரும் செத்த பிராணியின் மேல் கழுகுக் கூட்டம் போலச் சூழ்ந்துகொள்ள, கட்சியின் தலைவன் தன் நீண்ட ஈட்டியால் அதன் துடிப்புகள் அடங்கும்வரை குத்தினான்.

'வன்முறைக்கு ஒரு வடிகால்! எல்லாருமே அந்த ஜேவ் பொம்மையைத் தத்தம் வெறுப்புகளின் குறியீடாக நினைத்துக் கொள்ள முடியும். நீ என்னவாக நினைத்தாய் நிலா?'

'எனக்கு எதுவும் நினைக்கத் தோன்றவில்லை.'

'நான் அதை ஜீவாவாக நினைத்தேன். ஜீவா அந்த மாதிரி நிஜ வலியுடன் துடிக்கவேண்டும்! அந்த மாதிரி குபுக்கென்று ரத்தம் பாய்ந்து, அந்தப் பொய் வியாபாரியின் நிஜ ரத்தம் பாய்ந்து பத்து பதினைந்து தினங்களாவது துடிக்கவேண்டும்.'

ரவி பேசுவதைப் பாதியில் நிறுத்தி விட்டான். அவனருகில் யாரோ வந்து உட்கார்ந்துகொண்டு தாழ்ந்த குரலில் பேசினார்கள். இருவரையும் நிலா கவனிக்காமல், மைதான மத்தியின் கோலாகலங்களில் தொடர்ந்து கவனம் செலுத்தினாள். அடுத்து, ஆண்களும், பெண்களும் வழக்கிக்கொண்டு 'ஜீவாவின் ராஜ்ஜியம்' என்கிற நடன நாடகத்தை ஆடினார்கள். அந்த ஆட்டத்தில் ஒரு விதத்தில் காமம் கலந்திருந்தது. பெண்கள் அனைவரும் வண்ண வண்ண உடைகளுடன் வந்தாலும் அவை உடலோடு ஒட்டி யிருந்ததால், அவர்கள் உள் பாகங்களைப் பற்றி எந்தவிதமான சந்தேகமும் ஏற்படாமல், மார்பின் வடிவமும் இடுப்பின்பள்ள வளைவுகளும் சுலபமாகத் தெரிந்தன. ஆண்களின் அந்தரங்கங்களையும் வெளிச்சம் போட்டது உடை. எல்லோரும் சிரித்தபடி உன்னதமாக ஆடினாலும் அவர்கள் ஆட்டத்தை யாரும் கூர்ந்து ரசிக்க முடியாதவாறு அந்த உடை இருந்தது. இதனிடையில் அவர்களின் சில அசைவுகள் நிலா போன்றோருக்கு ஆபாசத்தையும் வெட்கத்தையும் தந்தன. 'சிபி கூட இருந்திருந்தால் ரசித்திருக்க முடியுமோ என்னவோ... சிபி எங்கே? பொம்மையை சிபி என்று எப்படி நினைக்க முடியும்? யார், எதற்காக அவ்வாறு செய்தார்கள்?' நிலா அருகில் பார்த்தாள். ரவியுடன் பேசிக்கொண்டிருந்தவன், 'ராத்திரி நிம்போ மாளிகையில் தங்கப் போகிறேன்' என்றான்.

'சரி சரி' என்று ரவி சொல்ல, அவன் அவசரமாக எழுந்து செல்ல, திடீர் என்று அரங்கம் முழுவதும் இருண்டு மேலே 'டோம்' திறந்துகொண்ட வானில் ஒளிவேடிக்கைகள் வெடித்தன.

நிலா அதை கவனித்துக்கொண்டிருந்த சுவாரசியத்தில் ரவி தன் கையைப் பற்றிக்கொண்டிருப்பதைக் கவனிக்க மறந்தாள். அவன் கை, அவள் மார்பில் படும்போதுதான், பட்டு அவள் இடுப்பின் கொக்கியை விடுவிக்கும்போதுதான் பதற்றப்பட்டு அவன் கையை விலக்கினாள்.

என் இனிய இயந்திரா

'இல்லை ரவி, இல்லை!'

'ஏன்?' என்றான். அவள் எதிர்ப்பைச் சற்றும் மதிக்காமல்.

'சிபியைப் பற்றித் தகவலே இல்லை. அது தெரியாதவரை நான் யாருடனும்.'

'இதோ பார்! உன் சிபியை இனி நீ பார்க்கப் போவதில்லை.'

'ஏன்?' என்றாள் அவன் கையை மறுபடி விலக்கி.

'இதோ பார், ஜீவாவே சரியாகப் பதில் சொல்லவில்லை. சிபியை நீக்கி விட்டார்கள் என்று ஜீவாவே சொல்லியாயிற்று. என்னை எடுத்துக் கொள் என்று சொல்லியாகிவிட்டது. இந்த நாட்டின் பிதாமகனே சொல்லிவிட்டார். இனி என்ன?'

'இல்லை ரவி, எனக்கு இஷ்டமில்லை.'

'இந்தப் புதிய சகாப்தத்தில் கணவனை சட்டை போல மாற்றிக் கொள்ள அரசாங்கம் அனுமதிக்கும்போது, செக்ஸ் என்பதில் இச்சை மட்டும் மிச்சமிருக்க, அதன் மற்ற அவஸ்தைகளை எல்லாம் மெஷின்களும் இன்குபேட்டர்களும் எடுத்துக்கொண்டுவிட, பிறப்பு என்பது ஒரு அரசாங்கப் புள்ளி விவரமாக இருக்கும் போது, ஒரு ராத்திரி நானும் நீயும் சுகமாக இருப்பதில் எந்தவிதமான ஒழுக்கப் பிரச்னையோ, கற்பழிப்போ, நம்பிக்கைத் துரோகமோ இல்லாதபோது என்ன தயக்கம் நிலா?'

'அதோ பார்... அந்த வாண வேடிக்கை அழகாக இல்லை' என்று காட்டினாள் கருநீல வானத்தை.

'இதைவிட வாண வேடிக்கை காட்டுகிறேன். உன்னுள் மத்தாப்புப் பொறிகள் பறக்கும். இதைவிட அதிக வர்ணமாக, இதைவிடத் தீவிரமாக, இதைவிட நேர்த்தியாக!'... நிலாவின் கைவிரல்களைத் தன் கைகளுக்குள் பெற்றுக்கொண்ட ரவி பலமாக அழுத்தினான்.

'நிலா, எத்தனை நாள் நீ தனியாகப் படுத்திருக்கிறாய்?'

'பத்து நாள்!'

'உடம்புக்கு ஆகாது. அரசாங்கமே வாரம் ஒருமுறை ஏற்பாடு செய்து தருகிறது என் போன்ற வாலிபர்களுக்கெல்லாம். வா போகலாம்!'

'அதோ பூச்சிதறல்!'

'நான் பொன் சிதறலே காட்டுகிறேன் வா. எனக்குக் கொஞ்சம் அவசரம்' என்றான்.

அவர்கள் இருவரும் இருட்டில் மெல்ல மெல்ல நழுவி வாயிலுக்கு வந்து, மைதானத்தை விட்டு வெளியே வந்து நூற்றுக்கணக்கான மக்களிடையே நடந்தபோது, ரவி அவள் கையை இறுகப் பற்றிக்கொண்டு இடுப்போடு அவளை அணைத்துக்கொண்டுதான் சென்றான். நிலாவுக்குத் தன் உணர்ச்சிகளை இனம் பிரிப்பது கஷ்டமாக இருந்தது. யாரும் எதுவும் சொல்லப் போவதில்லை. இருந்தும் உள்ளுக்குள் ஒரு குற்றம் ஒளிர்ந்தது.

'ஜீவா வாழ்க! ஜீவா வாழ்க!' என்று மக்கள் ஒருவரை ஒருவர் விளித்துக் கொண்டார்கள். சப்-வேயின் ஓரத்தில் பெஞ்சில் ஜீவாவின் படம் ஒட்டியிருந்தது. அந்தப் புன்னகை, நாடு தழுவின புன்னகை மாறவே மாறாதா? 'வா குழந்தாய்?'

ரவி விரல் நகத்தால் அதன் கண்ணை நோண்டினான். 'இன்று ராத்திரிக்குள்... ராத்திரிக்குள்' என்றான்.

வீட்டுக்குப் போனபோது ஜீனோ படித்துக்கொண்டிருந்தது. 'என்ன படிக்கிறாய் ஜீனோ?' என்றாள் நிலா.

'ஹெமிங்வேயின் டெத் இன் தி ஆஃப்டர்-நூன். நீங்கள் பார்த்த ஜெவ் ஆட்டம் போல...'

'ஜீனோ! தடை செய்யப்பட்ட நூலெல்லாம் எங்கே கிடைக்கிறது உனக்கு?'

'எல்லாம் ரவிதான் சப்ளை! என்ன, இரண்டு பேரும் திருதிருவென்று விழிக்கிறீர்கள்?'

'ஜீனோ! நீ இன்னும் தூங்கப் போகவில்லை?'

'ஏன்?'

'பேட்டரி சக்தி வீணாகிவிடுமே என்று...'

'அதில்லை. நீங்கள் இருவரும் ஏதோ விஷமம் செய்யப் போகிறீர்கள்!'

'சேச்சே! அப்படியெல்லாம் இல்லை' என்றாள் நிலா.

நிலா! இது அடுக்காது. ரவி இதுவரை பதினைந்து பெண்களை... அது என்ன வார்த்தை... அது செய்திருக்கிறான். நான்தான் கணக்கு வைத்திருக்கிறேன். நிஷா, லிசா, ஆஷா...'

'ஏய்! சும்மா இரு நாயே!'

'இதில் என்னதான் இருக்கிறதோ! எல்லாரும் அலைகிறார்கள். அடுத்த மாடலில் கேட்டு வாங்கிக்கொள்ள வேண்டும். இதையும் சேர்த்து

என் இனிய இயந்திரா ■ 73

விட்டால் பரிபூரணம்! நீங்கள் இருவரும் சல்லாபிப்பதைப் பார்க்க அனுமதி உண்டா?'

'இல்லை, கட்டாயம் இல்லை.'

'நான் வெறும் இயந்திர நாய்தானே!'

'இல்லை என்றால் இல்லைதான்! ஜீனோ! போ' என்று அதட்டினான் ரவி. 'ரொம்ப இடம் கொடுத்தாகி விட்டது இந்த நாய்க்கு. நிலா, வெட்கப்படாதே வா...'

நிலா தன் சட்டையைத் தலை வழியாகக் கழற்றுவதற்கு ரவி உதவினான். படுக்கையறையில் இருந்த சுவிட்சை நிறுத்தினதில் இருள் அவளைப் போர்த்திக்கொண்டது. பாலிமர் போர்வைக்குள் உடல் பட, லேசாக அவன் உடம்பு சூடாக இருக்க, ரவி தன் தேடலைத் தொடங்கினான்.

'ரவி! தயவுசெய்து என்னை விட்டுவிடு. புண்ணியம் உண்டு. நான் மிகுந்த குழப்பத்தில் இருக்கிறேன். இதெல்லாம் வேண்டாம்... வேண்டாம்!'

'பேசாதே, கவனி!' என்றான் ரவி.

ரவியின் அத்தனை பளுவும் அவள் மீது மிதிக்க, மூச்சுத் திணறியது.

'விருப்பமா, இல்லையா?'

'விருப்பம்... விருப்பம்... வேண்டும்... வேண்டும்!'

பளிச்சென்று விளக்கு போடப்பட்டது. 'எழுந்திரு!' என்று ஒரு குரல் அதட்டியது.

# 12

அமைதிப் படைக் காவலர்கள் இரண்டு பேர். நிலா தன் உடைகளைச் சீர் செய்வதை அலட்சியமாகப் பார்த்துக் கொண்டே, ரவியை உசுப்பினார்கள். அப்போதுதான் உள்ளே நுழைந்த ஜீனோ, 'குலைத்தேனே, கேட்டதோ?' என்றது. 'நீங்கள் எதையும் கேட்கக்கூடிய நிலையில் இல்லைதான். இருந்தும், நாலைந்து முறை 'வவ்' வவ்' என்றேன். அதற்குமேல் ராத்திரியில்...'

ரவி சற்றே திமிற முயல, அந்தக் காவலாளி தன் லேசரை அவன் மேல் குறி வைத்தான்.

'வேண்டாம் ரவி, எதிர்ப்பதில் அர்த்தமே இல்லை. இவர்கள் பின்னால் போவதுதான் உயிர் வாழ உனக்கிருக்கும் ஒரே மார்க்கம்' என்றது ஜீனோ. 'நானும் உண்டா?' என்னையும் கைதா?'

'நான் என்ன குற்றம் செய்தேன். அதைச் சொல்?' என்றான் ரவி. அவன் தாடையைப் பிடித்து வலிக்கிறாற்போல் நிமிர்த்தினான் மற்றொரு காவலன். நிலாவின் அருகில் வந்தான். நிலா பயத்துடன் மூலைக்குச் சென்று முடங்கினாள். 'காட்டு' என்றான் காவலன்.

'அவளை விடு, அவள் ஏதும் குற்றம் செய்யவில்லை.'

'அவனுக்கு மட்டும்தான் காட்டுவாயோ? காட்டு!' என்று லேசர் முனையால் சன்னமாக அவள் மார்பை விலக்கித் தன் சகாவிடம் காட்டினான். இரண்டு பேரும் புரியாத மொழியில் பேசிச் சிரித்துக் கொண்டார்கள்.

ரவி மறுபடி, 'நான் செய்த குற்றம் என்ன என்று சொல்லவேண்டியது உங்கள் காட்டு நியாயத்தின்படி கூடத் தேவையான ஒன்று!'

அதற்குப் பதிலாகக் காவலன் தன் பையிலிருந்து ஒரு காகிதத்தை எடுத்து 'டெர்மினல் இருக்கிறதா?' என்றான். இங்குமங்கும் பார்த்தான். உள்ளே ஓரத்தில் இருந்த டெர்மினலை நோக்கிச் சென்று தன் காகிதத்தில் குறித்து வைத்திருந்த எண்ணைக் கேட்டான்.

'இவளை என்ன செய்யலாம்? என்று மற்றவன் நிலாவின் அருகில் வந்து தன் ஆயுதத்தை இடது கைக்கு மாற்றிக்கொண்டு வலது கையால் அவளைத் தொட்டான். 'வள்' என்றது நாய்.

'காலைக் கடிக்கட்டுமா, பல் ஒன்றும் அவ்வளவு வலுவாக இல்லை.'

இதற்குள் குற்றச்சாட்டுகள் அச்சடிக்கப்பட்டு அந்தக் காகிதத்தைக் கிழித்துக்கொண்டு வந்தான். அதை ரவி படித்ததும், அவன் முகம் களையிழந்தது.

நிலாவிடம் அதைக் கொடுத்தான். 'ஜீவாவைக் கொல்ல ஒரு பயங்கர சதி முயற்சி நடந்தது. கடமை உணர்ச்சிமிக்க அமைதிப் படை வீரர்களின் ஜாக்கிரதையாலும் மக்களின் விழிப்பு உணர்ச்சியாலும் ஏதும் விபரீதம் நிகழாமல் ஜீவா காப்பாற்றப்பட்டார். சதிகாரர்கள் உடனே பிடிக்கப் பட்டனர். அவர்களை சட்டப்படி விசாரித்ததில் சதிகாரக் கும்பலின் அத்தனை பெயர்களும் தெரிய வந்து அதில் ரவி-11845... நீயும்...'

'அத்தனையும் பொய். நாங்கள் எதுவும் முயற்சிக்கவே இல்லை.'

'இப்ப என்ன ஆகும்?'

'என்ன ஆகும்? அவ்வளவுதான் கைது!'

'எங்கே அழைத்துப் போவார்கள்?' ரவி சற்றுக் கவலையுடன் இருந்தான்.

'என் கதி என்ன ஆவது?' என்றது ஜீனோ.

ரவி அதைக் கவனிக்காமல் இங்குமங்கும் திருட்டுப் பார்வை பார்த்துக் கொண்டிருந்தான். சரேல் என்று வாசலை நோக்கித் தப்பி ஓடினான். நிலா அவ்விரு காவலர்களையும் கலவரத்துடன் பார்க்க, அவர்கள் கவலைப்படாமல் நிலாவையே பார்த்துக் கொண்டிருந்தார்கள்.

ரவி சற்று நேரத்தில் மற்றொரு காவலனால் உள்ளே அழைத்து வரப் பட்டான். 'காவல் இல்லாம வாயில் கதவைத் திறந்து ஓட வழி பண்ணி வெச்சிருப்பம்னு நினைச்சியா?'

'அவ்வளவு முட்டாள்னுதான் நினைச்சேன்.'

ரவி சற்றும் எதிர்பாராமல், லேசர் துப்பாக்கியின் பின்பக்கத்து முனையால் ஒரு வலுவான குத்து வாங்க, மார்பை 'அம்மா' என்று பிடித்துக்கொண்டு உட்கார்ந்தான்.

'ஜீவாவின் சுபிட்ச ராஜ்யத்தில் அம்மாவும் இல்லை. அப்பாவும் இல்லை. ஜீவான்னு கத்து. சித்ரவதை குறையும். இனிமே ஜீவாதான் உனக்கு எல்லாம். சதியா பண்ணுகிறாய்! உன்னை தெருத் தெருவாக ரத்தம் கக்க அடித்து அழைத்து வர எனக்கு அதிகாரம் இருக்கிறது.'

'வேண்டாம். அவரை விட்டுவிடுங்கள். எனக்கு ஒரே துணை அவர்!' - அலறினாள் நிலா.

'துணைக்கு என்ன? இவனைக் கொண்டுவிட்ட கையோடு நாங்கள் இரண்டு பேரும் துணைக்கு வரத்தான் போகிறோம். பெண்ணே! உன்போன்ற பெண் தனியாக இருக்க முடியுமா? இது உன் கணவனா, காதலனா?'

இருவரும் மௌனமாக இருக்க, நிலா இப்போது அழ ஆரம்பித்தாள். 'நான் இந்தாளுக்கு சொந்த நாய். இவர் ஜெயிலுக்குப் போனால் என்னையும் உடன் அழைத்துச் செல்வதுதான் நியாயம். என்னைப் பற்றி என்ன முடிவு செய்தீர்கள் என்று சொன்னால் என் புத்தகங்களை எடுத்து வைத்துக்கொள்ள சௌகரியமாக இருக்கும்' என்றது ஜீனோ.

'இந்த நாய் என்ன பேச்சு பேசுகிறது. இதை நான் என் வீட்டுக்கு அழைத்துச் செல்ல யோசிக்கிறேன்' என்றான் காவலன்.

'நட!' ரவி இப்போது சமாளித்துக்கொண்டு எழுந்திருக்க, அவனை இருவரும் தூக்கிச் செல்லாத குறையாக அழைத்துச் சென்றார்கள்.

'ஜீனோ, என்னுடன் வராதே. இவளுக்குத் துணை வேண்டும். இரவில் காவலர்கள் வந்தால் உரிமைக்கு போன் செய்து நிலாவைக் காப்பாற்ற வேண்டியது உன் கடமை' என்றான். பேச மிகவும் சிரமப்பட்டான்.

அவர்கள் இருவரும் நிலாவைப் பார்த்துச் சிரித்துவிட்டு, 'வருகிறோம் வருகிறோம்... தனியாகத்தானே இருப்பாய்' என்று சொல்லிவிட்டுப் போனார்கள். சிவப்பு வண்டியில் ரவியை வைத்து மூடினபோது நிலாவுக்கு தன் கடைசி நம்பிக்கையும் புதைக்கப்படுவதுபோலத் தோன்றியது. ஜீனோ விவியின் ரிமோட் கண்ட்ரோலை இயக்க, செய்திகளில் ஜீவாவின் சிரிக்கும் முகம் விரிந்து பேசியது:

'அருமை மக்களே! உங்கள் ஆதரவு இருக்கும்வரை எனக்கு ஒன்றுமே நிகழாது. உங்களுக்கே வியப்பாக இருக்கும். என்மேல் ஏன் வெறுப்பு? நான் கொண்டுவந்த சட்டங்களுக்காகவா? அதை உங்கள் ஒவ்வொரு வருடனும் விவாதிக்க நான் தயாராக இருக்கும்போது ஏன் என்னைக் கொல்லவேண்டும். எதற்காக? எனக்குப் புரியவில்லை. நண்பா! என்னைக் கொல்வது எத்தனை சுலபம் என்பதையும், எத்தனை கஷ்டம் என்பதையும் இன்று ஒரே சமயத்தில் நீங்கள் அறிந்துகொண்டீர்கள்.

எல்லோர் முன்னிலையிலும் ஒருவிதமான பாதுகாப்பும் இன்றி நான் எல்லோருக்கும் இலக்காக இருக்கிறேன். அதே சமயம் எல்லோர் பார்வையிலும் உள்ளேன். என்னை நேசிப்பவர்களின் பார்வை என்னும் பாதுகாப்புக் கூண்டு இருக்கும்வரை என்னை என்ன செய்ய முடியும்? என்னைக் கொல்ல முயற்சி செய்தவர்கள் நான்கு பேர் கொண்ட ஒரு குழு.' அவர்கள் படங்கள் ஒவ்வொன்றாகத் தெரிய... 'அவர்களில் மூவர் கிடைத்துவிட்டனர்...'

'விவியில் படம் வருகிறதென்றால் இப்படியா வரவேண்டும்?' என்றது ஜீனோ!

'ஜீனோ, இப்போது என்ன ஆகும் ரவிக்கு?'

'காலைக்குள் எதுவும் செய்யமாட்டார்கள் என்று நம்பிக்கை.'

'காவலர்கள் திரும்ப வருவார்களா?'

'எதற்கு?'

'எனக்கு' என்றாள் தயக்கத்துடன்.

'வரலாம்.'

கதவைப் பூட்டி வைத்தும் பிரயோசனமில்லை. எல்லா வீட்டையும் திறக்கும் சாவிகளும் உரிமைகளும் அரசாங்கத்துக்கு இருக்கிறது. நிலாவுக்கு நடுக்கமாக இருந்தது. ரவி போனதைப் பற்றி எந்தவிதமான உணர்ச்சியுமின்றி ஜீனோ தன் கால் நகம் ஒன்றைப் பிடுங்கிப் பார்த்து ஆராய்ந்துகொண்டிருந்தது.

நிலாவுக்கு உடல் பதறியது. 'சிபி எங்கே தெரியவில்லை. ரவியை எங்கே அழைத்துச் சென்றிருக்கிறார்கள்?' ஜீவாவின் முகம் 'குழந்தாய்-குழந்தாய்' என்று அவளை ராத்திரியெல்லாம் விவியை அணைத்த பிறகும்கூடக் கூப்பிடுவதுபோல் பிரமையாக இருந்தது. ஜீனோ அவளுக்காக விழித்துக்கொண்டிருந்தது. அந்தக் காவலர்கள் திரும்ப வரவில்லை. 'ரவிக்கு என்ன ஆகும்? சதிக் குற்றம்? மரண தண்டனை? ரவியைப் பற்றி ஏதும் தெரியாமல் அவனிடம் நெருக்கமாகச் சென்றது தப்பு. இப்போது என்னையும் சந்தேகிப்பார்களோ? நிலாவுக்கு வெட்க மாகவும் வருத்தமாகவும் இருந்தது. 'சிபி, என்னை மன்னித்துக்கொள். சிபி, எங்கிருக்கிறாய்? நீ இருக்கிறாயா தெரியவில்லையே!' அந்த தினத்தின் சம்பவங்கள் குழப்பமாக அவளுள் ஆரவாரித்தன. 'சிபியின் பொம்மை, ஜீவாவின் வெண்கலக் குரல் பேச்சு, வாண வேடிக்கைகள், ஜெஜ் ஆட்டத்தில் நட்ட நடுவே சிந்தெட்டிக் ரத்தம் சிந்திய ரோபாட், இந்த வினோத உலகில் கணத்துக்குக் கணம் சந்தோஷம். நிம்மதி

என்பதற்கு அர்த்தமே மாறும்போது என்ன எதிர்பார்ப்பது? எதைச் சமாளிப்பது? பயப்படுவதா, இல்லையா? பாதுகாப்பு உண்டா, இல்லையா என்று தெரியாது குழப்பச் சூழ்நிலையில் தூங்குவதா, விழிப்பதா?

'நிலா, இன்னும் தூங்கவில்லையா நீ?' என்றது ஜீனோ.

'தூக்கம் வரவில்லை ஜீனோ.'

'நான் ஒரு பாட்டுப் பாடவா? யூகலீலி இருக்கிறதா...?'

'இல்லை.'

'நன்றாகத் தூக்கம் தரக்கூடிய பாட்டு.'

'பாடு.'

ஜீனோ தொண்டையைக் கனைத்துக்கொண்டு:

தேடிப்பார் தேடிப்பார்
திறமை இருந்தால் தேடிப்பார்
ஓடிப்பார் ஒதுங்கிப்பார்
ஒவ்வொன்றாக உற்றுப்பார்.

'இந்தப் பாட்டை எழுதியது ஜாக் என்ற பெண். அவள் கொல்லப் பட்டாள். ரவியிடம் அவள் கவிதைத் தொகுப்பு இருக்கிறது. சில பாடல்கள் எனக்குப் பிடிக்கும்.'

ஜீனோவின் குரல் இப்போது பாட்டுக்காக மாறியிருந்தது. ஒரு பத்து வயசுப் பெண் போலப் பாடியது. ஒரு காது தாளத்துக்கேற்ப மடங்கி மடங்கித் துடித்தது.

அழகைப்பார் அழுக்கைப்பார்
பழகிப்பார் படுத்துப்பார்
விலகிப்பார் நெருங்கிப்பார்
உலகைப்பார் உள்ளே பார்.
முத்தம் பார் ரத்தம் பார்
கத்திப்பார் நெத்திப்பார்
வித்துப்பார் வாங்கிப்பார்
பத்துப்பேரைக் குத்திப்பார்...

நிலா தூங்கிப் போய்விட்டாள். ஜீனோ மெல்ல அவள் மேல் போர்வை யைப் போர்த்திவிட்டு, வாசல் பக்கம் போய் சன்னல் வழியாக வெளியே கவனிக்க ஆரம்பித்தது.

காலை, ஜன்னல் வழியாக சூரியன் நிலா முகத்தில் தாக்க, ஜீனோ, மைக்ரோ அவனுக்குப் போய் தேநீர் தயாரித்து 'நிலா-நிலா' என்று கூப்பிட்டது. நிலா கண் விழிக்க...

'செய்தித்தாள் பார்க்கிறாயா... தேநீர் சூடு சரியா?'

'செய்தித்தாள் பார்க்கிறாயா...?' என்றது மறுபடியும்.

'தேவையில்லை' என்றாள் தேநீர் அருந்திக்கொண்டே.

'ரவி தப்பித்துவிட்டானாம். அதுதான் செய்தி... இப்போது செய்தித் தாள் பார்க்கிறாயா?'

'எங்கே காண்பி!' என்றாள் ஆவலுடன்.

விவி திரையில் அன்றைய செய்தித்தாளின் தலைப்புச் செய்திகள் தெரிந்தன. அட்டவணையைப் பார்த்து, நான்காம் பக்கத்தின் பிரதி கேட்டாள். சுடச்சுட பிரிண்டரில் வந்தது ஆவியாகக் கூடிய காகிதத்தில்.

'இவன் அபாயகரமானவன்' என்று ரவியின் போட்டோ போட்டிருந்தது.

'மாமிகு ஜீவாவைக் கொல்லச் செய்த சதியில் நேற்று கைது செய்யப் பட்ட ரவி 11845, இரவுக் காவலர்களைத் தாக்கி, சிறைக்குச் செல்லும் வழியில் தப்பித்திருக்கிறான். இவனுக்குப் புகல் தருவது அரசுக்கு எதிரான மாபெரும் குற்றம்.'

# 13

ஜீனோ நிலாவை லேசாகப் பிராண்டியது. 'நிலா, ரவி போகும்போது என்னை உன்னிடம் சட்டப்படி ஒப்படைத்துவிட்டதால் நான் இனி உனக்கு அடிமை' என்றது.

'எனக்கு அடிமை வேண்டாம் ஜீனோ. தோழன் போதும்.'

'அடிமைத்தனத்தில் எனக்கு ஏதும் வெட்கமோ, தயக்கமோ, கௌரவக் குறைவோ இல்லை. உன் போன்ற மனுஷ ஜாதியினருக்குத்தான் அடிமைத்தனம், விடுதலை, புரட்சி போன்ற அபத்தங்கள் எல்லாம். டீ சரியாக இருக்கிறதா? இன்னும் சுட வைக்க வேண்டுமா? ரவி ஆறிப்போய்த்தான் சாப்பிடுவார்.'

'ஜீனோ, இனி நீதான் எனக்குத் துணை!'

'நீ தனியாக இருப்பது கஷ்டம்.'

'அதனால்தான் சொல்கிறேன். சிபியையோ ரவியையோ மீட்டுத் தருவதில் நீ எனக்கு உதவவேண்டும்.'

'இரண்டுமே சாத்தியமில்லை. ரவி தப்பித்து எங்கும் போய்விட முடியாது. இந்நேரம் ரவி கைது செய்யப்பட்டு, சிறைக்குள் சங்கிலி யால் பிணைக்கப்பட்டு வழக்குக்குத் தயாராகிக் கொண்டிருப்பார்.'

'யாராவது வக்கீலைப் பார்க்கலாமா?'

'சதி வழக்குகளுக்கெல்லாம் வக்கீல் கிடையாது. நீதிபதி கேட்பார், தண்டனை தருவார்.'

'என்ன தண்டனை?'

'குற்றத்தின் தீவிரத்தைப் பொருத்தது. மரணம்வரைகூடப் போகலாம். எல்லாம் நீதிபதியின் அன்றைய மனநிலையைப் பொருத்தது.'

'ஜீனோ, எனக்கு பயமாக இருக்கிறது.'

'ஏன்?'

'என்னவோ தெரியவில்லை. மேற்கொண்டு எனக்கும் ஏதோ விபரீதம் நடக்கப்போகிறது என்று. இந்த சிபியாவது முழுசாகத் திரும்பிவந்தால் நல்லது.'

ஜீனோ முன்னறைக்குள் சென்று எட்டிப் பார்த்துவிட்டுத் திரும்பியது. 'பொம்மை சிபி என்ன ஆயிற்று என்று பார்த்துவிட்டு வந்தேன். பேட்டரி சக்தி இல்லாததால் அப்படியே வெறுமெனப் படுத்திருக்கிறது. இனிஷியலைஸ் பண்ணால்தான் உயிர் வரும். உள்துறைக்குப் பேசி எடுத்துப் போகச் சொல்லிவிடு.'

'ஜீனோ! அந்தக் காவலர்கள் மறுபடி வருவார்களா?'

'வரலாம். வந்து உன்னை பலாத்காரம் செய்தால் என்னால் ஏதும் தீரச் செயல்கள் செய்து காப்பாற்றுவதெல்லாம் ஆகாத சங்கதி. வெறுமனே குலைத்தால்கூட அவர்கள் லேசரை உபயோகித்து என் ஸ்பீக்கரைப் பாழ்பண்ணி விடுவார்கள். அதனால் அவர்கள் உன்னைக் கற்பழிக்க வந்தால் பேசாமல் கற்பழிக்கப்படு!'

'சே! எப்படித்தான் இப்படியெல்லாம் பேசுகிறாயோ?'

'எனக்கு இதில் உணர்ச்சி ஏதும் கிடையாது. எதற்கும் உள்துறைக்கு ஒரு புகார் கொடுத்துவிடு.'

'நான் கொடுத்துவிட்டேன்.'

ஜீனோ புத்தகங்களை வாயால் கவ்வி அடுக்கி வைத்தது. நாற்காலியில் நகர்த்தி மேஜைமேல் பூ ஜாடியில் மலர்களை வைத்தது.

'ஜீனோ, உனக்கு அழகுணர்ச்சி இருக்கிறது.'

'அப்படியா? அப்படியென்றால் நான் செய்ததெல்லாம் என் ப்ரொக்ராம்கள், அவ்வளவே! பூ ஜாடி இருந்தால் துடைத்துப் பூ வைப்பேன். அது அழகா அழகில்லையா என்பது என் கவலையே அல்ல. சும்மா எனக்கு தேவைக்கதிகமான புத்திசாலித்தனம். நளினம் எல்லாம் தராதே! அதற்குப் பதிலாக அஜாக்ஸ் கம்பெனிக்குச் சொல்லி என் ஸ்கானரை ரிப்பேர் பார்க்க ஆள் அனுப்பச் சொன்னால் உனக்கு இப்போதைவிடப் பன்மடங்கு பயனுள்ளதாக இருப்பேன்.'

'இப்போதே சொல்கிறேன்!'

ஜீனோ ஜன்னல் அருகில் போய் சூரிய வெளிச்சத்தில் தன் பின்புற பேனலைத் திறந்து சூரியசக்தி வாங்கிக்கொண்டிருக்க, நிலா அதை ஆர்வத்துடன் பார்த்தாள். ஜீனோ ஒரு உயிரில்லாத இயந்திரமாக இருந்தாலும், பொய் நாயாக இருந்தாலும், அதன் பிரசன்னம் ஒருவாறு அவளுக்கு மன உறுதி அளித்தது. ஏதாவது செய்து, ஏதாவது யோசனை செய்து, அவளை இக்கட்டுகளிலிருந்து தப்பிக்க வைத்துவிடும் அது என்று நம்பிக்கை இருந்தது.

ஜீனோ பேனலை மூடி வைத்துக்கொண்டு, 'அப்பா, இப்போதுதான் உயிர் வந்தாற்போல் இருக்கிறது. என் மாடலில் ரொம்ப சிக்கனம் பண்ணியிருக்கிறார்கள். பன்னிரண்டு மணி நேரத்துக்கு அப்பால் சகலமும் அலாரம் அடிக்கிறது... என்றாவது ஒரு நாள் வானம் மப்பும் மந்தாரமுமாக இருந்தால் நான் படும்பாடு! சரி, இப்போது என்னுடன் இஸ்திக்கிறாயா செஸ்!'

'என்னது?'

'இஸ்திக்கிறாயா... இது ரவி சொல்லிக் கொடுத்த வார்த்தை! ரவி மேலும் நிறைய வார்த்தைகளைச் சொல்லிக் கொடுத்திருக்கிறார்...'

'போதும், ஐயோ... வேண்டாம்!'

'மன்னிக்கவும்.'

பிற்பகலில் இரண்டு உள்துறை வண்டிகளில் அவர்கள் நிலாவின் வீட்டுக்கு வந்து நின்று அவள் நம்பரைக் கேட்டனர். 'மாமிகு ஜீவாவின் ஆட்சியில் உள்துறைப் பிரிவின் துப்பியல் வட்டத்தின் சேவகர்கள் நாங்கள். உங்களுக்கு அனுப்பப்பட்ட இரண்டாம் சிபியில் கோளாறுகள் இருப்பதாகத் தெரிவித்தார்கள். என்ன கோளாறு?'

'எனக்குக் கோளாறும் வேண்டாம், இரண்டாவது சிபியும் வேண்டாம். இந்தப் பொம்மையை எடுத்துப் போனால் போதும்.'

'அப்போது உங்களுக்கு இரண்டாம் சிபி வேண்டாமா?'

'வேண்டாம். யாரும் கேட்கவில்லை.'

'யாரும் கேட்கவில்லையா? உள்துறையில் அப்படி ஏதும் தப்பு நிகழ்ந்திருக்கவே முடியாது!'

'நிகழ்ந்திருக்கிறது' என்றது ஜீனோ. காவலன் காலைச் சற்றுப் பின்வாங்கிக் கீழே பார்த்தான். 'நாய் பேசுகிறது!'

'நான் இரண்டாம் சிபியைவிட உத்தமமான மாடல். ஐந்தாவது தலைமுறை இயந்திர நாய்!'

'தோ, தோ, தோ' என்றான் மற்றொரு காவலன்.

'அதெல்லாம் ரொம்பப் பழசு. நான் வாலாட்ட மாட்டேன். நீங்கள் இரண்டாம் சிபியைக் கவனியுங்கள்.'

'ஒரு காவலன் உள்ளே செல்ல மற்றொருவன், 'பாருங்கள், நிலா அவர்களே! எங்கள் உள்துறை வட்டக் கணக்கில் கம்ப்யூட்டரில் ஏதோ கோளாறு ஏற்பட்டிருக்கவேண்டும். உறவினர்களை இழந்தவர்கள் துக்கமில்லாமல் இருப்பதற்காக ஆர்டர் கொடுத்துத் தயாரிக்கப்படும் மாடல்கள் இவை. ஏதோ ஞாபகார்த்தத்துக்காகத்தான் இவை. நீங்கள் கேட்காமல் இம்மாதிரி பொம்மைகளை எங்கள் துறை அனுப்பவே அனுப்பாது.'

'நான் கேட்கவே இல்லை, அனுப்பியிருக்கிறதே.'

'குழப்பத்துக்கு மன்னிக்கவும்.'

'செத்துப் போச்சு பேட்டரி' என்று சிபியின் பொம்மையைத் தரதரவென்று இழுத்து வந்து பால்கனியைத் திறந்து வெளியே பார்த்து, பின்பக்கம் திறந்த வேனுக்குள் போட்டார்கள். கையைத் தட்டிவிட்டு, 'வருகிறோம், ஜீவாவுக்கு வந்தனம் சொல்லிக் கடிதம் எழுதி விட்டால் நல்லது. ஜீவா தனிப்பட்டு இந்த விவகாரத்தைக் கவனித்திருக்கிறார். எவ்வளவு அதிர்ஷ்டசாலி நீங்கள்! உங்களுக்கு ஆண் சிநேகம் வேண்டும் என்றால் என்னை இந்த நம்பரில்...'

'வேண்டாம் நன்றி.'

அவர்கள் சென்ற திசையை ஜீனோ பார்த்துக் கொண்டிருந்துவிட்டுப் பின்பக்கம் திரும்பி 'பர்ர்ர்ர்' என்று சப்தம் எழுப்பியது. 'இதுகூட ரவி சொல்லிக்கொடுத்ததுதான். உள்துறை அரசாங்கக் காவலர்கள் வரும்போதெல்லாம் இவ்வாறு செய்யும்படிச் சொல்லிக் கொடுத்தார்!'

நிலா சிரித்து, 'நீ செய்தது ரொம்பக் கெட்டது ஜீனோ' என்றாள்.

'எனக்கு நல்லது கெட்டது எல்லாம் கிடையாதே!

நீடிய இந்திய தேசத்துக்கே நல்ல
நேத்திரம் போல பிரகாசிப்பவர்... ஈசன் முதலாக
நீசன் வரையிலும் நேசனைப் போல்
உத்தேசித்திருப்பவர்... ஜீவா

எனக்குச் சொல்லிக் கொடுத்த விதிகளின்படி அமைத்த கவிதை எப்படி!'

'ஜீனோ! நீ சொல்லிக் கொடுத்தையெல்லாம் செய்வாயா?'

'ஆம்!'

'அச்சம், தயக்கம் எதுவும் கிடையாதா?'

'என் அகராதியில் இல்லாத வார்த்தைகள்.'

'ரவியை விடுவிப்பாயா?'

'எப்படி என்று சொல்லுங்கள், விடுவிக்கிறேன்!'

'ரவி, சிபி இரண்டு பேரையும் விடுவிக்கவேண்டும்!' என்றாள்.

ஜீனோ பேசாமல் இருக்க, நிலா யோசித்தாள். ஏன் முடியாது? எல்லா விதிகளுமே மனிதன் அமைத்தவைதானே? அதனால் அவற்றை மீற முடியும். ஓட்டை காண முடியும். என்ன, கொஞ்சம் நிறையவே பொறுமை வேண்டும். எல்லாப் பிரச்னைகளையும் தர்க்கரீதியாக அலசுவதற்கு ஜீனோ என்று ஒரு மெஷின், இனிய இயந்திர மூளை இருக்கிறது. 'ஜீனோ, இங்கே வா!'

நிலா, வீட்டு டெர்மினலை இணைத்து கேள்வி பதில் கேட்டாள்.

விவி திரை, 'ஜீவா வாழ்க' என்று எழுதி 'உன் எண்ணைச் சொல்லு' என்றது. தன் எண்ணை அடித்தாள்.

'நிலா, என்ன கேட்க விரும்புகிறாய்?'

'ரவி என்கிற சதிகாரனைக் கைது செய்துவிட்டார்களா? அப்படியானால் எந்தச் சிறையில் அடைத்து வைத்திருக்கிறார்கள் என்பது தெரிய வேண்டும். ரவி என்பது நேற்று ஜீவாவைக் கொலை செய்ய முயன்று கைதான சதிகாரர்களில் ஒருவன்தான்.'

ஒரு நிமிஷம் பத்து செகண்டு கழித்து, 'மன்னிக்கவும். இந்தத் தகவல் உன் பிரஜா நிலைக்கு ஏற்றதல்ல. தகவல் தருவதற்கில்லை!'

'அந்தப் பிரஜா நிலைக்கு என்ன செய்யவேண்டும்?'

'அந்த நிலைக்கு நீ வருவதற்கு அரசாங்கத்தில் சலுகை வேண்டும். வயது நாற்பதுக்குமேல் இருக்கவேண்டும். மூன்று ஜீவா சேவைப் பத்திரங்கள் இருக்க வேண்டும்.'

'அந்தப் பிரஜைகளின் எண்கள் எப்படி இருக்கும்?'

'சொல்வதற்கில்லை.'

'எத்தனை இலக்கங்கள் இருக்கும்?'

'சொல்வதற்கில்லை.'

'நான் முயற்சி செய்யவா?' என்றது ஜீனோ.

# 14

நிலாவுக்குத் தனியாக இருப்பது ஒருவிதத்தில் பழகிவிட்டது. 'தனி' என்று உண்மையைச் சொல்ல முடியவில்லை. ஜீனோ, இரண்டு மூன்று சகாக்களுக்குச் சமானமாக இருந்தது. அதன் ப்ரோக்ராமில் சொந்தமாகக் கற்றுக்கொள்ளக்கூடிய ஹ்யூரிஸ்டிக்ஸ் ஸாஃப்ட்வேர் ஒன்று புத்திசாலித்தனமாக அமைந்துவிட்டது. ஜீனோ ஒரு கட்டத்துக்குப் பின் ரொம்பவே தினம் தினம் புதுசாகச் செய்ய ஆரம்பித்தது. ரோஜாச் செடிகளுக்குத் தண்ணீர் விட்டுக் கொண்டிருந்தது. அதன் இதழ்களை உதிர்த்து வேடிக்கை பார்த்தது. திடீரென்று 'லோ லோ' என்று வார்த்தையில்லாமல் பாடியது.

'என்ன ஜீனோ?'

'சப்தம் போட்டால் நிறைய ஆட்கள் இருப்பதாக நினைத்துக் கொள் வார்கள்! உன்னைத் தொந்தரவு செய்யக் காவலர்கள் வரமாட்டார்கள்.'

எப்படியாவது தன்னைத் திருப்திப்படுத்த வேண்டும் என்கிற ஆசை ஜீனோவுக்கு இருப்பதை நிலா உணர்ந்தாள். ஒரு இயந்திரத்துக்கு ஆசையாவது! ஆசை என்றால் என்ன என்று தெரிய, அறிய முடியாத ஜன்மத்துக்கு ஆசையாவது? 'ஜீனோ, உனக்குப் பொறுமை இருக் கிறதா?'

'அப்படியென்றால்...'

'டெர்மினலில் ஒரு எண்ணைக் கொடுத்துவிட்டு, ஒவ்வொரு எண்ணாக முயற்சித்துக் கொண்டே வந்தால், அந்தத் தனிப்பட்ட பிரஜா நிலை எண் தென்படாதா?'

'முடியும். ஆனால் அதன் கிரிப்டோவை முறிக்கக் கொஞ்சம் நாளாகும்.'

'எத்தனை நாளாகும்?'

'நானூறு வருஷம். ஒரு எண்ணுக்கு ஒரு மைக்ரோ செகண்டு என்று வைத்தால்கூட அத்தனை சாத்தியக் கூறுகள் உள்ளன. அதற்குப் பதிலாக...'

'பதிலாக...?'

'ரவி இதே கேள்வியை என்னிடம் ஒரு தடவை கேட்டிருக்கிறார். ஒரு தாத்தாவைப் போய்ப் பார்த்தோம்.'

'அவர் எங்கே இருக்கிறார்?'

'பைத்தியக்கார ஆஸ்பத்திரியில்!'

'அது எங்கே இருக்கிறதென்று உனக்கு வழி தெரியுமா?'

'சப்-வே கீழ்ப்பாக்கத்தில் இறங்க வேண்டும். விசாரித்துக் கொண்டு போகலாம்.'

'வா ஜீனோ!'

தரையடி ரயிலில் கூட்டமாக இருந்தது. 'ஜீவாவுக்கு வந்தனம்' என்று குரல் ஒலித்து, மீனம்பாக்கம், கிண்டி என்று ஸ்டேஷன்களை அறிவித்துக்கொண்டு வர, ஒருத்தன் ஜீவாவின் முகத்துக்குத் தாடி வரைந்தான். என்ன தைரியம் என்று மற்ற பேர் வியக்க, கூட்டத்தில் இருந்து ஒருத்தன் பாஸைக் காட்டி தாடி வரைந்தவனைச் சட்டென்று கைது செய்தான். அவன் தடுக்க முயற்சிக்க, காவலன் தன் பைக்குள்ளி ருந்து ஒரு சிறிய டார்ட் ஊசியை எடுத்துக் குத்தக் கலகக்காரன் ஒரு கணத்தில் மயங்கி விழுந்தான்.

'சோடியம் பென்டத்தால்' என்றது ஜீனோ.

கீழ்ப்பாக்கத்தில் முனிசிபல் பாண்டு வாசித்துக்கொண்டிருந்தார்கள். கிழவர்கள் ஆளுக்கொரு ட்ரம்பெட், ஸாக்ஸ் ஊதிக் கொண்டிருந் தார்கள். 'தொம் தொம்' என்று ஒரு டிரம் வேறு.

'இவங்கள்லாம் யாரு ஜீனோ?'

'செத்துப் போறதுக்கு முன்னால் கொஞ்சம் உபயோகமா ஏதாவது செய்யட்டும்ன்னு பாட்டு வாசிக்கக் கத்துக் கொடுத்திருக்காங்க. இதைக்கூட ரவி சொன்னார். எல்லாம் அடுத்த வார கேஸ்.'

'அப்படின்னா?'

'அடுத்த வாரம் எல்லாருக்கும் மரணம்' என்றது ஜீனோ.

'இதெல்லாம் உனக்கு எப்படித் தெரியும் ஜீனோ?'

'ரவிதான்.'

மனம் திருத்தும் நிலையத்தின் வாசலில் இருந்த நர்ஸ் வலுவான தாடை யுடன் கோபமாகப் பார்த்து, 'இது பார்வை நேரமில்லை' என்றாள்.

ஜீனோ, மேலே போர்டைக் காட்டியது. '5 மணி வரை என்று போட்டிருக்கிறதே!'

''ஆம். போட்டிருக்கிறது.'

'இப்போது மணி 4:45:54...'

'நாலே முக்காலுக்கு முடித்து மூடிவிடுவோம்.'

'அதற்கு எந்த விதி இருக்கிறது? வா நிலா. நாம் ஒரு புகார் கொடுப்போம் ஜீவாவுக்கு.'

'இரு இரு நாயே! உள்ளே போ!'

'நாவை அடக்கிப் பேசு. நான் நாய் இல்லை!'

'இயந்திரம்' என்றாள் நிலா. 'அதை நாய் என்று சொன்னால் கோபம் வந்துவிடும்.'

'4789-ன் வர்க்கமூலம் என்ன தெரியுமா?' என்று கேட்டது ஜீனோ,

அந்த தாடைக்காரி விழிக்க, '69.202601' என்றது ஜீனோ!

அவள் ஆச்சரியத்துடன் ஜீனோவுக்குத் தன் பைக்குள்ளிருந்து பிஸ்கட் எடுத்துக் கொடுக்க, 'நாயாம்!' என்று கிண்டலாகச் சொல்லிவிட்டு உள்ளே சென்றது ஜீனோ!

எட்டாவது வார்டில் எட்டாவது படுக்கையில், அவர் பட்டா பட்டி தொப்பி அணிந்து ஏதோ ஷேக்ஸ்பியர் பாத்திரம் போல இருந்தார். இவர்கள் வந்ததைக் கவனிக்கவே இல்லை. 'வணக்கம் ஐயா!' என்றது ஜீனோ.

அம்பத்து ஏழு வயசுதான். நெற்றியில் உழுதாற்போல் கோடுகள்.

'வா, யாரு?' என்றார் மெல்லத் திரும்பி.

'ஜீனோ! ஞாபகம் இருக்கிறதா? சென்ற தடவை ரவியோடு...'

'ஓ, செஸ் நாயா! வா வா... ஒரு ஆட்டம் போடலாம்.'

நிலா, 'ஐயா, அதற்குச் சமயமில்லை. உங்களை ஒன்று கேக்க வந்தோம்.'

'கேளு!' தாத்தாவுக்கு அருகில் இருந்த சிலேட்டில் பூச்சி பூச்சியாகக் கணக்குகள் போடப்பட்டிருந்தன.

'ஜீனோ, ஐன்ஸ்டைன் வாஸ் ராங்! அதைச் சொன்னதாலதான்... இதப் பார், இந்த கால்குலேஷனைப் பாரு!'

'ஐயா, போன தடவை வந்தபோது நீங்கள் ரவிக்கு ஒரு அல்காரிதம் சொல்றதாச் சொல்லியிருந்தீங்களே!'

'ஆமா!' என்று குரலைத் தாழ்த்தி 'இந்த சர்க்கார் கோட் எல்லாத்தையும் அவிழ்த்து விடக்கூடிய சூப்பர் அல்காரிதம் போட்டுட்டேன். போட்டுட்டேன். த பாரு.'

'ஒரு பாலினாமியல் சொல்லுங்க' என்றது ஜீனோ.

'வா நாய்க்குட்டி! வந்து உட்காரு' என்றார். அவரை ப்ரொபஸர் என்று தான் சொல்லத் தோன்றியது. ஆஸ்பத்திரி உடையும் வாராத தலையும் அவருடைய ஆதார புத்திசாலித்தனத்தின் அடையாளங்களைக் கலைக்க வில்லை. அந்த ஆஸ்பத்திரி ஒரு மன மருத்துவ நிலையத்துக்கு, அமைதியாகவே இருந்தது!

'எத்தனை அமைதி!' என்றாள் நிலா.

'எல்லோருக்கும் மயக்க மருந்து கொடுத்து அரைத் தூக்கத்திலேயே வைத்திருக்கிறார்கள்.' ஜீனோ அவர் அருகில் உட்கார்ந்து அவர் ஸ்லேட்டில் எழுதினதைக் கூர்ந்து கவனித்துக் கொண்டிருந்தது. ஸிக்மா ஏ-4 அதாவது... ஏ 4-ங்கறது பாயிண்ட் ஃபோர்லருந்து ஃபோர் செவன் வரைக்கும் ஒவ்வொண்ணா ட்ரை பண்ணிப் பாரு... உங்கிட்ட ராண்ட் ஃபங்ஷன் இருக்கா ஜீனோ?'

'இருக்கு...'

'கோ-ப்ராஸஸர்!'

'இல்லை. ரவி ஆர்டர் கொடுத்திருந்தார்!'

'கோ-ப்ராஸஸர் இல்லைன்னா கால்குலேஷனுக்குக் கொஞ்சம் நேரமாகும். பரவாயில்லை. எப்படியும் ஒரு மணி நேரத்துக்குள்ள உனக்கு ஒரு நம்பர் கிடைக்கவே கிடைச்சிரும்! பெஸ்ட் ஆஃப் லக் ஜீனோ! எப்ப செஸ் ஆட வர்றே?'

'இப்ப என் எஜமானி இவங்க... நிலாதான்!'

'நிலா, இந்தக் குட்டி நாயை அனுப்பேன். இதை செஸ்ல தோக்கடிக் கணும்' என்றார் ப்ரொபஸர்.

'அப்புறம் அனுப்பறேன் சார், சமயம் வரும்போது.'

நிலாவின் கையைக் குலுக்கி, அவளைத் தன்பால் இழுத்துக் கன்னத்தில் முத்தம் கொடுத்து, பின் பக்கத்தைத் தட்டிக் கொடுத்து, 'உங்கிட்ட ஆப்பிள் தோட்ட வாசனை அடிக்கிறது. இளமை! இளமை!' என்று பெருமூச்சு விட்டார்...

'வயசாயிடுத்துங்கற ஒரே காரணத்துக்காக என்னை இங்க கொண்டு வந்திருக்காங்க. இந்த ஜீவாவுக்கு என்ன உரிமை இருக்கு? என்னை மரண பயத்தாலேயே பைத்தியமா ஆக்கிட்டாங்க. மருந்து பயத்திலேயே நான் பேசறதில்லை. பேசினா சண்டை வருது... ஒரு டோஸ் கொடுத்தா ஒரு வாரம் கண்ணைச் சுழற்றது... என்ன ஒரு அநியாயம் பார்த்தியா?'

'தாத்தா! ரொம்பப் பேச்சு' என்று படுக்கைக்குப் பின்னால் இருந்து குரல் ஒலித்தது.

'மானிட்டர் பண்றாங்க! சரி, நீ போயிட்டு வா, ஒரு சௌகரியம், என் கணக்கெல்லாம் அவங்களுக்குப் புரியாது. பெஸ்ட் ஆஃப் லக் ஜீனோ! அடுத்த தடவை வற்றப்ப நான் போயிருவேன்.'

ஜீனோ வாலை ஆட்டியது. 'ப்ரொபசர்! உங்கமாதிரி ஒரு மேதையைச் சந்திக்கிறதில எனக்கு நிசமாகவே சந்தோஷம்... பாருங்க, என் வாலை விஷ்க் விஷ்க்னு ஆட்டி ஒரு குட்டிக்கரணம் போடட்டுமா?'

அவர்கள் மன மருத்துவ நிலையத்தை விட்டு வெளியே வரும்போது வானத்தில் மேகங்கள் சூழ்ந்திருந்தன.

'மழை பெய்யும்போல இருக்கிறது.'

'செயற்கை மழைதானே. எட்டு பதினைந்துக்குத்தான் விதைப்பார்கள். அதற்குள் வீட்டுக்குப் போய்விடலாம்.'

வீட்டுக்கு வந்துமே ஜீனோ டெர்மினல் அருகில் சென்று உட்கார்ந்து கொண்டு, 'ப்ரொபஸரின் கணக்குப்படி எண்களைக் கொடுக்க ஆரம்பித்தது.

'இது என்ன ஜீனோ?'

'மொத்தம் இருக்கும் பில்லியன் பில்லியன் எண்களில், நூறு பிரத்யேக எண்கள். 216 எழுத்துக்களையும் சேர்த்துக் கொண்டால், சாத்தியக் கூறுகள் மிக அதிகம். அவற்றில் சிலவற்றை மட்டும் தேர்ந்தெடுக்க ஒருமுறை பேயர் சொல்லியிருக்கிறார். ரங்கே குட்டா தெரியுமா?'

'தெரியாது.'

'ராலே டிஸ்ட்ரிப்யூஷன் என்கிறார்.'

திரையில் ஒவ்வொரு எண்ணாக அமைத்து அமைத்து பதில் வரக் காத்திருந்தது.

'அனுமதி இல்லை, அனுமதி இல்லை என்றே வருகிறதே!'

'உடனே வந்துவிடுமா? ஒரு மணி நேரமாவது ஆகும் என்று பேராசிரியர் சொல்லியிருக்கிறார்.'

'அனுமதி என்றால்?'

'மத்திய கம்ப்யூட்டரில் பாதுகாக்கப்பட்ட டேட்டாபேஸைப் படிக்க அனுமதி! அதில்தான் ரவியை எங்கே அடைத்திருக்கிறார்கள், சிபி எங்கே போன்ற விவரங்கள் தெரிய வரும். அதாவது...'

'அதாவது அரசாங்க ரகசியங்களை எட்டிப் பார்க்கப் போகிறோம்.'

'ஆம்.'

'இது குற்றமில்லையா?'

'ஆம்.'

'இதற்குத் தண்டனை என்ன?'

'மரணம்!'

'ஜீனோ, நாம் இம்மாதிரி நெட்வொர்க்கில் தகவல் கேட்பதை யாரும் கண்டுபிடித்து விட்டால்?'

'தண்டனைதான்... இருந்தும் சாத்தியக் கூறுகள் கம்மி. ஒரு மணி நேரத்தில் கிடைத்துவிட்டால் போதும்.'

ஜீனோவுக்கு அந்த எண் நாற்பதாவது நிமிஷத்தில் கிடைத்துவிட்டது.

'ப்ரொபஸரின் கணக்கு சரியே. ஃபார்முலா வேலை செய்கிறது. நிலா, இனி கேள்... இனி உன் ராஜ்யம்தான். டில்லி டேட்டாபேஸின் மையத்தையே பிடித்தாகிவிட்டது. இந்த எண்ணைக் குறித்துக்கொள்ள வேண்டும்.'

'நல்வரவு பிரத்யேகப் பிரஜையே, ஜீவாவின் தனிப்பட்ட சலுகைக் காரரே, என்ன வேண்டும்?'

'தகவல்.'

'கேளுங்கள், உங்களுக்கில்லாத தகவலா?'

நிலாவின் கைவிரல்கள் நடுங்கின. 'ஜீனோ, சட்டத்தை மீறலாமா?'

'அது உன் தீர்மானம். என் வேலை நம்பர் வாங்கிக் கொடுப்பது.'

நிலா கையைத் துடைத்துக்கொண்டு விரல்களைப் பதித்து 'சிபி எங்கே?' என்றாள்.

'எண்?'

சிபியின் எண்ணைச் சொன்னதும் 'கொஞ்ச நேரம் காத்திரு' என்றது டில்லி.

# 15

நிலா, தன் நரம்புகளுக்குள் சின்னச் சின்ன மின்சாரத் துகள்கள் செலுத்தப்படுவதுபோல உணர்ந்தாள். திருட்டுத்தனமாக அரசாங்க ரகசியத்தின் வாசல் திறக்கப்பட்டுவிட்டது. திரை அவளுக்குக் கொஞ்ச நேரம் 'காத்திரு' என்று சொன்னதுடன், ஒரு பச்சை சதுரம் கண் சிமிட்டிக்கொண்டிருக்க திடீரென்று உயிர் பெற்றது.

'சிபி பங்களூர் சிறைச்சாலையில் 124-ம் எண் அறையில் இருக்கிறார்' என்றது.

'என்ன குற்றத்துக்காக?' என்று கேட்டாள்.

'தேசத் துரோகம்!'

தேசத் துரோகமா?' ராத்திரி ரவியைப் பற்றி விசாரிக்க கம்ப்யூட்டர் ஆபீசுக்குச் சென்றவர் எப்படி, என்ன தேசத் துரோகம் பண்ணமுடியும்! திரையைத் திரும்ப நோக்கும்போது தானாகவே டைம் அவுட் ஆகி ஜீவாவின் பொன் மொழிகளை லோக்கல் கேந்திரத்திலிருந்து காட்டியது.

'ஜீனோ, எனக்குப் புரியவில்லை.'

'நிலா, நீ கேட்ட தகவல் கிடைத்ததே... அதுவே பெரிது.'

'பங்களூர் போக எத்தனை நேரமாகும்?'

'வேக ரயிலில் போனால் அரை மணி, டிக்கெட்டுக்குச் சொல்லவா? பிருந்தாவனில் நாய்களை அனுமதிக்கிறார்கள். நான் நாயில்லை. இருந்தாலும் பெரும்பாலான பாமரர்கள் என்னை நாய் என்றுதானே சொல்கிறார்கள்.'

'அந்தச் சிறைக்குள் நுழைய முடியுமா... அனுமதி கிடைக்குமா?'

'இனிமேல் உயர் பிரஜைக்குரிய எண் கிடைத்துவிட்டதே! எல்லா சலுகைகளும் கிடைக்கும். ரவி இதற்குத்தான் அலைந்து கொண்டிருந்தார்.'

'ரவி இப்போது எங்கிருப்பார்?'

'தப்பித்துச் சென்றவர் இன்னும் அகப்பட்டதாகத் தகவல் இல்லை. நியூஸ் பார்க்கலாம்!' என்று திரையில் செய்தித்தாளின் முதல் அட்டவணைப் பக்கத்தைப் பார்த்துத் தேர்ந்தெடுத்த போது, 'சதிகாரன் இன்னும் வெளியே! காவல்துறை கண்டுபிடிக்க தீவிர முயற்சி! ஜீவாவின் கெடு! இன்னும் அகப்படவில்லை!'

'ஜீனோ, நாளைக்கு நாம் இருவரும் பிருந்தாவனில் பங்களூர் போகிறோம்!'

ஜீனோ தன் புத்தகங்கள் ஒன்றிரண்டைக் கவ்விக்கொண்டு உள்ளே போனது. 'எத்தனை நாள் தங்குவோம்?'

'தெரியவில்லை. ஒன்றிரண்டு நாட்களாவது இருக்கவேண்டி வரும்.'

'உனக்குத் தேவையான உடைகள், எனக்குத் தேவையான புத்தகங்கள்.... ராத்திரி என்ன சாப்பாடு தயாரிக்க வேண்டும்?'

'ஜீனோ, இங்கே வா!'

அருகில் வந்த ஜீனோவின் தேன் கலர் ரோமங்களைத் தடவிக் கொடுத்தாள்.

'எல்லாம் சிந்தெடிக் ரோமம். பிவிசியின் ஒரு வகை! அதிகம் தடவிக் கொடுக்காதே... என் மாடலில் முடி உதிர்கிறது!'

'ஜீனோ, ஒரு நாளில்லை ஒருநாள், நீ மனிதனாகி விடுவாய் அல்லது மனிதத் தன்மை பெற்று விடுவாய்.'

'சாத்தியமே இல்லை.'

'ஏன்?'

'மனிதர்கள் எழுநூறு மில்லியன் வருஷ உன்னதங்கள். நாங்கள் முந்நூறு வருஷம்! உங்கள் மூளையின் கனெக்ஷனே இன்னும் தெரியாது என்று புத்தகத்தில் படித்தேன்.'

'மேலும் மனிதனாக உனக்கு விருப்பம் இருக்காது என்று தோன்றுகிறது.'

'அப்படியில்லை... விருப்பு, வெறுப்பு ஏதும் கிடையாது எனக்கு. நான் ஒரு அடிமை! முதலில் என்னை ரவி வாங்கினார். சிறைக்குப்

போகும்போது சொன்னார், 'இனி நீ நிலாவின் சொத்து' என்று. இப்போது நீ சொல்வதைக் கேட்கிறேன். நாளை பிருந்தாவனா... புக் பண்ணி விடட்டுமா?'

'தங்க மின்னல்' என்கிற சூப்பர் பிருந்தாவனின் கதவுகள் மெலிதாகத் திறக்க, ஆறு ஆறுக்கு சென்ட்ரல் மானோ ரயில் நிலையத்தில் கிளம்பியது. அதன் காந்த அமைப்பில் லேசான பெருமூச்சுபோலக் கிளம்பி பிளாட்பாரத்தை விலகுவதற்குள் 150 கிமீ வேகம் பிடித்தது. ஜீனோவை எதிரில் இருந்த பெண் குழந்தை 'நாநா' என்றது. கூட இருந்த ஒரு நர்ஸ் அதட்டினாள்.

'நாயி...நாயி'. அந்தப் பெண் கொடுத்த பிஸ்கட்டை வாங்கி ஜீனோ ஜன்னலுக்கு வெளியே எறிந்தது.

'ஏம்மா, இந்த நாய் எங்க வாங்கினீங்க?' என்றாள் தாதி.

'இது என்னுதில்லைங்க. என் வீட்டுக்கு ஒருத்தர் வந்திருந்தார். அவர் கொடுத்தது.'

'பேசர நாய்னு கேள்விப்பட்டிருக்கேன்.'

'ரொம்பச் செலவாகும்' என்றது ஜீனோ.

'டாலிக்கு ஜீவாவின் பிறந்த நாளின்போது வாங்கிக் கொடுக்கலாம் என்று இருக்கிறேன். விலை குறையாது?' என்று கேட்டாள் தாதி.

குழந்தை டாலி, ஜீனோவின் கண்ணைக் குத்தியது.

'இந்தப் பெண் என்னை ரொம்பத் தொந்தரவு செய்கிறது. அடுத்த முறை கடித்துவிடுவேன் என்று சொல்லுங்கள்.'

'டாலி, இப்படியெல்லாம் செய்யாதம்மா... டாலி பங்களூருக்குப் படிக்கச் செல்கிறாள்.'

ஜீனோ ஜன்னலோரம் போய், 'தமிழர் திருமணங்கள்' என்கிற புத்தகத்தை எடுத்து வைத்துக்கொண்டது. ரயில் ஒரு விதமான குழாய் போல இருந்தது. சின்தஸைஸர் சங்கீதம் பரவ, நிலா மார்பில் பெல்ட் அணிந்துகொள்ள ஜீனோ, 'வேண்டாம், என்னுள் ஜைரோ இருக்கிறது' என்றது.

'பங்களூரில் எங்கே தங்குவது என்பதைப் பற்றி யோசிக்கவே இல்லையே' என்றாள் நிலா.

'ஏற்பாடு செய்துவிட்டேன்.'

'எங்கே தங்குகிறோம்?'

'வேறு எங்கே? ஓட்டல் ஜீவா 47! ஓட்டல் தொழிலை அரசாங்கம் எடுத்துக் கொண்டு எத்தனை வருஷம் ஆகிறது!'

'நான் சிபி இல்லாமல் தனியாக வருவது இதுதான் முதல் தடவை.'

'சிபியைப் பார்க்கத்தான் போகிறோம்.'

பங்களூர் மெஜஸ்டிக் ரயில் நிலையத்தில் வந்து இறங்கியபோது மணி காலை 6.36. லேசாகப் பனிப்படலம் மூடியிருக்க, அதனூடே தானாக அணைய மறந்த சோடியம் வெளிச்சம்... 'ஓட்டல் ஜீவா'வின் ஐம்பது மாடிக் கட்டடம் கத்திக்குத்து போல் நின்றது. வாசலில் இருந்த டெர்மினலின் பிளாஸ்மா டிஸ்ப்ளே, 'நிலா நல்வரவு' என்று சொல்லி, 'ரூம் நம்பர் 13223' என்றது.

பன்னிரண்டாவது மாடியின் 23-வது அறையிலிருந்து பங்களூர், பிளாஸ்டிக் நகரம் போலத் தெரிந்தது. அஸ்ட்ரோடோம் ஒரு ராட்சசப் பறவையின் கூடுபோலத் தெரிய, இழுத்துக் கட்டிய கான்கிரீட் வார்களின் அருகில் அபரிமிதமாகப் புல் சரிந்தது. குப்பல் குப்பல்களாக உபநகரங்கள். 'சண்டைக்குப் பிறகு பங்களூரை அழகாகவே புதுப்பித்திருக்கிறார்கள்' 'என்றாள் நிலா.

'அழகு என்றால் என்ன என்று தெரிகிறவரைக்கும், என்னால் உன்னுடன் ஒத்துப்போவது முடியாது.'

'நீ விட்டு விட்டுப் பேசும்முறை... இது அழகு ஜீனோ!'

'புரியவில்லை! நீ குளித்துவிட்டுச் சாப்பிட்டுவிடு, கிளம்பலாம். நான் வெயில் வந்ததும் கொஞ்ச நேரம் வெயிலில் காய்கிறேன். இங்கே பங்களூரில் என்னைத் தயார் செய்த கம்பெனி இருக்கிறது. உன் வேலை முடிந்ததும் ஒரு நடை போய் வரலாமா?'

'தாராளமாக.'

பாத்ரூம் டவலில் ஜீவாவின் முகம் எம்ப்ராய்டரி பண்ணியிருந்தது. ஓட்டல் அறை செவ்வனே இருந்தது. கை நீட்டிய இடங்களில் எல்லாம் தேவைப்பட்டது கிடைத்தது. கதவுகளுக்குப் பூட்டுதான் இல்லை. மத்திய சிறைச்சாலை பார்வையாளர் நேரம் ஒன்பதிலிருந்து பத்தரை மணி வரை என்று தகவல் தெரிந்ததும் அவள் சட்டப்புட்டென்று காலை உணவை முடித்துக்கொண்டு ஜீனோவுடன் கிளம்பினாள். அதற்கு காலரில் ஒரு பட்டை போட்டுக்கொண்டாள்.

ஜீனோ அதை எதிர்த்தது: 'என்னால் நடப்பது கஷ்டமாக இருக்கிறது.'

'இல்லை ஜீனோ... காலரில் பட்டை இல்லாமல் அழைத்துச் சென்றால் தெரு நாய் என்று பிடித்துச் சென்று விடுவார்கள். பங்களூரில் சட்டமாம் இது!'

இருவரும் மத்திய சிறைச்சாலையை அடைந்தபோது அதை சிறைச் சாலை என்று சொல்வது கஷ்டமாக இருந்தது. ஏறக்குறைய 'ஒட்டல் ஜீவா'வின் முகப்பு போலத்தான் இருந்தது. ஆனால், கண்ணாடிக் கதவு மூடியிருந்தது. யாருமே இல்லை. உள்ளே சற்று இருட்டாக இருந்தது. கண்ணாடியில் முகம் பதித்துப் பார்க்கும்போது, மேலேயிருந்து ஒரு கேமரா கண்ணில் அகப்பட்டு, 'யாரது?' என்று ஒரு குரல் கேட்டது.

'என் பெயர் நிலா... இங்கிருக்கும் ஒரு கைதியைப் பார்க்க வந்திருக் கிறேன்.'

ஜீனோ அந்தக் கண்ணாடியைச் சுரண்டிப் பார்த்தது.

'அனுமதிப் பத்திர எண் சொல்லு.'

'நிலா ஜீனோவைப் பார்க்க,

'உரிமைப் பிரஜை என்று சொல்' என்றது ஜீனோ.

'உரிமைப் பிரஜை.'

'எண்?'

'எண்ணைச் சொல்வதற்கில்லை. மற்ற பேர் பார்க்கக் கேட்கக்கூடாது' என்றது ஜீனோ. சற்று நேர மௌனத்துக்குப் பிறகு அந்தக் கதவின் ஒரு பகுதி மட்டும் சுளைபோலத் திறந்து கொள்ள, திறந்த பகுதியில் ஒரு சிறிய விசைப்பலகை தென்பட்டது. நிலா 'என்ன செய்வது' என்றாள்.

ஜீனோ தன் காலர் பட்டையில் செருகியிருந்த காகிதத்தை எடுத்து, 'இதை அதில் ஒத்து' என்றது. நிலா அவ்வாறே செய்ய, படக்கென்று அத்தனை கதவுகளும் யாரோ உதைத்த மாதிரி திறந்துகொள்ள, 'மன்னிக்கவும், உங்களுக்கு இல்லாத அனுமதியா' என்று ஒரு குரல். 'யாரைப் பார்க்கவேண்டும்?'

'சிபி. அறை எண்...'

'நேராக நடந்து இடதுபுறம் திரும்பி முதல் திருப்பத்தில் வலதுபுறம் திரும்புங்கள். உங்களுக்குப் பத்து நிமிடம் ஒதுக்கப்பட்டிருக்கிறது. எச்சரிக்கைகள் ஒலிக்காது. நல்வரவு! வாழ்க ஜீவா!'

யார் குரல்... எங்கிருந்து குரல்... மெஷின் குரலா, மனிதக் குரலா எதுவும் சொல்ல முடியவில்லை. ஆனால், காவலே இல்லாத சிறை!

எலெக்ட்ரானிக் காவல். அங்கங்கே கேமரா கண்கள், யார், யாரை எங்கிருந்து பார்த்துக்கொண்டிருக்கிறார்கள்? யாரோ பார்த்துக் கொண்டிருக்கலாம். இந்நேரம் அவள் முகம் அலசப்படுவதற்கு டில்லிக்குப் போயிருக்கலாம். பத்து நிமிஷம்! அதற்குள் சிபியைப் பார்க்கவேண்டும். நிலா வேகமாக நடக்க, 'அத்தனை வேகம் என்னால் நடக்க முடியாது' என்றது ஜீனோ.

'பத்து நிமிஷம்தான் இருக்கிறது.'

'பத்து நிமிஷம் என்பது 600 விநாடி. எத்தனையோ செய்யலாம்.'

'ஜீனோ, எனக்கு அச்சமாக இருக்கிறது. யாருமே இல்லாவிட்டாலும் எல்லாரும் பார்த்துக்கொண்டிருப்பது போலத் தோன்றுகிறது.'

அந்த இருண்ட காரிடாரில் நடக்கும்போது காலடிகள் எதிரொலித்தன. துல்லியமான சிறைச்சாலை. உயர்தர ஆஸ்பத்திரி போல மார்பளவு வெள்ளைச் சில்லுகள் பதித்து பச்சைக் கோடு போட்டு அங்கங்கே ஜீவாவின் சிரிப்பு முகம். வாசகங்கள். சில இடங்களில் திருக்குறள்.

அந்த அறைக்கு வந்தபோது காலியாக இருந்தது. 'சிபி, சிபி!' என்று கூப்பிட்டுப் பார்த்தாள். அறை சுத்தமாகத்தான் இருந்தது. கம்பிகளோ, கதவுகளோ இல்லாதது ஆச்சரியமாக இருந்தது. காற்றோட்ட வசதியாக ஒரு படுக்கை. எல்லாமே இருந்தது. சிபிதான்! ஓ! அதோ, ஓரத்தில் படுத்திருக்கிறானே!'

'சிபி! சிபி!'

அந்தப் பக்கம் திரும்பியிருந்தவன் மெல்ல இவர்களை நோக்கித் திரும்பி, கண்களை நம்ப முடியாமல் நம்பிக்கையில்லாமல் இவர் களைப் பார்த்தான். 'இது என்ன கனவு! என் மனைவி எப்படி இங்கு வர முடியும்? இந்த நாயை எங்கோ பார்த்திருக்கிறேனே! கனவே கலையாதே. அப்படியே இரு! என் மனைவிதான் அவள்! கனவே தயவு செய்து கலையாதே. ஜீவாவின் சாகசங்களில் இதுவும் ஒன்றா? என் மனைவி எதற்கு அழுகிறாள்?

நிலா கண்களில் மாலை மாலையாகக் கண்ணீருடன் சிபியை நோக்கி ஓடியபோது, அது தாக்கியது.

# 16

என்ன தாக்கியது என்று பார்வைக்குத் தெரியவில்லை. புலப்படாத சக்தி போலத் தோன்றியது. ஆனால், நிலாவுக்கு உடல் முழுவதும் உலுக்கிவிட்டாற்போல நிலை. சற்று நேரத்துக்கு என்ன நடந்தது, எங்கே இருக்கிறோம் என்பது தெரியாமல் வெட்டவெளியாய் இருந்து விட்டு மெல்ல உணர்வு திரும்பியது.

'என்ன ஆச்சு ஜீனோ?'

'ரொம்பக் காட்டமான கதிர்கள் பரவியிருக்கின்றன, கைதியைச் சுற்றி... அவைதான் கம்பிகள், கதவு எல்லாம்.'

எதிரே கைக்கெட்டும் தூரத்திலிருந்து சிபியைப் பார்த்து நிலா பரிதவித்தாள். 'சிபி, சிபி! இவ்வளவு கிட்டத்தில் வந்துவிட்டேன்!'

'இவ்வளவு தூரத்தில் இருக்கிறாய் நிலா! இங்கு எப்படி வந்தாய் என்றே ஆச்சரியமாக இருக்கிறது.'

'நீங்கள் மானிட்டருக்கு நேர் எதிரே இருக்கிறீர்கள். நிலா கொஞ்சம் தள்ளி நிற்பது நல்லது.'

நிலா சற்றுத் தள்ளி நின்று பேசினாள். இயல்பாகக் குரலைத் தாழ்த்திக் கொண்டாள்.

'சிபி, சிபி! உன்னை எதற்காக இங்கே கொண்டு வைத்திருக்கிறார்கள்?'

'நிலா, நான் அதைச் சொல்வதற்கில்லை.'

'ஏன்?'

'சொன்னால் உயிரிழப்பேன் என்று எச்சரித்திருக்கிறார்கள்!'

'உன்னை எப்போது வெளியே அனுப்புவார்கள்?'

'தெரியாது நிலா. வெளியே விடுவார்களா என்பது சந்தேகம். அப்பா! என்ன சந்தோஷம் உன்னைப் பார்த்ததில்! எனக்கு நீதி கிடைத்தாற்போல் இருக்கிறது. எப்படி வந்தாய்?'

'ஏதோ - ஜீனோவின் உதவிதான்.'

'அந்த ரவி என்பவன் எங்கே?'

'ஜீவாவைக் கொல்ல முயற்சித்ததாகக் கைது செய்யப்பட்டு சிறைக்குப் போகும்போது தப்பித்துவிட்டான் சாகசக்காரன்.'

'அவனுடன் சகவாசம் வைத்துக் கொள்ளாதே நிலா. உனக்கு ஆபத்து வரும். இந்த அரசாங்கத்துடன் எந்தத் தொடர்பும் இல்லாமல் இருப்பதே இந்த நாட்களில் உத்தமம். செய்வது எல்லாம் தப்பாக இருக்கிறது!'

'என்ன தப்பு செய்தாய் சிபி?'

'சொல்லமாட்டேன்.'

'இன்னும் ஐந்து நிமிஷம்தான் இருக்கிறது' என்றது ஜீனோ.

'ஜீனோ, இந்தச் சிறையில் கண்ணுக்குத் தெரியாத இடைவெளி ஏதும் இருக்கிறதா?'

'எதற்கு?'

'சிபியைத் தொட்டுப் பார்க்கவேண்டும்!'

'வேண்டாம் நிலா. உன்னைப் பார்த்ததே எனக்குச் சந்தோஷம். தினம் வருகிறாயா?'

'தினம் வருவது கஷ்டம் என்று நினைக்கிறேன்' என்றது ஜீனோ.

'வாரம் ஒருமுறை?'

'பார்க்கலாம், நாம் கண்டுபிடிக்கப்படாமல் இருக்கிறவரை.'

'அப்படியென்றால்?'

'நிலா, நேரமாகிறது' என்றது ஜீனோ.

'சிபி, உனக்குச் சாப்பிடக் கொடுக்கிறார்களா?'

'அதெல்லாம் வேளாவேளைக்கு மூக்கருகே வந்துவிடுகிறது. இந்தச் சிறையில் எல்லாமே தானியங்கிதான். ஒரு மாணுடன் இல்லை.'

சிபியை விட்டுப் பிரியும்போது நிலாவுக்குக் கண்ணில் நீர் வந்தது. புஜங்களை ஒரு எல்லைக்கு மேல் அசைக்க முடியாமல் சிற்சில சதுர அடிகளில் நாட்கணக்காக அடைபட்டிருக்கும் கொடுமை. அதைவிடச் சுவர்களற்ற சிறை! ஒவ்வொரு முறையும் மீற முயற்சித்தாலும் மயங்க வைக்கிற சக்திசூழ் சிறை.

வெளியே வரும்போது, 'ஜீனோ, இந்தச் சிறையிலிருந்து ஒருவர் தப்பிக்கவேண்டுமெனில் என்ன செய்யவேண்டும்?' என்று கேட்டாள் நிலா.

'என்னிடம் பதில் இல்லை. தப்ப முடியாது என எண்ணுகிறேன்.'

'சரி, என்ன குற்றம் என்றாவது கண்டுபிடிக்க முடியுமா?'

'உன் பிரஜா உரிமைச் சலுகையால் அது முடியும் என நினைக்கிறேன். வீட்டுக்குப் போய் முயற்சி செய்து பார்க்கலாம்.'

'அடிக்கடி சிபியைப் பார்த்துக்கொண்டிருக்கவாவது முடியுமா?'

'முடியும். தொட்டுக்கொள்ள முயற்சி செய்யக்கூடாது. என்னை ஒரு நடை அஜாக்ஸ் கம்பெனிக்கு அழைத்துச் சென்றால் பரவாயில்லை.'

'ஓ! மறந்துவிட்டேனே ஜீனோ! நீ செய்யும் உதவிக்கு நான் இதுகூடச் செய்யவில்லையெனில்...'

'ஸ்கானர் போயிருக்கிறது. கொஞ்ச நேரம் வேலை. அப்படியே பழைய சகாக்களையும் பார்த்த மாதிரி இருக்கும்.'

சாந்தி நகரில் அஜாக்ஸ் கம்பெனி இருந்தது. ரிப்பேருக்கு என்று சொன்னதும், இதுபக்கம் ஒரு டெர்மினலில் குறிப்புகளைக் கேட்டார்கள். கண்ணாடிக்குப் பின்னால் எம்.எம்.எஸ். இயக்கம் தெரிந்தது. மேல் சுவரில் மின் எழுத்துக்களில் அன்றைய செகண்டு வரை என்ன உற்பத்தி என்று எழுதிக் காட்டியிருந்தார்கள். எழுத்துக்கள் மாறிக்கொண்டே வந்தன. இன்றைய உற்பத்தி ஜீவாவுக்கு வந்தனத்துடன் 1846 மாடல் பி-க்கள், ஒரு வகை அசெம்பிளி ரப்பர் வரிசையில் ஜீனோவைப் போல நூறு இயந்திர நாய்கள் உற்பத்தியாகிக்கொண் டிருந்தன. ஒரு கட்டத்தைக் கடந்தும் 'வவ் வவ்...' என்றன மாறாமல்.

'ஜீனோ, இதெல்லாம் உன்னைப் போலவேதானா?'

'தோற்றம்தான். ஆனால், பயிற்சியில் என்னைப் போல இல்லை. ரவிதான் எனக்கு இருக்கிற விதிகளை வைத்துக்கொண்டு அதிக அறிவு பெறுவது பற்றிக் கற்றுக்கொடுத்தான். அதிகம் படிப்பது, எல்.சி.டியின் வாழ்நாளை அதிகமாக்குவது... இது போல.'

ஏறக்குறைய அந்த வட்டாரத்திலேயே முதல் மனுஷிபோல இருந்த ஒருத்தி வந்து, 'என்ன வேண்டும்?' என்றாள்.

'இந்த இயந்திரத்தை ரிப்பேர் செய்யவேண்டும்.'

'ஸ்கானர் பழுதாகி விட்டது' என்றது ஜீனோ.

'உனக்கு எப்படி தெரியும்? உனக்கு உன் பழுதைக் கண்டுபிடிக்கப் பயிற்சி கிடையாதே. நீ என்ன மாடல்?'

'ஏ-3.'

'ஏ-3 நாய்களுக்கு இந்த வசதி கிடையாதே! உனக்கு யார் கற்றுக் கொடுத்தார்கள்?'

நிலாவைப் பார்த்து அந்தப் பெண், 'நாய்க்கு தேவைக்கு அதிகமாகக் கற்றுக் கொடுப்பது அரச குற்றம் அம்மா' என்றாள்.

'நிலா ஒரு உரிமைப் பிரஜை!'

உடனே அவள் முகம் மலர்ந்தது.

'அப்படியா! அதை முதல்ல சொல்லியிருக்க வேண்டாமோ? வாருங்கள் நிலா! உட்காருங்கள். ஏய், யாரங்கே? ஒரு நாற்காலி கொண்டு வந்து போடு.'

ஒரு இயந்திர நாய் முன்னங் கால்களால் ஒரு நாற்காலியைக் கொண்டு வந்து வைத்துவிட்டு ஜீனோவைப் பார்த்துவிட்டுச் சென்றது.

அந்தப் பெண்மணி உள்ளே செல்ல, சற்று நேரத்தில் அவர்களுக்கு ஸஜா பானம் அளிக்கப்பட்டது. கொஞ்ச நேரத்தில் ஒரு சிறிய முத்துப் போன்ற பொருளைக் கொண்டுவந்து ஜீனோவை அந்தப் பெண் பிடித்து, 'அசக்காதே' என்று சொல்லிவிட்டு இடது கண்ணைத் திருகி அதிலிருந்து பழுதுபட்ட முத்தை எடுத்து விட்டு மற்றொரு முத்தைப் பொருத்தி, 'எப்படி இருக்கிறது?' என்றாள்.

'இன்னும் தீட்டவேண்டும். குழப்பமாகத் தெரிகிறது.'

'இப்போது?'

'பரவாயில்லை.'

'இப்போது?'

'இதுவே சரி.'

'எத்தனை பணம் கொடுக்க வேண்டும்?' என்றாள் நிலா.

'உங்களுக்குப் பணமா? உங்கள் உரிமை எண்ணைக் கொடுத்தால் போதும். டில்லிக்குப் பட்டியல் அனுப்பவேண்டும்.'

நிலா, ஜீனோவைப் பார்க்க, 'உரிமை எண்ணை உங்களிடம் சொல்ல எனக்கு அனுமதி இல்லை. ஆனால், டெர்மினல் கொடுத்தால் நேராக டில்லியுடன் தொடர்பு கொண்டு...'

'நீங்கள் ஜீவாவைப் பார்த்திருக்கிறீர்களா? பேசியிருக்கிறீர்களா?'

'ஆம், அவர் மிகவும் நல்லவர்.'

'மற்றொரு நாய் வேண்டுமா? புது மாடல்?'

'இல்லை, ஒன்று போதும்' என்றது ஜீனோ. 'இப்போது உலகமே பளிச் சென்று இருக்கிறது. ரவியிடம் சொல்லிச் சொல்லி அழுத்துவிட்டது.'

அவர்கள் இருவரும் அஜாக்ஸை விட்டு வெளியே வந்தபோது ஜீனோ சற்று உற்சாகமாகவே இருந்தது. கண் சரியாகிவிட்ட சந்தோஷம். இவர்கள் இருவரும் ஓட்டலின் முன் பகுதியில் இருந்த உள் நீச்சல் குளத்தருகில் விளக்குகள் நடனமிடுவதைப் பார்த்தார்கள். விதவிதமான மீன்கள்.

'இந்த மீன்களையும் அஜாக்ஸில்தான் செய்கிறார்கள். ஒரு நாளைக்கு சுமார் ஆயிரம் தங்க மீன்கள், ரொம்ப எளிய செயல்பாடு. அதிகம் புத்தி கிடையாது. மோதிக்கொள்ளாமல் நீந்த வேண்டும். அவ்வளவே! சுகவாசம்!'

'இருப்பதிலேயே புத்திசாலியான இயந்திரம் எது?'

'அஜாக்ஸ் சூப்பர் என்று ஒரு ரோபாட் இருக்கிறது. வருஷத்துக்கு ஒரு மாடல்தான். தனியாக ஆர்டர் கொடுத்துச் செய்ய வேண்டும்... அனுமதியே நாற்பதுதான்!'

'சிபியை எப்படி விடுவிப்பது ஜீனோ?'

'காலடியில் ஒரே ஒரு சின்ன இடைவெளி இருக்கிறது. அதன் மூலம் சிபியால் நழுவி வரமுடியுமா?'

'முடியாது போலத்தான் தோன்றுகிறது. வேறு மார்க்கம் ஏதாவது உண்டா?'

'அந்தக் கதிர்களுக்கு உண்டான மின்சக்தியைத் தடுத்து விட்டால் முடியும்.'

'இணைப்பு எங்கே இருக்கும்?'

'கேட்டுப் பார்க்கலாம். உன் சலுகைதான் இருக்கிறதே.'

'எத்தனை நாள்?'

'இன்னும் ஒரு நாளில் பிடிபட்டு விடுவோம். வேறு எண் உபயோகிக்க வேண்டும் அல்லது அதற்கு மறுபடி ப்ரொபஸரின் கணக்கைப் போட வேண்டும்.'

'சிபியை விடுவிக்கும்வரை பயன்படுத்தலாம் ஜீனோ.'

'வீட்டுக்குப் போய் யோசிக்கலாம்.'

பாலத்தின் மேலிருந்து இறங்கும்போது அரசாங்கக் கட்டடம் எட்டாம் எண்ணின் முடிவில் செய்தி எழுத்துக்கள் விரைந்தன. 'ரவி பிடிபட்டான்!'

'ஐயோ! ரவி பிடிபட்டுவிட்டானாமே ஜீனோ!'

'அப்படியா! அவரையும் விடுவிக்கப் பார்க்கலாம்! இப்போதுதான் சலுகை இருக்கிறதே.'

'ஜீனோ, எனக்குப் பயமாக இருக்கிறது.'

'எனக்குப் பயமாக இல்லை. என்ன செய்வார்கள்? லேசரால் சுடுவார்கள். உயிர் இருந்தால்தானே செத்துப் போகமுடியும்.'

சாயங்காலம் சலுகை எண்ணைக் கொடுத்து கம்ப்யூட்டரிடம் கேட்டதில் ரவியை பங்களருக்குத்தான் கொண்டுவருகிறார்கள் என்பது தெரிந்தது.

# 17

ஜீனோ, தன் நகத்தை ஜன்னல் வெளிச்சத்தில் நீட்டி, சோலார் பேனல்களைச் சூடாக்கிக்கொண்டு சொன்னது: 'நிலா, உனக்கு சட்டத்தை மீறவேண்டும் என்றால் சிறைச்சாலையின் உள்ளே நுழைந்து சக்திக் கதிர்களை நிறுத்த முயற்சித்துப் பார்க்கலாம்.'

'அகப்பட்டுக் கொண்டால்?'

'அதே சிறைச்சாலையில் அடைபடலாம்! சிபி, ரவி போல மூன்றாவதாக நிலா. என்னை அடைப்பார்களா என்று சந்தேகம். அழித்து விடுவார்கள்!'

'ஜீனோ, நான் உன்னை இழக்க விரும்பவில்லை.'

'சரி!'

அதே சமயம் சிபி, ரவியைக் காப்பாற்றவும் இஷ்டம்.'

'முரண்பாடு.'

'ஏதாவது தீர்மானமாகச் சொல்லேன்.'

'தீர்மானம் என்பது நீ எடுக்கவேண்டியது. அதைச் செயல்படுத்துவது தான் என் வேலை.'

'சரி, மாட்டிக் கொள்ளும் சாத்தியக்கூறு என்னவென்று சொல்ல முடியுமா?'

'அதற்கு உரிய தகவல் என்னிடம் இல்லை.'

'இன்னும் எத்தனை நாள் இந்த உயர் பிரஜை வாழ்வு?'

'மற்றொரு எண்ணுக்கு மாற்றிக்கொள்வது நல்லது என்று தோன்றுகிறது. பழைய நம்பரை இனியும் உபயோகித்தால் - டில்லியிலிருந்து

எச்சரிக்கை இது நேரம் வந்திருக்கும். எல்லா கேந்திரத்திலும் நம் நம்பருக்காகக் காத்திருந்து...'

'இயந்திரக் கோழி பிடிப்பது போலப் பிடித்து அமுக்கி விடுவார்கள்... இல்லையா?'

'அமுக்கலாம். சாத்தியம்தான்.'

'சிபி, ரவி இருவரும் சிறையில் இருக்கும்போது எனக்கு மட்டும் என்ன வெளிவாழ்வு! வா ஜீனோ!' என்று சட்சட்டெனத் தீர்மானித்தாள்.

ஜீனோவும் நிலாவும் மறுபடி டெர்மினலில் உட்கார்ந்துகொண்டு ப்ரொபஸரின் கணக்குப்படி பாலினாமியல் அமைத்து, மற்றொரு உரிமைப் பிரஜையின் எண்ணைக் கண்டுபிடித்தார்கள். இப்போது ஒரு மணிக்குமேல் ஆகிவிட்டது. 'இந்த எண் சற்றுக் காலம் தாங்கும்.' மறுபடி சிறைச்சாலைக்குச் சென்று வாசலில் எண்ணைக் கொடுத்த உடன் கதவு திறந்துகொண்டது. முன் போலச் செல்லாமல், சுவர் ஓரமாக நடந்து சிறைச்சாலையின் எஞ்சின் ரூமுக்குள் சென்றார்கள். அங்கே ஒரு ரோபாட் இவர்களுக்கு முதுகு காட்டிக்கொண்டு நின்று கொண்டிருந்தது.

'2-ஏ மாடல். இன்ஃப்ரா ரெட் சென்ஸார்தான்! முதலில் அதனருகில் சென்று நெற்றியில் இருக்கும் கண்ணைப் பிடுங்கி விடு, செயல் இழந்துவிடும்.'

'என்ன ஜீனோ, என்னால் இதைச் செய்ய முடியுமா?'

'என்னால் ஐடியாதான் கொடுக்கமுடியும். கண்ணையெல்லாம் நோண்ட என்னிடம் பேட்டரி சக்தி இல்லை.'

நிலா மெல்ல ரோபாட்டின் அருகில் சென்று பின்னால் நின்றாள். 'பேசுவது கேட்காது. விஷுவல் சென்ஸார்தான். அதற்குள் மெல்லக் கழுத்தைத் திருப்பிக் கண்ணை நோண்டி எடுத்துவிடு.'

அதன் ஒற்றைக்கண் ஓணானின் கண் போலப் பல பக்கமும் சுழல, 'நகத்தால் குத்தி விடு. ப்ளாஸ்டிக் லென்ஸ்தான். மாடல் ரொம்ப அடாசு!'

அந்தக் கண்ணைக் கட்டை விரலால் ஒரு குத்து குத்தினபோது புயக் என்று சப்தம் வர, ரோபாட் இங்குமங்கும் தடுமாறியது. அதன் காதருகில் விளக்கு வெளிச்சம் போட்டது. 'யூயா... யூயா...' என்று லேசாகச் சப்தம் வந்தது.

'அது பாட்டுக்கு 'யூயா' சொல்லிக் கொண்டிருக்கட்டும். நம் வேலையைப் பார்ப்போம்.'

'பாவம், அதற்கு வலித்திருக்குமா?'

'நான் சிரிக்கிற மாடல் இல்லை' என்றது ஜீனோ.

அங்கிருந்து சற்று தூரத்தில் அந்த ரோபாட்டினால் கண்காணிக்கப்பட்ட பேனல் இருந்தது. ஜீனோ அதை உன்னிப்பாகக் கவனித்து வாசித்துக் கொண்டே வர, அதன் ப்ரைம் பவர் டர்போ ஜீ ஃபீல்டு என்று தெரிந்தது.

'அதோ பார்...'ஜீ ஃபீல்டு' என்று போட்டிருக்கிறதே. அந்த சுவிட்சை அணைத்துவிடு.'

நிலா அப்படியே செய்ய, 'உ ஊ....உ ஊஊ' என்று அலாரம் கேட்டது.

'வா! அவர்கள் வருவதற்குள் விடுவிக்கவேண்டும். நீ சிபியின் அறைக்குச் செல். நான் ரவியை விடுவிக்கிறேன்.'

'எல்லாரையும் விடுவித்து விடலாமா? அவர்கள் எவருக்கும் ஃபீல்டை நீக்கியிருப்பது தெரியாது. அப்படியே நிற்கிறார்கள்.'

நிலா நெஞ்சம் படபடக்க சிபியை அடைத்துவைத்திருந்த இடத்துக்குச் சென்றாள். சிபி சிலைபோல நின்று கொண்டிருந்தான். 'சிபி, வெளியே வா!'

'நிலா, நீயா!'

'ஆம் சிபி, சக்திக் கதிர்களை நீக்கிவிட்டோம். உடனே என்னுடன் வா.'

சிபி சந்தேகத்துடன் கையை நீட்டிப் பார்த்து, 'அடடா, உண்மைதான்' என்றான்.

'சீக்கிரம்! எச்சரிக்கை போயிருக்கும். அவர்கள் துரத்திவர ஒரு சில செகண்டுகளே ஆகும். வா சிபி!'

சிபி உடனே ஓடிவர, மற்ற கைதிகளில் சிலர் கதிர் இயக்கம் இல்லாததை உணர்ந்து குழப்பமாக ஓடிவர, இப்போது சிறையெங்கும் 'கணகண'வென்று மணி அடித்தது.

நிலாவும் சிபியும் வாசலுக்கு அருகில் வரும்போது ஜீனோவும் ரவியும் காத்திருந்தார்கள். 'வா! வா! ஓடி விடலாம். ஜீனோ முட்டாளே, சாயங்கால வேளையிலா விடுதலை! எங்கே என்று ஒளிவது மடநாயே!'

'விடுதலை செய்ததற்குப் பரிசு!'

தூரத்தில் அமைதிப்படை வண்டி வேகமாக ஓடிவர லேசர்களின் 'பீக்பீக்' அவர்களைத் தாண்டிச் சென்றதும் நால்வரும் சட்டென்று ஒரு

மேம்பாலத்தின் அடியில் போய் ஒளிந்து கொள்ள, அரசாங்க வண்டிகளின் ஆரவாரம் அவர்கள் மேல் கடந்து சென்றது.

ஜீனோ, 'கிக் ரிபிக் ரிபிக்க் கிரிபிக் ரிபிக்' என்று தொடர்ந்து ஒலித்தது.

'என்ன ஜீனோ?'

'ஒன்றுமில்லை. நம்மை வேவு பார்க்கும் அவர்கள் கருவியைக் குழப்புவதற்கு இந்தச் சப்தம் தேவை. அவர்கள் தேடும் இடம் மாறிவிடும். இங்கே வரமாட்டார்கள். கிக் ரிபிக் ரிபிக்...'

'சரியான நாய்டா நீ' என்று ரவி அதைத் தலையில் தடவிக் கொடுத்துக் காதுகளைப் பிடித்து இழுத்தான். 'கிக் ரிபிக் ரிபிக்.'

காவல் வண்டி அவர்களைக் கடந்ததும் லேசாக இருட்டும்வரை காத்திருந்தார்கள்.

'எங்கு செல்லவேண்டும்? ஓட்டலுக்கா?'

'அங்கே காவலர்கள் நிச்சயமாகக் காத்திருப்பார்கள். வேறு எங்காவது போய்விடுவதுதான் உத்தமம்.'

சிபி, நிலாவைப் பற்றி அணைத்துக்கொண்டு முத்தம் கொடுப்பதில் மும்முரமாக இருந்தான்.

'இதெல்லாம் அப்புறம் வைத்துக்கொள்ளலாம் என்று எண்ணுகிறேன்' என்றான் ரவி. 'சிபி, நீ போய்விட்டதால் உன் பெண்டாட்டியுடன் படுத்துக்கொள்ள இருந்தேன். சுவாரஸ்யமான சமயத்தில் கலைத்து விட்டார்கள் காவலர்கள்!'

'அப்படியா?' என்றான் சிபி, நிலாவைப் பார்த்து.

'மன்னிக்கவும்' என்றாள் நிலா.

'பச்!' என்றது ஜீனோ. 'இதைப் பற்றிப் பேச இதுவா சமயம்? ராத்திரி எங்கே தங்குவது? பாலத்தடியில் என்றால் ஏற்பாடுகள் செய்ய வேண்டாமா?'

'என்னுடன் வாருங்கள்.'

ரவி மெல்ல வெளிவந்து ரஸ்தாவை மேலும் கீழும் பார்த்தான். 'எப்படியாவது இந்த பங்களுரை விட்டுப் புறப்பட்டு நம் பக்கம் போய் விட்டால் சரண் தர எத்தனையோ இடங்கள் இருக்கின்றன.'

'எல்லா இடத்திலும் பலத்த பரிசோதனை இருக்கும்.'

ரவி மறுபடி பதுங்கிக்கொள்ள ஒரு ஏபிசி வண்டி ராட்சசத்தனமாக அவர்களைக் கடந்தது. அதன் மூக்கில் இருந்த லேசர் ஆயுதம் இங்குமங்கும் சுழன்றது.

'ராத்திரி முழுவதும் பாலத்தடியில் இருக்கவேண்டுமா? ஜீனோ, ஏதாவது சொல்லேன்! யோவ், மனைவியை முத்தம் கொடுப்பதை நிறுத்தப் போகிறாயா, இல்லை... நாங்கள் இருவரும் தனியாகப் பிரிந்துவிடுவோம்! எங்கும் இல்லாத மனைவி!'

'எவ்வளவு நாள் பிரிந்திருந்தோம்!'

'என்ன ஒரு மூன்று வாரம், அதற்கு இந்த அமர்க்களமா?'

'பிருந்தாவனில் சோதனை இருக்குமல்லவா?'

'ஆம்; விமான நிலையத்திலும் இருக்கும். என்ன செய்வது?'

'அரசாங்க வண்டிகளில் ஒன்றைப் பிடித்துக்கொள்வதுதான் உத்தமம். ரோந்து சுற்ற வரும்போது அதைக் கைப்பற்றலாம்.'

'இதை முன்னாலே சொல்வதற்கு என்ன நாயே! ஏபிசி வண்டியில் ஒரு காவலன் இருப்பானே... மனிதனா ரோபாட்டா?'

'ரோபாட்டான்.'

'விஷனா இல்லை ஆர்.சியா?'

'ஆர்.சி வகைதான். முழங்கை அருகில் இருக்கும். இன்ஃப்ரா சென்ஸர்!'

நிலா ஆச்சரியத்துடன், 'ஜீனோ, உனக்கு இதெல்லாம் எப்படித் தெரியும்?'

'ரவி படிக்கவைத்திருக்கிறாரே!'

அடுத்த ஏபிசி வண்டி வந்தபோது ரவி அதன் பின்புறத்தில் தொத்திக் கொண்டு அதன் டிரைவர் சீட்டிலிருந்த ரோபாட்டின் கையை முறுக்கினான். அதன் சென்ஸர் தடைபட்டு, அது ஒருவிதமாகக் கன்னாபின்னா என்று கலங்க ஆரம்பித்து வண்டியிலிருந்து கீழே விழுந்தது. ரவி கண்ட்ரோலை லோகலுக்குப் போட்டு அதை நிறுத்தினான். 'சீக்கிரம் வாருங்கள்' என்றான். அந்த ஏபிசி வண்டி நாலாபுறமும் மூடப்பட்டு சற்று கூண்டு வண்டி போலவே இருந்தது. தெருக் கைதிகளைப் பொறுக்கிச் செல்வதற்கென்று ஏற்பட்ட வண்டி. அது பத்திரமாகவே இருக்க, ரவி ரோபாட்டின் இடத்தில் உட்கார்ந்துகொண்டான். ஜீனோ, சிபி, நிலா மூவரும் பின்பக்கம் ஏறிக்கொள்ள, ரவி ஒரு கம்பத்தில் நிறுத்தி வண்டியை சார்ஜ் பண்ணிக்கொண்டான். சற்று நேரத்தில்

உற்சாகமாகப் புறப்பட்டார்கள். 'ஜீனோ, இந்த வண்டி காணாமல் போனதைக் கண்டுபிடிக்க எத்தனை நேரமாகும்?'

'பதினெட்டு நிமிஷம்.'

'வண்டியின் டாப் ஸ்பீடு 250 என்கிறதே, போகுமோ?'

'இருநூறுவரை பரிசோதித்திருக்கிறார்கள்.'

'பறக்கிற ஆப்ஷன் உண்டா?'

'இல்லை, ஏர் குஷன் உண்டு!'

'ஓகே! தரை மார்க்கமாகவே தப்பிக்கலாம்' என்று அதனுள் இருந்த டெக்காவில் சென்னை என்று அமைத்து அதன் வேக பட்டனை அழுத்த குபுக்கென்று வண்டி பீரிட்டுப் புறப்பட்டது!

# 18

அந்த ஊர்தியின் அதிவேகத் தன்மையை உணர முடியாதபடி காற்றுத் திண்டில் வழுக்கிச் சென்றது. ரவி அதைத் திறமையாகவே செலுத்தினான். ஜீனோ ஜன்னல் வழியாக எட்டிப் பார்க்க, அதன் நைலான் ரோமங்கள் ஸ்டாட்டிக்கில் சிலிர்த்தன. நிலாவுக்கும் உற்சாகமாக இருந்தது. சிபிதான் கவலை முகத்துடன் இருந்தான். 'சியர் அப் சிபி' என்றது ஜீனோ. நிலா மார்பில் கை பதித்து ஒவ்வொரு திருப்பத்திலும் பதறினாள்.

அவர்களுக்கு முதல் சோதனை ஓசூர் செக் போஸ்டில் ஏற்பட்டது. பாதையின் குறுக்கே பளிச் பளிச் என்று விளக்குகள் கண் சிமிட்ட, குறுக்கே கதவு விழுந்திருந்தது. 'நில்!' என்ற பெரிய நியான் ஒளிர்ந்தது. 'ரவி, மாட்டிக்கொண்டோம்!'

'பயப்படாதீர்கள்' என்றான் ரவி. 'நீங்கள் குனிந்து கொள்ளுங்கள்!'

ரவி தடுப்பில் வண்டியை நிறுத்தினான். பேசாமல் இருந்தான்.

இரண்டு காவலர்கள், ரவியின் அருகில் வந்து மூன்று போட்டோக்களைக் காட்டினர். ரவி, சிபி, நிலா, நாய். அவசர கம்ப்யூட்டர் போட்டோ. 'பஜ்' என்று இருந்தது.

ரவி அதைப் பார்த்துத் தலையாட்டினான்.

பின் 'கதவைத் திற' என்றான்.

ரவி மறுபடி, 'தெரியாது, ஜீவா வாழ்க' என்றான்.

'உன் பெயர் என்ன?'

'பெயர் கிடையாது. ஜீவா வாழ்க 342571'

'அண்ணே, அது ஆளில்லை, மெஷின். அரசாங்க வண்டிகளை இப்போ தெல்லாம் மெஷின் போட்டு ஓட்டுகிறார்கள், டிரைவர் தட்டுப்பாடு. ஏன் இயந்திரா! எங்கே போகிறாய்?'

'சென்னை. ஜீவா வாழ்க.'

'எதற்கு?'

'இரண்டு கைதிகளை அழைத்துச் செல்லச் சொல்லியிருக்கிறார்கள்.'

'நிச்சயம் மெஷின்தான். முட்டாள் இயந்திரமே, மெல்லப் போ.'

'மெல்ல! மெல்ல! ஜீவா வாழ்க.'

'வாழ்க. எங்கேனும் நடு வழியில் மூன்று பேர் ஒரு நாயுடன் ஓடுவதைப் பார்த்தால்...'

'ராஜர்! இதனுடன் வம்பு வேண்டாம். திடீரென்று பிராண்டிவிடும்!'

வண்டி புறப்பட, தடுப்பு விலக்கப்பட்டது. ரவி உடனே வேகம் பிடித்தான்.

சிறிது தூரம் வந்ததும்தான் சிரித்தார்கள்.

'இந்த மாதிரி வண்டியில் மனித ஓட்டுநர்கள் இருப்பதற்கே சந்தர்ப்பம் இல்லை. நம் வண்டி அபகரிக்கப்பட்ட செய்தி இன்னும் இங்கு வந்து சேரவில்லை. இல்லையெனில் மாட்டிக் கொண்டிருப்போம். அடுத்த தடையில் இந்த அதிர்ஷ்டம் கிடையாது. எனவே?'

'எனவே, குறுக்கு வழி?' என்றது ஜீனோ.

'ஜீனோ நாயே! காம்பஸைப் பார்த்து வழி சொல்லு. முதலில் தென் கிழக்கே சென்று காவிரியை அடைந்து அதிலேயே கடற்கரை வரை சென்று கடலோரமாக ஸ்கிம்மிக்கொண்டு சென்னை போகலாம், என்ன?'

'சரி. முதலில் இதன் பீக்கனை அணைக்கவேண்டும். இல்லையெனில் நம்மைத் துரத்தி வருவது கட்டாயம்.'

'ஐயோ, என்ன சமர்த்து நீ! ஜீனோவுக்கு சென்னை போனதும் முத்தம் கொடு நிலா!'

'வேண்டாம். 'டிக்ளைன் அண்ட் ஃபால் ஆஃப் ப்ராக்டிகலி எவ்ரிபடி' என்ற ஒரு புத்தகம் தந்தால் போதும்.'

வண்டி இப்போது பாதையைவிட்டு விலகி வயல்காட்டு வழியாகச் சென்றது. காற்று குஷனில் மிதந்ததால், பாதையின் கரடுமுரடு

அவர்களுக்குத் தெரியவில்லை. வண்டியில் உள்ள ரேடியோ அவ்வப் போது, 'எல்லா நிலையங்களும் கவனிக்க! மூவர் தப்பித்திருக் கிறார்கள். தேசத் துரோகிகள்! குற்றவாளிகள்! கொலைக்கும் அஞ்ச மாட்டார்கள். பெயர் நிலா, ரவி, சிபி, கூட ஒரு ரோபாட், பெயர் ஜீனோ. அதிகம் கற்றுக்கொண்டுவிட்ட அபாய நாய். இவர்களுக்குச் சரண் தருவது அரசாங்கக் குற்றம். எங்கும் எச்சரிக்கை. எல்லோருக்கும் எச்சரிக்கை. வாழ்க ஜீவா!'

காவிரியில் இங்கே அங்கே கீற்றாகத் தண்ணீர் ஓடுவது கவிந்து கொண் டிருக்கும் இருட்டில் வெள்ளி வெள்ளிச் சரடாகத் தெரிந்தது. ஆற்றில் இறங்கி, அதிவேகத்தில் ஆற்றின் போக்கிலேயே நழுவிச் சென்றார்கள்.

ஜீனோ பாட ஆரம்பித்தது.

    பூத்த ஜோதி வதனம் திரும்புமேல்
    புலனழிந்தொரு புத்துயிர் எய்துவேன்!

ரவி உற்சாகத்துடன், 'பாரதி பாட்டு! எப்படிச் சொல்லிக் கொடுத்திருக் கிறேன் பார்! ஜீனோ, நான் இல்லாதபோது விசுவாசமாக இருந்தாயா?'

'நிலாவைக் கேட்கவேண்டிய கேள்வி.'

'அடேய் சிபிச் சக்கரவர்த்தி! ஏன் என்னவோ மாதிரி இருக்கிறாய்?'

'நான் சிறையில் இருந்தபோது நீயும் நிலாவும்...'

'பயப்படாதே! உன் மனைவியின் கற்பு பத்திரமாக இருக்கிறது. இப்போது கேட்கிற கேள்விகளுக்குப் பதில் சொல். அன்று ராத்திரி என்ன ஆயிற்று? நீ ஏன் தொலைந்து போனாய்?'

'ஓ... அதுவா? அன்றிரவு உன் அலாட்மெண்ட் பற்றி விசாரிக்க கம்ப்யூட்டர் கேந்திரத்துக்குப் போனேனா... அங்கே ஒரு டெர்மினலில் போய்த் திரையில் என் கேள்வியை அமைக்கும்போது அதற்காக லாகின் பண்ணினேனா! பாஸ்வர்டு கொடுக்கும்போது தப்பு செய்துவிட்டேன். மற்றொரு பாஸ்வர்டு, அது சலுகையுள்ளது போல. முதலில் எனக்கு மூன்று ஆணைகள் வந்தன! அந்த ஆணைகள் எனக்குப் புரியவில்லை. மூன்றாவது ஆணை மட்டும் சென்னைக்கு வரப்போகும் ஏதோ ஆப்டிகல் சாதனங்களைப் பற்றி இருந்தது. எனக்கு ஒன்றும் புரிய வில்லை. ஆனால் அதற்குள் ஒரு அலாரம் வந்தது.

'உடனே காவல் படையினர் பலர் வந்து சூழ்ந்துகொண்டார்கள். என்ன, ஏது என்று ஒரு வார்த்தை கேட்கவில்லை. ஜாக்கெட்டுக்குள் அடைத் தார்கள். ராவோடு ராவாக பங்களூர் கொண்டு வந்து கதிரியக்கச் சிறையில் அடைத்துவிட்டார்கள். அப்போதிலிருந்தே ஒரே இடத்தில்...'

என் இனிய இயந்திரா

'மறுபடி சொல்லு. எந்தச் செய்தி?'

'தப்பாக கம்ப்யூட்டர் மூலம் எனக்குக் கிடைத்துவிட்ட செய்தி!'

'அதன் வாசகங்கள் ஞாபகம் இருக்கிறதா?'

'அதுதான் சொன்னேனே. ஏதோ கருவிகள் விமானத்தில் சென்னை வருகின்றன என்று.'

'பிளோனிலா?'

'அப்படித்தான் நினைக்கிறேன்.'

'என்ன கருவி?'

'என்னவோ ஆப்டிகல் என்றார்கள்!'

'ஃபைபரா?'

'இருக்கலாம்.'

'ஜீனோ, இந்த மாதிரி அரைகுறை பதில்களிலிருந்து நீ என்ன முடிவுக்கு வருகிறாய்?'

'சிபியின் ஞாபகசக்தி சற்றுக் குறைவானது என்று.'

'முட்டாள் நாயே! சிபி ஏதோ காணாததைக் கண்டுவிட்டான் என்கிற தர்க்க நியாயம் புரியவில்லையா? உனக்கு அத்தனை சொல்லிக் கொடுத்து என்ன பயன்?'

'லாஜிக் எனக்கு இன்னும் வரவில்லை. என்னை விடு...'

'சிபி, நீ ஏதோ தகாதது செய்திருக்கிறாய். இல்லையெனில் அவ்வளவு மின்னல் வேகத்தில் கைது செய்ய மாட்டார்கள்.

'அரசாங்க ரகசியம்.'

'இருக்கலாம்...' இப்போது ஆறு சிதறி சின்னச் சின்னக் கால்வாய்களாகப் பிரிந்து கடல் சங்கமத்தை நெருங்கிக் கொண்டிருக்க, முழுசாக இருட்டி விட்டது. ஜீனோ, 'ஐ ஆர் போடு' என்றது. அதன் சுவிட்சை இயக்கியது. எதிரே இருட்டாக இருந்தது. இன்ஃப்ரா ரெட் கதிர்களினால் ஒருவித மான பிசாசுத் தோற்றங்களாக சிவப்பாகத் தெரிந்தன. கடலலைகள் ரத்த அலைகள் போலத் தெரிந்தன. 'ரவி, இப்போது வடக்கே செல்கிறோம்.'

'இது என்ன இடம் ஜீனோ?'

'பதியெழு வழியாய்ப் பழங்குடி கெழீஇய பொதுவது சிறப்பிற் புகார்' என்றது ஜீனோ.

'இது என்ன பாஷை?'

'தமிழ்தான். சிலப்பதிகாரம்! என்ன ரவி?'

'த பாரு ஜீனோ! சிலப்பதிகாரம் பற்றியெல்லாம் பேச இது சமயம் இல்லை. நிலா, இந்த நாய்க்கு ஏதோ பொழுதுபோக்குக்காக கற்றுக் கொடுக்கப் போய் பயங்கரமான மெமரி. கன்னாபின்னா என்று வகை வகையாகத் தகவல் சேகரிச்சு வெச்சிருக்கு. திருக்குறள் முழுவதையும் ஒரு ஓரத்தில் போட்டு வெச்சிருக்கு. எனக்கும் உபயோகமாயிருக்குமே என்று போட்டதுதான் வம்பு!'

அலைப்படுக்கையில் இன்னமும் சன்னமாக வண்டி போக, அவசரப்பட்டு எழுந்துவிட்ட முழு நிலா, வானத்தில் ஜகஜகவென்று பொட்டு வைத்திருந்தது. தூரத்தில் கடற்கரையின் கலங்கரை விளக்கம் சுற்றுவது தெரிந்தது.

'பதினைந்து நிமிடங்களில் சென்னை போய்விடுவோம். அப்புறம் என்ன?'

'கடலோரத்திலேயே இந்தக் கலத்தை அழிக்க வேண்டும். எப்படி? இதை விட்டுவிட்டால் சென்னைக்கு நாம் வந்துவிட்டது தெரிந்து போய்விடும்!'

'அழிக்க வேண்டாம், ஒளித்து வைக்கலாம்.'

'அதற்கெல்லாம் நேரமில்லை.'

'நேரமுண்டு.'

'ஜீனோ, ரொம்ப எதிர்த்துப் பேசுகிறாய்.'

'அழிப்பதற்கு ஆகும் சமயத்தைவிட ஒளிப்பதற்கு அதிகம் சமய மாகாது.'

'என்னவோ செய்! முதலில் சென்னை போய்ச் சேரலாம். இதோ, மல்லை! கடல்மல்லையைப் பற்றி ஏதாவது பாட்டு சொன்னாயோ, உன் காதைத் திருகி விடுவேன்.'

ஜீனோ முணுமுணுத்துக்கொண்டே, 'இடது பக்கம் பத்து டிகிரி வெட்டு' என்றது.

சென்னைக்கு வந்து சேர்ந்தபோது கடற்கரை பூராவும் நிலவின் ஒளி படிந்திருந்தது. கேளிக்கை படகுகள் ரத்தினக் குப்பல்களாகக் கீறிக் கொண்டு செல்ல, அதிலிருந்து இளைஞர்களின் மொத்தமான உற்சாகக் குரல் கேட்டது. கடற்கரையில் வந்து வண்டி நிற்க, ஜீனோ

அதனுள்ளிலிருந்து ஒரு ஹோஸ் பைப்பை எடுக்கச் சொல்லியது. அதை வண்டியுடன் இணைத்து ரவி கையில் அதைக் கொடுத்து விட்டு, டிரைவர் சீட்டுக்குப் போய் எதையோ அழுத்தியது. கம்ப்ரெஸரிலிருந்து காற்றுத் தண்டு ஒன்று கழன்று வந்து பைப் தொட்ட இடத்தில் சட்டென ஒரு பெரிய ஓட்டை போட்டது. ரவி புரிந்துகொண்டு அந்தத் துவாரத்தை அந்த கார் அளவுக்குப் பெரிதுபடுத்திப் பள்ளம் தோண்ட, காரை அதில் போட்டு மூடினார்கள். அலை வந்து அடித்து சமன்படுத்திவிட, இப்போது காரைக் காணவில்லை! 'ஜீனோ, பிரில்லியண்ட்! கை குடு!'

'கெட்ட பழக்கம்' என்றது. 'இப்போ சொல். உன் நண்பர்கள் வீடு எங்கே?'

'நேராகத் தண்டையார்பேட்டைக்குப் போக வேண்டும்.'

'போகலாம். உங்களுக்கெல்லாம் பசிக்கும் என்று நினைக்கிறேன். எனக்கு பேட்டரி வீக்காகிக்கொண்டு வருகிறது. ஏதாவது பிளக் பாயிண்டில் செருகித்தான் ஆகவேண்டும். எங்கே 220 வோல்ட் என்று அலையவேண்டும்.'

'தெரு விளக்கில் ஏற்றிக்கொள்ளேன்.'

'பாவம், அதைக் கிண்டல் பண்ணாதே. ரவி. எத்தனையோ உதவி செய்திருக்கிறது.'

'பாவமாவது புண்ணியமாவது. இதற்கு அதெல்லாம் கிடையாது.'

தண்டையார்பேட்டையில் அந்த வீட்டை அடைந்தபோது, வீட்டு வாசலில் பெரிய கூட்டமாக இருந்தது.

# 19

அந்த இடத்தின் முன்வாசல் பரபரப்பாக இருந்தது. காவல் வண்டிகள் மண்டைகளில் ஆரஞ்சு பளபளக்க, தாற்காலிகமாக வேலி அமைத்துக் கட்டடத்தின் உள்ளே இருப்பவர்களை எல்லாம் ஒலிபெருக்கி மூலம் அதட்டி, தலைக்கு மேல் கைகட்ட வைத்து வெளியே அழைத்துக் கொண்டிருந்தார்கள்.

'நாம் இப்போது அருகில் போவது தற்கொலைக்கு ஈடாகும்' என்றது ஜீனோ!

'இதெல்லாம் எதற்காக?' என்றாள் நிலா.

வெளியில் வருகிறவர்களைக் காட்டுத்தனமாகச் சோதனை போட்டுக் கொண்டிருந்தார்கள். படத்துடன் முகத்தை ஒப்பிட்டுக் கொண்டிருந் தார்கள்.

'எல்லாம் நமக்காக.'

'இரவோடு இரவாக நம் அரசாங்க மதிப்பு உயர்ந்து விட்டது. இனிமேல் நாம் ஆஸ்தான துரோகிகள்! சிபி, நிலா... கை கொடுங்கள்!'

'இதில் சந்தோஷப்படவேண்டியது என்ன என்பது எனக்குத் தெரிய வில்லை' என்றது ஜீனோ! இவர்கள் பார்த்துக் கொண்டிருக்கையில் கண் முன்னே அந்தக் கட்டடம் வெடி வைத்துத் தகர்க்கப்பட்டது. ஒரு நிமிஷத்தில் அத்தனையும் கலைந்து புகைந்து புழுதியாகி வெடித்தது. ராட்சச நகர்த்திகள் மிச்சமுள்ளதைத் தரைமட்டமாகத் தகர்க்க, அந்த வீட்டில் வாழ்ந்தவர்கள் அத்தனை பேரும் வண்டிக்குள் செலுத்தப் பட்டார்கள்.

'அவர்கள் என்ன ஆவார்கள்?'

'பரிசோதிக்கப்பட்டு, கேள்வி கேட்கப்பட்டு ஏதாவது ஒருவிதத்தில் நம்முடன் தொடர்பு கண்டுபிடிக்கப்பட்டால்...'

'என்ன ஆகும்?'

'வேண்டாம்... பசி வேளையில் அது எதற்கு?'

'ஜீனோ, எங்களைப் பத்திரமான இடத்துக்கு அழைத்துச் செல்ல வேண்டியது உன் வேலை.'

'உங்களுக்குப் பத்திரமான இடம், தரைமட்டமாகிவிட்ட இதுதான். இந்த இடத்துக்குத்தான் காவலர்கள் மறுபடி வரமாட்டார்கள்.'

'ஜீனோ, கிட்டத்தில் போய்ப் பார். தரை மட்டத்துக்கு அடியில் ஒரு பாதை இருக்கும். அதன் வழியாகத்தான் செயலகத்துக்குப் போவோம். அந்தப் பாதை அடைத்திருக்கிறதா என்று சொல்...' என்றான் ரவி.

ஜீனோ அங்கே சென்றது. 'வாலை ஆட்டிக் கொண்டு செல். கொஞ்சம் நிஜ நாய் போல இருக்கட்டும்.'

தூரத்திலிருந்து ஜீனோ இங்கும் அங்கும் மோப்பம் போலத் தேடிக் கொண்டே செல்வது தெரிந்தது. ஜீனோவால் அந்தக் குப்பையினூடே இஷ்டப்படி செல்ல முடிந்தது. ஒன்றிரண்டு கற்களைப் புரட்டி, குனிந்து காதுகளைத் திருப்பி...

காவல் வண்டிகள் கடந்து சென்ற எதிர்த் திசையில் பொது பெஞ்சில் அவர்கள் மூவரும் வீற்றிருக்க, ஜீனோ மற்றொரு திசையிலிருந்து திரும்பி வந்தது.

'என்ன ஜீனோ, இந்தப் பக்கமாக வருகிறாய்?'

'உள்ளே சுரங்க வழி இருக்கிறது. அது மற்றொரு கட்டடத்துக்குக் கொண்டுபோய் விட்டது.'

'அப்படியெனில்...'

'நமக்குத் தாற்காலிகமாக ஒளிந்துகொள்ள இடம் கிடைத்துள்ளது. எங்கள் நிலையத்தை அவர்கள் இன்னும் கண்டுபிடிக்கவில்லை.'

'சப்-வேயில் எல்லாம் அதிகம் சோதனை செய்கிறார்கள். என்னை ஒரு காவலன் கவனிப்பதற்குள் தாவிவிட்டேன். இனி என்னைத் தனியாக அனுப்பாதே. மனிதன் இல்லாத நாய் என்பது இந்தக் காலத்தில் அபத்தம்.'

இருட்டும்வரை அவர்களை மறைத்தது ஜனத்திரள்தான். அதிக அதிக மக்கள் கூடும் இடங்களில் தனித்தனியாக அலைந்தார்கள். டெர்மினல்களில் அவர்கள் முகம் அடிக்கடி காட்டப்பட்டு, 'தகவல் தருபவர்களுக்கு ஆயிரம் இனாம்' என்று அறிவிப்பு கேட்டது. பொது ஜனங்கள் யாரும் அவர்களை உன்னிப்பாகக் கவனிக்கவில்லை. காவலர்கள் அருகில் அவர்கள் செல்லவே இல்லை.

மூவரும் ஒரு பொதுக் குற்றத்தின் மடியில், ஒரு பொது அபாயத்தின் பிணைப்பில் அகப்பட்டு விட்டதால் இதற்கெல்லாம் காரணமான ரவி சொல்வதைக் கேட்பது தேவையாகிவிட்டது.

ரவி அவர்களை அழைத்துச் சென்றான். இருட்டில் ஏதோ ஒரு கதவைத் தட்டினான். திறந்த கதவின் மஞ்சள் வெளிச்சத்தில் அவர்கள் தெளிவில்லாத பிம்பங்கள்போல் நடந்தார்கள். ஏதோ ஒரு வாகனம், ஏதோ ஒரு பயணம், எங்கோ ஒரு சுரங்கம் என்று இனம் புரியாமல் அவன்பின் சென்றதில் இறுதியில் அவர்களைச் சந்தித்தார்கள்.

அது ஒருவிதமான அரங்கம்போல இருந்தது. தரையெல்லாம் மரப் பலகைகள் பதித்து, நடப்பது எதிரொலித்தது. முன்னொரு நாள் இங்கு பலர் பந்தாடியிருக்கவேண்டும். அல்லது நடனம், இப்போது சுவரில் பிரும்மாண்டமான ஜீவாவின் முகத்தில் அவர்கள் கத்தியெறிந்து பழகிக் கொண்டிருந்தார்கள். சற்று தூரத்தில் தலைவன்போல இருந்தவன் இளைஞன். செம்பட்டை தாடியும் உக்கிரமான கண்களுமாக வீற்றிருக்க, அவன் மார்பில் சட்டை இல்லாமல் தழும்புகள் காயங்கள்போல் தெரிந்தன.

ரவியை அனைவரும் அடையாளம் கண்டுகொண்டார்கள்.

'ரவி, உன்னை ஜீவா தேடுகிறானாமே?'

'ரவி, எப்படித் தப்பித்தாய்?'

'ரவி, இந்தப் பெண் நம் இயக்கமா?'

'இந்த நாய்?'

'நான் எந்தக் கட்சியும் இல்லை' என்றது ஜீனோ. ரவி, 'தலைவனை' அவர்களுக்கு அறிமுகப்படுத்தி வைத்தான். அவன், கண்ணோடு கண் நேராக நிலாவைப் பார்த்துப் பேசினான்.

'தலைவன், தொண்டன் என்பதெல்லாம் இல்லை! அந்த வேறுபாடுகளை ஒழிக்கத்தான் இந்த இயக்கமும்... நிலா! எங்கள் இயக்கத்தின் சார்பில் உனக்கு நேர்ந்த இடையூறுகளுக்கு மன்னிப்பு. இந்த நேரத்தில் உன்னையும் அரசாங்கம் அவமதித்த உன் கணவனையும் வெளியே

விட்டுவிட முடியும். ஆனால், அபாயம். அறியாமல் நீங்கள் இருவரும் எங்கள் இயக்கச் சுழலில் சிக்கிவிட்டீர்கள். சில நாட்கள் தலைமறைவாக இருப்பதுதான் பத்திரம். என் பெயர் மனோ.'

'பசிக்கிறது' என்று சிபி அசந்தர்ப்பமாகச் சொன்னான். எல்லோருக்கும் கடிக்க ரொட்டித் துண்டுகள் கொடுக்கப்பட்டன. கோப்பையில் தேநீர்...

அவர்கள் எல்லோரும் அரங்கத்தின் மையத்தில் வட்ட வடிவில் உட்கார்ந்துகொண்டு கூடிப் பேசிக்கொண்டிருக்க, நிலாவும் சிபியும் சற்று தூரத்திலிருந்து அதைப் பார்த்துக் கொண்டிருந்தார்கள்.

'என்ன ஒரு வேதனை' என்றான் சிபி. 'சிறை வாசத்திலிருந்து மறைவாசம்! நிலா, இங்கே வா!'

நிலாவை அருகில் அழைத்து அவள் கன்னத்தில் முத்தமிட்டு, 'பயப்படாதே' என்றான்.

'எனக்கு ஏனோ பயமில்லை சிபி.'

'இவர்கள் நம்மைக் கொல்ல மாட்டார்கள். ஆனால், வெளியே போனால் நம்மை அரசாங்கம் நிச்சயம் பழி தீர்த்துவிடும். நாம் சதிகாரர்கள் இல்லை என்று சொன்னால் ஒப்புக்கொள்ள மாட்டார்கள்... வசமாக மாட்டிக்கொண்டு விட்டோம்.'

நிலாவுக்கு அப்படித் தோன்றவில்லை. அவர்கள் என்ன கூடிப் பேசுகிறார்கள் என்று அறிந்துகொள்ள ஆவலாக இருந்தது.

'நிலா! என்ன செய்யலாம்?'

மௌனமாக இருந்தாள். ஜீனோ ரவியின் அருகில் படுத்திருந்தது. 'ஜீனோ, ஜீனோ!'

'நிலா! ஒரே ஒரு வழிதான் உள்ளது.'

'என்ன!'

'சரண்! அரசு அதிகாரிகளிடம் சரண்! ஜீவா உன்னைப் பார்த்திருக்கிறார். பேசியிருக்கிறார். அதனால் நேராகப் போய், 'நடந்தது இதுதான். நாங்கள் இருவரும் அறியாமல் இந்த மாயச் சுழலில் மாட்டிக்கொண்டு விட்டோம்' என்று சொல்லிவிடலாம். இந்தச் சதிகாரர்களிடம் இருப்பது அபாயம்!'

'சிபி, உனக்குப் பயமா?'

சிபி சற்று நேரம் கழித்து, 'ஆம், பயம்தான்! நிலா. அரசாங்கம் கொடுக்கும் வாழ்நாளே குறைவு, அதை இன்னும் குறைத்துக் கொள்ள நான் விரும்பவில்லை...'

நிலா மௌனமாக இருக்க, 'இந்த இடத்தைக் காட்டிக்கொடுத்தால் அரசு பரிசளிக்கும்! இந்தச் சதிகாரர்களைப் பார். இவர்களால் ஜீவாவின் சாம்ராஜ்யத்தை வீழ்த்த முடியுமா? பத்துப் பேர்... குளிக்காத இளைஞர்கள் சேர்ந்து அந்த மகத்தான மெகா தலைவனை, அத்தனை இயந்திரங்களை, அத்தனை சுபிட்சத்தை, ஒழுங்கை... அழிக்க முடியுமா? யோசித்துப்பார். சூரியனை நோக்கிப் பறக்க முயற்சிக்கும் பறவை போல் இறக்கைகள் தீய்ந்து கருகாதா?' என்றான் சிபி.

'சிபி, நீ என்ன செய்யப் போகிறாய்?'

'அந்த மனோ சொன்னான் பாரு! நம் இருவரையும் வெளியே விட்டு விடுகிறோம் என்று...'

'அப்படி அவர் சொல்லவில்லை. வெளியே விட்டால் நாம் அரசாங்கத்தால் கைது செய்யப்படுவோம் என்றார்.'

'பரவாயில்லை.'

சிபி அவர்களை நோக்கிச் செல்வதை நிலா புரியாமல் பார்த்தாள்.

'என்ன நிலா?' என்றது ஜீனோ.

'ஜீனோ... இருப்பதா, புறப்படுவதா என்பதுதான் எங்கள் பிரச்னை!'

'புறப்படுவதுதான் உங்களுக்கு இந்தச் சூழ்நிலையில் நல்லது.'

'எப்படி?'

'மன்னிக்கப்படும் சாத்தியக்கூறுகள் உள்ளன. உங்கள் இருவருக்கும் தொடர்ந்து உயிர் வாழ இஷ்டம் என்று உத்தேசிக்கிறேன்.'

நிலா சற்றுத் தயக்கத்துடன், 'எனக்கு என்னவோ அது முக்கியமாகப் படவில்லை. ஏன் என்பது தெரியவில்லை.'

சிபியும் ரவியும் அவர்களை நோக்கி வந்தார்கள். ரவி நிலாவிடம், 'நிலா, சிபி எல்லாம் சொன்னான்.'

'என்ன?'

'உங்கள் இருவருக்கும் திரும்பச் செல்ல ஆசை என்று.'

'அப்படியா... அப்படி நான்...'

என் இனிய இயந்திரா ▪ 121

'இந்தச் சூழ்நிலையில் நீங்கள் திரும்பச் செல்வது உங்களுக்கு நல்லது என்று மனோவும் தீர்மானித்துவிட்டார். நிஜமாகவே நீங்கள் புரட்சிக் காரர்கள் இல்லை என்பது அரசுக்குத் தெரியும். உங்கள் இருவருக்கும் ஆபத்து அதிகம் இல்லை. என்ன... நீங்கள் திரும்பச் சென்ற கையோடு கொஞ்சம் கேள்வி கேட்டுத் தொந்தரவு செய்வார்கள். அத்தோடு சரி... மேலும் உங்களை வைத்துப் பராமரித்துச் சோறுபோட எங்கள் இயக்கத்தில் வசதி இல்லை.'

நிலா ரவியை நேராகப் பார்த்தாள். அவள் பார்வையை ரவி தவிர்த்தான்.

'உங்கள் இருவரையும் கண் கட்டி வெளியே அழைத்துச் செல்ல வேண்டி வரும். அவஸ்தைக்கு மன்னிக்கவும்.'

நிலா நிதானமாக, 'எனக்கு இஷ்டமில்லை' என்றாள்.

'எதில்?'

'திரும்பிச் செல்வதில்.'

'நம்மை வைத்துக் கொள்வதில் இவர்களுக்கு இஷ்டமில்லை' என்றான் சிபி.

'ஏன்? அப்படியா ரவி?'

'ஆம்; உங்களால் ஒரு உபயோகமும் இல்லை இயக்கத்துக்கு.'

'நிலா, வா போகலாம்.'

'உங்களுக்கு உதவி செய்ய நான் விரும்பினால்?'

'எப்படி?' - ரவி அவளைச் சந்தேகமாகப் பார்த்தான்.

'எப்படி என்று நீங்கள் சொல்லுங்கள். எப்படி உதவ வேண்டும்?'

'நிலா, உளறாதே! அபாயகரமான வேலை இது!'

'மனோவைக் கேளுங்கள். எப்படி உதவவேண்டும் என்று...'

'இல்லை நிலா, உன்னை எங்களால் பயன்படுத்த முடியும் என்று தோன்றவில்லை.'

'ஒரு நிமிஷம்!' என்று அருகில் குரல் கேட்க, மனோ அவர்களை நெருங்கி வந்தான். 'ரவி, அந்தப் பெண் நமக்கு அருமையாகப் பயன்படலாம்.'

'எப்படி?'

'அந்தப் பெண் ஜீவாவைச் சந்தித்திருக்கிறாள்!'

'ஆம்.'

'சந்தித்துப் பேசியிருக்கிறாள்.'

'ஆம். அதற்கென்ன?'

'இவளை நாம் விடுதலை செய்தால், ஜீவா நிச்சயம் மறுபடி இவளைக் கூப்பிடுவார்!'

'கூப்பிடலாம்... அதனால்?' ரவி யோசித்தான். சட்டென்று அவன் முகம் மலர்ந்தது. 'மனோ! நீ ஒரு மேதை' என்று அவன் உள்ளங்கையைப் பற்றினான். 'நிலா! நிலா! நீ சொன்னபடி எங்களுக்கு உதவலாம். எளிய காரியம். ஜீவா உன்னை நிச்சயம் கூப்பிடுவார், உன்னைக் கேள்வி கேட்க...'

'ரவி, நீ சொல்வது எனக்குப் புரியவில்லை.'

'புரிகிறதோ இல்லையோ - நான் ஒப்புக்கொள்ள மாட்டேன்.' என்றான் சிபி.

'இரு சிபி. ரவி, என்ன காரியம் செய்யவேண்டும்? அதைத் தெளிவாகச் சொல்.'

'சுலபம். மிகச் சுலபம்.'

'சொல்லேன்!'

'திரும்ப நீயும் சிபியும் வீட்டுக்குச் செல்லவேண்டும். அரசாங்கம் உடனே உங்களைக் கைது செய்யும். நடந்தது அனைத்தையும் ஒப்புக்கொண்டு விடுங்கள். எதையும் மறைக்கவேண்டாம். அதன் பின் நிச்சயம் ஜீவாவிடமிருந்து மறு அழைப்பு உனக்கு வரும்.'

'எப்படி நிச்சயமாகச் சொல்கிறாய்?'

'பெண்ணே! ஜீவாவை என் வாழ்நாள் முழுவதும் கவனித்துக்கொண்டு வந்திருக்கிறேன்! நைச்சியம் அவரது முக்கியமான குணம். உன்னிடம் பொதிந்திருக்கும் தகவல்கள் அனைத்தையும் வெளியே கொண்டு வர, அவர்கள் அத்தனை ஆயுதங்களையும் பிரயோகிப்பார்கள். அதில் கடைசி ஆயுதம், ஜீவாவே உன்னைச் சந்திப்பார்! நிச்சயம் அழைப்பு வரும்!'

'அழைப்பு வரட்டும்! இவள் என்ன செய்ய வேண்டும்?' என்றான் சிபி பொறுமையின்றி.

மனோ, ரவி இருவரும் இப்போது நிலாவின் அருகில் வந்து, அவளையே பார்த்தார்கள்.

'ஜீவாவை நிலாதான் கொல்லப் போகிறாள்' என்றது ஜீனோ, தலையைச் சாய்த்தவாறு.

# 20

சிபி அதிர்ந்து போய், 'என்ன?' என்று அதட்டினான்.

'நாய் சொல்வது நிஜமே. இதோ பார் நிலா! நான் சொல்வதை முழுவதும் கேள்...' - ரவி நிதானமாக ஆரம்பித்தான். அந்த மனோ அதிகம் பேசமாட்டான் போலத் தோன்றியது. 'நான் சொல்வதை முழுவதும் கேட்டுவிட்டு உண்டு, இல்லை எனப் பதில் சொல்...'

'தேவையில்லை!' என்றான் சிபி. 'இப்போதே பதில், 'இல்லை'தான்.'

'நிலா சொல்லட்டும்' என்றான் ரவி, ஆயாசத்துடன்.

'நிலா! இதோ பார். சதிகாரர்களிடம் சேர்ந்துகொள்வது மிகப்பெரிய துரோகம். இதற்காக அரசாங்கம் நம் இருவரையும் மிகவும் துன்புறுத்தி உயிரிழக்க வைக்கும். வேண்டாம், வா, என்னுடன்' என்று புறப்பட்டான் சிபி.

'இரு சிபி, இவர்கள் சொல்வதைக் கேட்டுவிடலாம்.'

சிபி அவளை நெருப்பாகப் பார்த்தான்.

'கேட்பதில் ஏதும் துரோகமில்லை, தவறில்லை' என்றான் ரவி.

சிபி முகத்தைக் கடுகடுப்பாக வைத்துக்கொள்ள, ரவி தொடர்ந்தான்.

'நிலா! கோழையாக அரசாங்க ஆயுள் முழுவதும் வாழ்வதைவிட அடிமைத்தனத்தை எதிர்த்துப் போராடிச் சாவது மேல் என்று நினைப்பார்கள் எங்கள் ம.தி.கழகத்தினர்.'

'மக்களாட்சியைத் திரும்பக் கொண்டுவருவதுதான் எங்கள் குறிக்கோள். சுபிட்சம் வேண்டும்தான். ஆனால், அதற்கு அளிக்கப்படும்

விலையையும் கவனிக்கவேண்டும். உரிமைகள் அனைத்தையும் பறிகொடுத்து உணவும் உடுப்பும் வீடும் பெற நாங்கள் விரும்ப வில்லை. ஜீவாவின் அதிகாரத்தில் நாம் எல்லோருமே இந்த நாய் போல, இயந்திரங்கள்தாம். இனிய இயந்திரங்கள். நம் செயல்பாடுகள் நிர்ணயிக்கப்பட்டுவிட்டன. நம் பாதைகளில் செல்லவேண்டிய கோடுகள் எழுதப்பட்டு விட்டன. படிக்கவேண்டிய பாடங்கள்... பாட வேண்டிய பாடல்கள்... பெறவேண்டிய பிள்ளைகள் எல்லாமே நிர்ண யிக்கப்பட்டுவிட்டன. உனக்கு அரசு அளித்திருக்கும் அனுமதியைப் பார். படுக்கையில் படுத்துப் புரளக்கூட அனுமதிக் கடிதம். பிள்ளை தான் பெற்றுக்கொள்ளலாம். பெண் என்றால் அரசாங்கத்திடம் ஒப்படைத்துவிடவேண்டும். அவர்கள் என்ன செய்வார்கள்? சின்னதாகக் காற்று ஊசி ஏற்றிக் கொன்றுவிடுவார்கள்.

'இதுதான் சுபிட்சமா? இதைப் பெறத்தான் நாம் அத்தனை சொந்த சுதந்தரங்களை இழக்கவேண்டுமா?'

'இதை எல்லாம் நிலாவிடம் சொல்லி என்ன பயன்? உங்கள் புரட்சியை நீங்கள் நடத்திக் கொள்ளுங்கள். வா நிலா. இவர்களுடன் பேசியதே தப்பு...' - சிபி, நிலாவின் புஜத்தைப் பிடித்து இழுத்தான். ரவி அவளுடைய மற்ற புஜத்தை மெலிதாகப் பற்றி வற்புறுத்தினான். 'போகாதே நிலா! உன்னதமான ஓர் இயக்கத்துக்கு உதவும் வாய்ப்பை இழக்காதே!'

'ஒரு பெண்ணை நம்பித்தான் உங்கள் இயக்கம் இருக்கிறது என்றால் விந்தைதான்.'

நிலா, 'இரு சிபி!' என்று அவனை அமைதிப்படுத்திவிட்டு, 'ரவி, நான் எந்தவிதத்தில் உதவ முடியும் என்று சொல்?' என்று கேட்டாள்.

ரவி முகம் மலர்ந்தான். அருகே இருந்த அந்த மனோ இப்போது பேசினான்: 'ஒன்றும் செய்யவேண்டாம். ஜீவா உன்னை அழைப்பார் அல்லது நீ மற்றொரு மனு போட்டால் ஜீவாவிடமிருந்து அழைப்பு வரும்.' மனோ அவளருகே வந்து காதோடு சொன்னான்: 'ஒரு பொருள் தருவோம். அதை அணிந்து கொண்டு செல்லவேண்டும். பிறகு ஜீவாவுக்கு அதைப் பரிசாக அளித்துவிடு, போதும். இம்மாதிரி மக்கள் பரிசையெல்லாம் அவர் வாங்கிக்கொள்வார்...'

'எப்போது?'

'ஜீவாவிடமிருந்து அழைப்பு வரும்போது. அவசரப்பட வேண்டாம்.'

சிபி அருகில் வந்து, 'என்ன?' என்றான்.

'சிபி, வா போகலாம்' என்றாள் நிலா.

'ஜீனோ, இவர்களைக் கூட்டிச் செல்' என்றான் ரவி.

வாசல் அருகில் நிலா ஜீனோவைக் கேட்டாள்: 'ஜீனோ, நீ என்ன நினைக்கிறாய்?'

'எது பற்றி?'

'நான் இந்த இயக்கத்துக்கு உதவி செய்வது பற்றி.'

'தியாகம், சொந்த சுதந்தரம் இவை யாவும் உனக்கு முக்கியம் என்றால், உதவலாம்.'

'ஒரு நாயைக் கேட்கிறாய். என்னைக் கேட்க மாட்டாய்!' என்றான் சிபி.

'நீதான் கேட்காமலேயே அபிப்பிராயத்தைச் சொல்லி விட்டாயே!' என்றது ஜீனோ.

அவர்களைத் தரையடி நிலையம்வரை வழிகாட்டி விட்டு ஒரு காதைத் தூக்கி டாட்டா காட்டி, 'வருகிற புதன்கிழமை உங்கள் வீட்டுக்கு வருகிறேன். என் புத்தகம் ஒன்று அங்கு விட்டுப் போய்விட்டது.'

ரயிலில் இருவரும் மௌனமாகவே வந்தார்கள். 'வீட்டுக்குப் போனதும் கேள்வி கேட்பார்கள். காவலர்கள் வருவார்கள்.'

'ஆம்.'

'இந்தச் சதி பற்றி நாம் சொல்லிவிடுவது நல்லதல்லவா?'

நிலா, சிபியை நிமிர்ந்து பார்த்தாள். அவன் கண்களில் ஓர் அடிபட்ட தன்மை, ஒரு பயம் தெரிந்தது. 'சிபி, நீ இத்தனை கோழையா?'

'இல்லை, அவர்களிடமிருந்து உண்மையை மறைக்க விருப்பம் இல்லாதவன்.'

'எதற்காக? அதன் குறிக்கோள் என்ன?'

சிபி, வண்டிக்குள் ஒட்டியிருந்த ஜீவாவின் முகத்தைப் பார்த்துக் கொண்டு பேசினான்:

'நிலா! உயிர் வாழ எனக்கு ஆசை. அரசு அனுமதிக்கும் ஆயுள் அம்பதோ அறுபதோ! அதை முழுமையாக வாழ ஆசை. புரட்சி, உரிமை என்று கவைக்குதவாத சங்கதிகளுக்காக விலைமதிப்பற்ற உயிரை இழக்க எனக்கு விருப்பமில்லை.'

நிலா லேசாகச் சிரித்தாள்.

'நீ அவர்களைக் காட்டிக்கொடுத்துவிட்டால் அவர்கள் உன்னைச் சும்மா விட்டுவிடுவார்கள் என்று எண்ணுகிறாயா?'

'ஏன்?'

நிலா படத்தைப் பார்த்தாள். 'அவரையே கொல்லத் திட்டமிடுகிற வர்களுக்கு உன்னைத் தீர்க்க எத்தனை நேரமாகும்? உயிர் ஆசைப்பட்டு நீ சதியைப் பற்றிய தகவலை வெளியிடலாம். ஆனால், அது உன் உயிரைக் காப்பாற்றுமா என்பது மிக மிகச் சந்தேகம்!'

'குழப்புகிறாய்!'

'சும்மா இரு! திட்டத்தைப் பற்றி மூச்சு விடாதே. என்ன?'

சிபி சற்றுத் தயக்கத்துக்குப் பிறகு, 'சரி' என்றான்.

இரவு அவர்கள் வீடு திரும்பியதும் எதிர்பார்த்ததுபோல, காவலர்கள் காத்திருந்தார்கள். 'நிலா, சிபி! உங்கள் இருவரையும் உடனே கைது செய்யுமாறு ஜீவாவுக்கு வந்தனத்துடன் எட்டாவது வட்ட சட்ட மேலதிகாரியின் ஆணையின்படி...'

நிலா அந்தக் காவலரிடம் 'ஐயா, நாங்கள் மிகவும் களைத்திருக்கிறோம். அதிகாலை சிறை செல்கிறோம். அதற்கு அனுமதி கேட்கிறோம். அதுவரை நீங்கள் இங்கேயே தங்கலாம்.'

சிபி, 'என்ன குற்றம்?' என்றான்.

'மொத்தம் ஒன்பது குற்றம்! படிக்கட்டுமா?'

'வேண்டாம்' என்றாள் நிலா. 'காலைவரை எங்களுக்கு அவகாசம் அளிக்குமாறு ஜீவாவுக்கு மிக்க நன்றியுடன் சட்ட அதிகாரியை...'

'சரி சரி... தேநீர் இருக்குமா?'

'தயாரித்துத் தருகிறேன்.'

இரவில் மெலிய இருளில் ஜன்னலுக்கு வெளியே வான டாக்ஸிகளின் கடைசித் தீற்றல். வெளிச்சங்கள் சுவரில் புதிய வடிவங்கள் வரைய நிலா முழுவதும் விழித்திருந்தாள். யோசித்தாள். சிபி களைத்துப் போய்ப் படுத்திருந்தான். அவனுடைய லேசான குறட்டை கேட்டது. ரவியின் வார்த்தைகளும், சட்டை போடாத மனோவும், தத்துவம் பேசும் இயந்திர நாயும், பங்களூரிலிருந்து பயணமும்... என்ன விநோதமான அனுபவங்கள்! ஜீவாவைக் கொல்வதாவது? அவருக்கு ஒவ்வொரு குடிமகனும் மனசில் நினைப்பதுகூடத் தெரியும் என்கிறார்கள்!

கனவில் ஜீவா வந்தார். மிகவும் சாந்த முகத்துடன், புன்னகையுடன், கருணையுடன் உள்ளங்கையில் ஜோதி ஒளிர, 'பெண்ணே! குழந்தாய்! என்னைக் கொல்வதால் என்ன பயன்? என்னை அவ்வளவு எளிதில்

என் இனிய இயந்திரா ■ 127

அழித்துவிட முடியுமா? தப்பான பாதையில் செல்லும் அந்த இளைஞர்கள் பேச்சைக் கேட்காதே! என்னிடம் வா. பயன் பெறு!' - ஜீவா அவளை அழைத்து ஆலிங்கனம் செய்யும்போது, அவளுக்கு மூச்சு திணறி ஒரு சிறிய ரத்தக் கட்டி உடைந்து ரத்தம் கசிந்தது. 'துடைத்துக் கொள் பெண்ணே! இந்த ரத்தம் தேவை! நாட்டின் நல்லதுக்குத் தேவை. சுபிட்சம் வேண்டாமா! சுதந்தரமா, சுபிட்சமா, எது வேண்டும்?'

எது வேண்டும் என்று தீர்மானிக்காமலே ஆழமாகத் தூங்கிப் போய் விட்டாள்.

நீதிமன்றத்தில் கூட்டமில்லை. சிபியும் நிலாவும் காவலதிகாரியும் நீதிபதியும் மட்டும் இருந்தார்கள். அவர் பின்னே ஆளுயரத்துக்கு ஜீவாவின் உருவம். ஒரே ஒரு டெர்மினலில் ஒரே ஒரு குமாஸ்தா.

'சிபி! நிலா! அரசுத் தரப்பில் குற்றங்களை வாசித்தளிக்கக் கேட்டீர்கள். இந்தக் குற்றங்களை நீங்கள் ஒப்புக் கொள்கிறீர்களா?'

'அரசு தரப்பில் எங்கள் கடந்த வார நடவடிக்கைகளைப் பற்றிய விவரங்கள் அனைத்தும் சரியே. அதன் காரணங்கள் எங்கள் சதி முயற்சி என்று சொல்வதுதான் தப்பு.'

'எப்படி?'

'நாங்கள் பங்களூர் சிறை சென்றோம். அங்கிருந்து அரசுக்குச் சொந்தமான ராணுவ வண்டியில் தப்பித்தோம். எல்லாம் நிஜமே! இருப்பினும், இதையெல்லாம் எங்களைச் செய்ய வைத்தது ஒரு நாய்!'

'நாயா?'

'ஆம்; ஜீனோ என்கிற ஒரு இயந்திர நாய்! அதன் சொந்தக்காரனான ரவி என்கிற இளைஞன். இந்த இருவரையும் நீதிமன்றத்தில் கொண்டுவந்து நிறுத்தாதவரை எங்கள் குற்றப்பத்திரம் செல்லுபடி ஆகாது என்று சமர்ப்பிக்க விரும்புகிறோம்!'

'இருவரும் எங்கே!' என்றார் நீதிபதி.

'ஐயா, அவர்களைத்தான் தேடிக்கொண்டிருக்கிறோம்! சீக்கிரமே கண்டுபிடித்து விடுவோம் என்கிற நம்பிக்கை...'

'அவர்களைப் பிடிக்காதவரை இவர்களை விசாரிப்பதில் அர்த்தமே இல்லை. என்னய்யா வழக்கு இது?'

'ஐயா! அவ்விருவரும் பிடிபடும்வரை எங்கள் இருவரையும் காப்புப் பண உத்திரவாதத்தின் பேரில் விடுவிக்க வேண்டுகிறோம். தினம் தினம் காவல் நிலையம் வந்து கையொப்பம் இடத் தயாராக இருக்கிறோம்.'

'சிபி, நீ எங்கே வேலை செய்கிறாய்?'

'கம்ப்யூட்டர் சென்டரில் ஐயா!'

'நிலா, நீ?'

'ஐயா, எனக்குப் பிள்ளை பெற அனுமதி வந்துள்ளது.'

'இருவரையும் விடுதலை செய்யுங்கள்.'

'ஐயா! இவர்கள் அபாயக்காரர்கள்!'

'அதற்கான போதுமான கண்காணிப்பு இருக்கட்டும். இயந்திர நாயும் ரவி என்பவரும் கிடைத்ததும் மீண்டும் கூட்டிவாருங்கள். அரைகுறை யான வழக்குகளை இனி கொண்டுவராதீர்கள்...'

'வாழ்க ஜீவா!'

நீதிமன்றக் கட்டடத்தை விட்டு இருவரும் புன்னகையுடன் வெளிவர, 'சிபி, உனக்கும் சாமர்த்தியம் இருக்கிறது' என்றாள். இருவரும் வெயிலில் நடந்தார்கள். ஒரு கடைக்குப் போய் லிவா சாப்பிட்டார்கள். பனிக்கட்டியும் கோக்கோவும் கலந்த அந்தப் பானம் அவர்களுக்குப் புத்துயிர் அளித்தது. சிபியின் கையைப் பற்றிக்கொண்டாள் நிலா. தாற்காலிகமாக மேகங்கள் விலகிய வானம் போல இருந்தது உணர்வு. சிபி அவள் கையை அழுத்த, அவள் உள்ளே குழந்தை இச்சை ஒரு சின்னப் பூப்போல ஒளிர்ந்தது. 'இன்றிரவு' என்று நினைத்துக்கொள்ளத் தயங்கினாள். எல்லாம் அப்படித்தான் தொடங்கியது.

ஐந்தாம் புரட்சியின் ஜன்ம தினமாதலால் அரசு கட்டடங்களில் வண்ணக் கொடிகள் படபடத்தன. குழந்தைத் தாய்மார்கள் கூந்தலில் சூரியன் ஒளிர, மார்பு குலுங்க நடந்து சென்றார்கள். பூங்காவில் மஞ்சளும் சிவப்பும் நீலமும் ஜீவாவின் முகமாகப் பூத்திருந்தது. வானத்தில் தொங்கு ரயில் விரைந்தது. ஜெவ் ஆட்ட மைதானத்திலிருந்து இரைச்சல் கேட்டது. நிலா பார்க்கில் உட்கார்ந்துகொள்ள, அவள் காலை யாரோ நிரடினார்கள்.

'ஜீனோ!'

பார்க் பெஞ்சுக்கு அடியில் ஜீனோ ஒளிந்துகொண்டிருந்தது. 'சுற்று முற்றும் பார். காவலர்கள் இருக்கிறார்களா? இந்த வேலை வேறா? இருக்கிற தொந்தரவு போதாதா?'

நிலா சுற்றுமுற்றும் பார்த்து, 'காவலர்கள் தென்படவில்லை' என்றாள்.

'என்னை எடுத்துக் கூடையில் போட்டுக் கொள்!'

அவ்வாறே செய்ததும், ஜீனோ தாழ்ந்த குரலில் விரைவாகப் பேசியது.
'நிலா! செய்தி என்ன?'

'உங்கள் இருவரையும் கைது செய்யும்வரை எங்கள் வழக்கு ஒத்திப் போடப்பட்டுள்ளது.'

'ஜீவாவிடமிருந்து செய்தி உண்டா?'

'இல்லை.'

'அழைப்பு ஏதேனும் வந்தால் ரவிக்குத் தகவல் தெரிவிக்க வேண்டுமாம்!'

'எப்படி?'

'எப்படி, நீதான் சொல்லேன்?'

'ஒண்ணு செய். தினசரி இந்தப் பூங்காவுக்கு இந்த பெஞ்சுக்கு வா!'

'சரி, நான் வருகிறேன். என்னை அந்தச் சாக்கடை அருகில் விட்டு விடு. ரவியுடன் உழைப்பதில் எனக்குச் சாக்கடைகள்தான் பிராப்தம். நாளை வரும்போது 'ஆலிஸ் இன் ஒண்டர்லாண்ட்' புத்தகத்தை எடுத்து வா...'

ஜீனோவை நிலா கூடையோடு எடுத்துச் சென்று பொதுச் சாக்கடையின் மூடி அருகில் கொண்டுவிடும் சமயத்தில் மூன்று காவலர்களும் சூழ்ந்துகொண்டார்கள்.

# 21

ஜீனோ போன்ற சிறிய இயந்திர நாயைக் கைது செய்ய மூன்று காவலர்கள் அதிகப்படிதான். மேலும், சக்தி வாய்ந்த லேசர் துப்பாக்கி களை 'பயம்', 'மரணம்' போன்ற வார்த்தைகளுக்கு எல்லாம் அர்த்தமில்லாத அந்த மெஷின் ஜென்மத்திடம் காட்டுவது அபத்தமாக இருந்தது.

காவலர்களில் ஒருவன் நிலாவிடம் வந்து, 'இதுதானே நீ சொன்ன நாய்?' என்றான்.

'இருக்கலாம். எல்லா இயந்திர நாயும் ஒன்றுபோல் இருக்கிறது. இது என் காலை வந்து பிராண்டியது!'

'என்ன பேசியது?'

'ஏதோ சொன்னது. புரியவில்லை. அதையே விசாரித்துப் பாருங்களேன்!'

'விசாரிக்கத்தான் போகிறோம். என்னுடன் வா!' நிலா அமைதி 307 என்ற கட்டத்துக்கு அழைத்துச் செல்லப்பட்டாள். அதில் வாசலிலேயே ரவியின் படம் ஒட்டி, 'பிடித்துத் தருபவர்களுக்கு ஆயிரம் சன்மானம்' என்று அறிவிப்பு இருந்தது. ஜீவாவின் புன்னகையின்கீழ் வீற்றிருந்த காவல் கண்ணோட்ட அதிகாரி, ஜீனோவை மேசைமேல் வைத்து விசாரித்தார்.

'உன் பெயர்?'

'ஜீனோ! மாடல் எண்-3, எண்ணிக்கை 262-327. போன வருஷத்து இறுதிமாத மாடல்.'

'உன் எஜமானன் யார்?'

'ரவி.'

'அவன் எங்கு இருக்கிறான்?'

'சொல்வதற்கில்லை.'

'ஏன்?'

'எஜமானனின் அனுமதி இல்லை.'

'ரவி எங்கிருக்கிறான் என்று சொல்!'

'முடியாது.'

'ஏய்... இந்த நாயைப் பற்ற வை! எரிந்து போகட்டும்.'

'ஐயா! வேண்டாம்' என்றாள் நிலா.

'நிலா, எனக்கு வலிக்காது, என்னைப் பற்ற வைப்பதால் இவர்களுக்கு எவ்வித லாபமும் இல்லை.'

'ரவி இருக்கும் இடத்தைக் காட்டிக்கொடுக்க என்ன செய்ய வேண்டும்?' என்றார் அதிகாரி.

'அதற்கு ரவியின் அனுமதி வேண்டும். எங்கள் ஜாதியே எஜமானர்கள் சொல்வதை மட்டும் செய்யும் ஜாதி. எங்கள் வடிவமைப்பு அப்படி. ரவி சொல்வதை மீறுவது என் உடம்பிலேயே இல்லை. ரவி கிளம்பும் போது, 'நான் எங்கே என்று யாராவது கேட்டால் பதில் சொல்லாதே' என்று பணிந்திருக்கிறார்!'

இப்போது கண்காணிப்பு அதிகாரிக்கு மேல் அதிகாரி ஒரு எலெக்ட்ரோ ஜீப்பில் வந்து இறங்கினார். 'என்ன, தகவல் கிடைத்ததா?'

'இல்லை, இதைச் சொல்ல வைப்பது கஷ்டம். சித்திரவதை செய்ய முடியாது. இந்த மாடல் நாய்களுக்கு வலி கிடையாது.'

அவர் இப்போது நிலாவைப் பார்த்தார். 'இதுதானா?'

'ஆம்.'

'பெண்ணே! தீவிரவாதிகளுடன் எதற்குத் தொடர்பு?'

'எனக்கு எதுவும் தெரியாது.'

'பொய், நாயே! உனக்கு எதுவும் வேணாமா?'

'ம்ஹூம், லஞ்சமும் அதற்குத் தெரியாது.'

அதிகாரியை மேலதிகாரி தனியாக அழைத்து அவர்கள் இருவரும் பேசிக்கொண்டார்கள். பிற்பாடு நிலாவின் அருகில் வந்தார்கள். உயர் அதிகாரியின் கண்களில் சற்றே ஏளனமும் கோபமும் கலந்திருக்க, அவள் கூந்தலைத் தன் விரல்களால் நிரடினார்.

'நல்ல இயற்கையான தலைமுடி. வெட்டிவிடலாமா?'

நிலா பயத்துடன் மௌனமாக இருந்தாள்.

'முதலில் தலைமுடி. அப்புறம் தலை! சொல் பெண்ணே, எங்கே அந்த ரவி?'

'அவளைச் சித்திரவதை செய்வதில் பயனில்லை. அவளுக்கும் தெரியாது' என்றது ஜீனோ.

'ஆம்! எனக்கு எதுவும் தெரியாது. நாங்கள் நேற்று நீதிமன்றத்தில் சொன்னதுபோல, எங்களை அறியாமல் ஒரு வஞ்சகச் சூழலில் அகப்பட்டுக்கொண்டோம்.'

அவ்விரு அதிகாரிகளும் மறுபடியும் ரகசியம் போலப் பேசிக் கொண்டனர். மானிட்டர் திரையில் செய்தி அனுப்பிக் காத்திருந்தனர். 'டாக்டர் 'ஓ' வருகிறார். காத்திருக்கவும்' என்று செய்தி வந்தது.

'டாக்டர் ஓ என்பது யார்?'

'கம்ப்யூட்டர் ரிப்பேர்க்காரர்.'

'என்ன செய்வார் என்னை?'

'உனக்கு இல்லை... எனக்காக வருகிறார்!'

'உன்னை என்ன செய்வார்?'

'பாரேன். எனக்கும் முன்பின் பரிச்சயமில்லை...'

டாக்டர் ஓ-வுக்கு வயது சொல்ல முடியவில்லை. சப்பை மூஞ்சியுடன் 'ஜீவா நாமம் வாழ்க' என்று ஐபித்துக்கொண்டே வந்தார். ஓய்வு நேரங்களில் ஒரு நோட்டுப் புத்தகத்தில் 'ஜீவா, ஜீவா' என்று வரிசையாக எழுதினார். 'எங்கே அது?' என்றார். கையில் மேன்யுவல் வைத்திருந்தார்.

கண்ணோட்ட அதிகாரி, 'இதோ' என்று ஜீனோவைக் காட்ட...

'ஏ-3 மாடல்! இது என்ன சுண்டைக்காய் நாய்! மொத்தமே பத்து காரியங்கள்தானே செய்யும். ஒரே ஒரு ஸ்கானர்...'

'எல்லாம் சரிதான். இந்த நாய் சொன்ன பேச்சு கேட்கமாட்டேன் என்கிறதே!'

என் இனிய இயந்திரா

'யார் எஜமானன்?'

''அவனைப் பிடிக்கத்தானே இந்தப் பாடு. அவன் இல்லையே! அதுதானே சிக்கல்!'

'ஒரு சிக்கலும் இல்லை. உங்களுக்கு என்ன வேண்டும்?'

'இதன் ஞாபகத்தில் இருக்கும் குறிப்பான ஒரு செய்தி. இதன் எஜமானன் ரவி என்கிறவன் எங்கு இருக்கிறான் என்ற செய்தி!'

'அவ்வளவுதானே!' - டாக்டர் ஓ, ஜீனோவின் அருகில் வந்தார். 'நாயே, உன் எண்ணிக்கை என்ன?'

'262-327' என்றது ஜீனோ.

டாக்டர் ஓ, தன் குறிப்புப் புத்தகத்தை எச்சில் படுத்திய விரல்களால் புரட்டி.... 'ஊஹூம்...ம்ஹூம்...ஏ...3.

'ம்... இதோ...ஏ...3...' டாக்டர் படித்தார். 'இந்த மாடல்களில் அளவுக்கு உட்பட்ட சில அறிவுத் திறன்கள் அளிக்கப்பட்டிருக்கின்றன. அதன் டபிள்யூ.சி.எஸ். உங்கள் உபயோகத்துக்கு அளிக்கப்பட்டிருக் கிறது. அதைப் பயன்படுத்த அனுமதி உண்டு. ஆனால், மிகவும் எச்சரிக்கையாகப் பயன்படுத்தவேண்டும்.'

ஜீனோவை அழைத்து, அதன் நான்கு கால்களையும் மேலே தூக்கிக் கவிழ்த்துப் போட்டு அதன் வயிற்றினுள் இருந்த சக்திப் பெட்டகத்தைப் பிடுங்கி வைத்தார். ஜீனோ உடனே செயலிழந்தது. அதைத் திறந்து உள்ளேயிருந்த பச்சை அட்டையில் சதுரம் சதுரமாகப் பொருத்தியிருந்த சில்லுகளை ஒவ்வொன்றாக எடுத்துப் பார்த்தார். அவற்றில் ஒன்றை மட்டும் தனிப்படுத்தி, தன் பெட்டியிலிருந்த ஒரு சிறிய டெர்மினலின் காலியிடத்தில் செருகி 'படி' என்று டைப் அடிக்க, அந்த டெர்மினலின் திரையில் ஏ5 பி5 33 என்று வரிசையாக எழுத்துகளும் எண்களும் வாரிக் கொட்டின...

அதிகாரியிடம் திரும்பி, 'குறிப்பாக என்ன செய்தி வேண்டும்?' என்று கேட்டார்.

'ரவி எங்கே என்கிற செய்தி.'

'கொஞ்சம் இருங்கள் பார்க்கலாம். ர...வி...எ...ங்...கே?'

அந்த இயந்திர நாயின் ஞாபகம் என்னும் சில்லுப் பகுதியில் சங்கேத வார்த்தைகளாகப் பொதிந்திருந்த அந்தச் செய்தி, அந்த மராமத்து இயந்திரத்தின் திறமைக்கு இசைந்து மெல்ல வெளிச்சத்துக்கு வந்தது. திரையில் சற்று தயக்கத்துக்குப் பின்...

'நாற்பது காலடிகள் ... 120... எழுநூற்றிருபது...115... நானூறு... 0...

டாக்டர் ஓ. தன் பையிலிருந்து ஒரு வடையை எடுத்துக் கடித்துக் கொண்டு நிலாவைப் பார்த்துப் புன்னகைத்தார். அதிகாரியைப் பார்த்தார்... 'இந்தப் பெண் நிஜமா?'

'ஆம்!'

'வருகிற வியாழன் எனக்கு விடுமுறை. இவள் கிடைப்பாளா?'

'தாராளமாக! இப்போது இந்தச் செய்தி என்ன சொல்கிறது?'

'எல்லாம் நாய் நடைக்கு ஏற்றதுபோல வைத்திருக்கிறது! முதலில் நாற்பது காலடிகள் 120 டிகிரியில்...அதாவது சுமார் தென்கிழக்கே செல்ல வேண்டும். அப்புறம் எழுநூற்றிருபது காலடிகள் 115 டிகிரியில்...'

'பிரமாதம், டாக்டர் ஓ! இதைக் கொஞ்சம் அச்செழுதிக் கொடுத்து விடுங்கள். உடனே முழுப்படையுடன் அவர்கள் இருப்பிடத்துக்குச் சென்று தகர்த்துவிடலாம்!' என்று உற்சாகத்துடன் அந்த அதிகாரி கூற, நிலாவுக்கு அச்சமாக இருந்தது.

'இப்போது இந்த நாயை என்ன செய்யலாம்?' என்று அதிகாரி கேட்க,

'குப்பையில் போட்டு விடலாம்!' என்றார் டாக்டர்.

'இந்த நாய் இருக்கட்டும். மேலும் எதுவும் தகவல்கள் வேண்டும் எனில் தேவைப்படும்' என்றார் மேலதிகாரி.

'இந்தப் பெண்?'

'இவளும் தேவைப்படலாம்! பெண்ணே, வா என்னுடன். உன் ரவி அகப்படுவதைக் கண்முன்னே பார்!'

## 22

ஜீனோவின் ஞாபகத்திலிருந்து பிடுங்கி அறிந்துகொள்ளப்பட்ட வழியே அவர்கள் ஒரு சிறிய எலக்ட்ரோவைச் செலுத்திச் சென்றார்கள். முதலில் பாதை ஓரத்தில் சென்று ஒரு வேலி தாண்டி, புறநகருக்காக அடுக்கி வைக்கப்பட்டிருந்த கட்டடங்களின் வழியே சென்று, அரசாங்க உடமையாக்கப்பட்டு வேலி போட்டுக்கொண்டிருந்த ஒரு பண்ணையை மீறிக் கரும்பு வயல்களினூடே வண்டி சென்றது. கண்காணிப்பு அதிகாரிகள் இருவரும் மூன்று காவலர்களும் முன் வண்டியிலும், பின் வண்டியில் ஜீனோவை மடியில் வைத்துக்கொண்டு டாக்டர் ஓ-வும் அருகே நிலாவும் சென்றனர். ஜீனோவை மறுபடி பொருத்தி சக்திப் பெட்டகத்தை மட்டும் இணைக்காமல் வைத்திருந்தார். நாய் செத்துப் போயிருந்தது. டாக்டர் ஓ அடிக்கடி நிலாவின் தொடையில் கை வைத்தார்.

'டாக்டர் ஓ! உங்களுக்குச் சட்டம் தெரியுமல்லவா?'

'என்ன சட்டம்?'

'பெண்களை அனுமதியின்றி தொட்டால் இந்த நாட்டில் என்ன தண்டனை என்று தெரியுமா? பெண்கள் வெறும் போகப் பொருட்களோ, நுகர் பொருட்களோ இல்லை என்று ஜீவாவின் கையேடுகூடக் குறிப்பிடுகிறதே! என்ன தைரியத்தில் என்னைத் தொடுகிறீர்கள்?'

'உனக்கு விருப்பம் என்கிற தைரியத்தில்தான்!'

'விருப்பமில்லை. மேலும், நான் அடுத்த முறை ஜீவாவைச் சந்திக்கையில் உம்மைப்பற்றிச் சொல்லப் போகிறேன்!'

'ஜீவாவையா?'

'ஆம்! ஒரு முறை நான் அவரைச் சந்தித்திருக்கிறேன். மறுமுறை சந்திக்கப் போகிறேன்!'

டாக்டர் சட்டென்று கையை விலக்கிக்கொண்டு 'முன்பே சொல்லக் கூடாதோ? யார்தான் ஜீவாவின் பெயரைப் பயன்படுத்துவது என்று நியதி இல்லையா?'

'பேசாமல் இருங்கள்! இந்த நாய்க்கு உயிர் கொடுங்கள். பேச்சுத் துணை யாகவாவது இருக்கும்!'

'புகார் கொடுக்காமல் இருக்கிறாயா? நாயை உயிர்ப்பிக்கிறேன்.'

'சரி' என்று சிரித்தாள். 'உமக்குப் பெண் சகவாசம் வேண்டும் என்றால் அரசுதான் எத்தனையோ வசதிகள் செய்து தருகிறதே!'

'அதெல்லாம் நிஜப்பெண்கள் இல்லையே! வித்தியாசம் ஒரு ஆணுக்குத் தெரிந்துவிடும்!' டாக்டர் ஓ, இப்போது ஜீனோவுக்கு சக்திப் பெட்டக இணைப்பைக் கொடுத்தார். ஜீனோ கண்ணை உருட்டியது; உடலைக் குலுக்கிக் கொண்டது.

'குழப்பம்' என்றது.

'ஜீனோ! என்றாள் நிலா உற்சாகமாக, 'வா, என் அருகில் வந்து உட்கார்.'

ஜீனோ அவள் அருகில் வந்து உட்கார, அதை எடுத்து மடியில் வைத்துக் கொண்டு தடவிக் கொடுத்தாள். 'பாவம், ஜீனோ! உன்னைத் தனித் தனியாகக் கழற்றி உனக்குள் இருக்கும் செய்தியை எல்லாம் எடுத்துக் கொண்டார்கள்.'

'அப்படியா! என்றது ஜீனோ, வெளியே எட்டிப் பார்த்தது. 'பாதை பழகியதாக இருக்கிறதே!'

'ஆம்! ரவியை நோக்கிச் செல்கிறார்கள்.' டாக்டர் ஓ தனி நோட்டுப் புத்தகத்தில் 'ஜீவா ஜீவா' என்று எழுதிக் கொண்டிருந்தார்.

'ஜீனோ, இதுதான் சரியான பாதையா?'

'ஆம்.'

முன்னே சென்றுகொண்டிருந்த எலக்ட்ரோ நின்றது. 'டாக்டர் ஓ! இங்கே சற்று வாருங்கள்!' டாக்டர் இறங்கிச் செல்ல ஜீனோ, நிலாவிடம் 'இரு' என்றது.

ஜன்னல் வழியாகப் பார்த்தாள். பசுமையான புல் வெளியில் ஒற்றையடிப் பாதை தெரிந்தது. அதன் முடிவில் ஒரு வாசல்.

'ஜீனோ, இதுதான் அந்த இடமா?'

'ஆம்! அவர்கள் எல்லோரும் அகப்படப் போகிறார்களா?'

'அகப்படலாம். அந்தப் பாலத்தைக் கடக்கும்போது ஜாக்கிரதையாக இருக்கவேண்டும்.'

'ஏன்?'

காவலர்கள் அந்தப் பாலத்தைக் கடந்துகொண்டிருந்தார்கள்.

'என் போன்ற ஒரு இயந்திர நாயின் எடையைத்தான் அந்தப் பாலத்தில் பதித்து வைக்கப்பட்டிருக்கும் கண்ணி வெடி தாங்கும். அதற்கு மேற்பட்டால்...'

அவர்கள் எல்லோரும் பாலத்தின் மத்தியில் இருந்தபோது அந்தப் பாலம் வெடித்தது.

மைதானத்தில் இருந்தவர்கள் அனைவரும், தூக்கியெறியப்பட்டு சிதறி விழுந்தார்கள். ஒரே ஒரு காவலனிடம் சற்று உயிர் இருந்து, விழுந்தபின்னும் கொஞ்சம் துடித்துவிட்டு அடங்கிப் போனான். 'நான் இதை எதிர்பார்த்தேன்' என்றது ஜீனோ.

நிலாவுக்கு மார்பில் படபடப்பு அடங்கவில்லை.

'ஜீனோ, நாம் எப்படி அந்தப் பக்கம் செல்ல முடியும்?'

'அதோ, அவர்களே வருகிறார்கள்!' எதிர்ப்புறத்தில் இருண்ட வாசலிலிருந்து மூன்று பேர் வெளிவந்து தூரக் கண்ணாடி மூலம் பார்த்து, வாயில் விரல் வைத்துச் சீழ்க்கையடித்து இவர்களைக் கூப்பிட்டார்கள். சுழற்றிச் சுழற்றி இவர்கள் பக்கம் கயிற்றை எறிந்தார்கள்.

ஆழமில்லாத வாய்க்காலைக் கயிறைப் பிடித்துக்கொண்டு கடந்து சென்று அந்தப் பக்கம் கரையேறியபோது, 'வா நிலா, வா ஜீனோ!' என்றான் ரவி. பக்கத்தில் மனோ.

'நிலா, இனி திரும்ப நீ அந்த வாழ்க்கைக்குச் செல்ல முடியாது. உன்னையும் கலகக்காரர்கள் பட்டியலில் சேர்த்துவிடுவார்கள்' என்றான் மனோ.

'மனோ, பேசிக்கொண்டிருக்க நேரமில்லை. காவல் படை வந்து விடும்!' என்று மற்றொருவன் எச்சரிக்க, ரவி நிலாவின் கையைப் பிடித்து அழைத்துச் சென்றான்.

'நான் தேவையா?' என்றது ஜீனோ.

'நீ இல்லாமலா! எங்கள் ஆசான் நீதானே! வா ஜீனோ! உன்னை எப்படி அழிக்காமல் விட்டார்கள்.'

அவர்கள் உள்ளே வந்ததும் கதவை மூடிக்கொண்டு குகைபோல் இருந்த வாசலுக்கு வெடி வைத்தார்கள். மண்ணும் கல்லுமாக அந்தத் துவாரம் பூர்ணமாக மூடிக்கொண்டுவிட, 'தற்போதைக்கு இது தாங்கும், வா போகலாம்.'

'எங்கே?'

'வேறு மறைவிடத்துக்கு. எங்கள் ம.தி.கழகம் முயல்கள் போல, இங்கிருந்து விஜயவாடாவரை சுரங்க மார்க்கமாகவே தொடர்பு இருக்கிறது. இந்த வாசலை மூடி வைத்து விட்டோம். அடுத்த வாசல் ஆவடியில் ஒரு வீட்டின் சமையலறையில் உள்ளது.'

அவர்கள் கைகளில் பளிச்சென்ற பேட்டரி விளக்குகளுடன் அந்த இருண்ட பாதைகளில் நடந்தார்கள். நகரத்தின் சாக்கடைகளும் தரையடி கேபிள்களும் இருந்தன. உஷ்ணக் காற்று வீசி 'ஹோ' என்று சதா இரைச்சல் இருந்தது. ரவியை இறுக்கப் பற்றிக் கொண்டாள் நிலா. 'எனக்கு நீந்தத் தெரியாது' என்றது ஜீனோ. ரவி அதைப் பொறுக்கிக் கொண்டான். தரையடியில் சின்ன ஸ்கேட் கார் என்ற வழுக்கும் கார் வசதிகளும் இருக்க மனோ, ரவி, ஜீனோ, நிலா நால்வரும் அதில் சறுக்கிக்கொண்டு சென்றார்கள். 'கேபிள் ரிப்பேருக்காக ஏற்பட்ட வண்டி இது' என்றான் ரவி.

அவர்கள் எங்கே வந்திருக்கிறார்கள் என்று சொல்ல முடியவில்லை. ஆனால், பாதை சற்று உயர்ந்தது. பகல் வெளிச்சம் தெரிந்தது. மனோ அவர்களை ஓர் அறைக்கு அழைத்துச் சென்றான். அதில் விவி திரையில் 'இவர்கள் மூவரையும் பிடித்துத் தருபவர்களுக்கு அரசு ஒரு அந்தமான் விளையாட்டு விடுமுறையும், ரொக்கம் இரண்டாயிரமும் தரும்' என்றது.

'நம் மதிப்பு உயர்ந்துகொண்டே வருகிறது. ஆயிரத்தில் ஆரம்பித் தார்கள்' என்றான் ரவி.

'இந்தச் சதிக் கூட்டத்தில் நிலா என்கிற பெண்ணும், ஜீனோ என்கிற நாயும் சேர்ந்திருக்கிறார்கள். இவர்கள் கேட்பது என்ன?'

'ஜீவாவின் மரணம்!' என்றான் மனோ.

ரவி நிலாவையே பார்த்துக்கொண்டிருந்தான். 'எனக்கு ஒன்று தோன்று கிறது!'

'என்ன?'

'இந்தப் பெண் மறுபடி சரணடைந்து ஜீவாவுடன் பேட்டி கேட்டால் என்ன?'

என் இனிய இயந்திரா ■ 139

'யோசிக்கலாம். அதற்குமுன் இவளுக்குப் பயிற்சி அளிக்க வேண்டாமா?'

'என்ன பயிற்சி?' என்றாள் நிலா.

'சீக்கிரம் தெரியவரும். முதலில் நீ சாப்பிட்டுவிட்டுத் தூங்கு. களைத் திருக்கிறாய்.'

புதிய அச்சு வாசனை, புதிய காகித வாசனையின் மத்தியில் நிலா தூங்கிப்போனாள். சிபி, ரவி என்றில்லாமல் எப்போதோ பார்த்த ஒரு அந்நியனுடன் சல்லாபிப்பதுபோலக் கனவு கண்டாள்.

# 23

கனவு கண்ட நிலா திடுக்கிட்டுத்தான் எழுந்தாள். மனோ அவள் முகத்தருகில் தெரிந்தான். 'என்ன, இப்படித் தூங்குகிறாய்?'

'களைப்பு. என்னால் நீ சொல்லும் காரியம் முடியும் என்று தோன்ற வில்லை.'

'ஏன்? ஜீவாவிடம் பயமா?'

'இருக்கலாம். யாரையும் கொல்வது என் ரத்தத்தில் இல்லை.'

'ரத்தத்தில் அந்த இச்சையை ஏற்றிவிடலாம். அது பெரிசில்லை. பயிற்சியைத் தொடங்கவேண்டும்.'

'என்ன பயிற்சி?' என்று கேட்டதற்கு அவளுக்குப் பதில் கிடைக்க வில்லை. தன் மேஜையிலிருந்து ஒரு சிறிய துணியை எடுத்தான். அது ஒருவகையான உள்ளுடை... பெண்கள் மார்பில் அணிவது, நடக்கும் போது மார்பு குலுங்கும் தொந்தரவைத் தவிர்க்க ஏற்பட்ட கச்சு, ஒரே ஒரு எலாஸ்டிக் வாரும் இரண்டு வினையல் கோப்பைகளும் கொண்டு... 'இதை அணிந்து பார்' என்றான் மனோ!

'எதற்கு?'

'அளவு சரியா என்று பார்.'

'நான் இவற்றைச் சாதாரணமாக அணிவதில்லை.'

'கவனித்தேன்' என்றான் ரவி.

'இதை நீ அணியவேண்டியிருக்கும்' என்றான் மனோ.

'எதற்கு?'

மனோ அந்த உள்ளுடையின் குறுக்கே இருந்த கொக்கியை விடுவித்து அதன் கரையில் பொதிந்திருந்த ஒரு நீண்ட பிளாஸ்டிக் பென்சிலை எடுத்தான். 'இதைக் கண்டுபிடிப்பது கஷ்டம். ஜீவாவின் உளவு இயந்திரங்கள் அனைத்தும் உலோகங்கள், ஜெலட்டின் குச்சிகள், கந்தகம் இவற்றை மட்டும்தான் கண்டு சொல்லும். இது புதிதாகக் கண்டுபிடிக்கப்பட்ட பாஸ்பரஸ் நைட்ரஜன் ஆர்கானிக் வெடிமருந்து. நம் உடல் ரசாயனத்தின் தாதுக்களைக் கொண்டே அமைக்கப்பட்டது.'

'இது என்ன செய்யும்?'

'பார்.'

மனோ அந்தப் பென்சிலை இரண்டாகப் பிரித்து, இடது பகுதியிலும் வலது பகுதியிலும் இருந்த மருந்துகளை ஒன்று சேர்த்தான். 'ஒதுங்கு' என்றான்.

'இரண்டும் கலந்து ஒரு நிமிஷத்துக்குள் வெடித்து விடும். சரியாகச் சொன்னால் 50 விநாடி...'

அந்தக் கலவையைப் பதட்டமில்லாமல் அந்த அறையின் ஜன்னலைத் திறந்து வெளியே எறிந்தான்.

சற்று நேரத்தில் அது வெடித்ததில் அந்த அறையில் பெஞ்சு, நாற்காலிகள் ஆடின!

'நான் என்ன செய்யவேண்டும்?'

'நீதான் இதை ஜீவாவின்மேல் வீசப் போகிறாய்!'

'எப்படி?' என்றாள், குரலில் நடுக்கத்துடன்.

'ஜீவா உன்னை அழைக்கவேண்டும்.'

'எதற்கு?'

'அழைக்க வைக்கவேண்டும். நாய்! ஒரு காகிதம் எடுத்து வா!'

'வெறும் காகிதமா, ஏதாவது எழுதவேண்டுமா?'

'எழுதவேண்டும்.'

'அப்படியென்றால் எழுதுகோலும் வேண்டும். அதையும் எடுத்து வரவா?' என்று கேட்டது ஜீனோ.

'ஆம், பொம்மையே! சீக்கிரம் வா. இதையெல்லாம் கேட்டுக் கொண்டிராதே, ஓடு!'

ஜீனோ கொண்டுவந்த காகிதத்தில் நிலாவை எழுதச் சொன்னார்கள்.

மாமிகு ஜீவா அவர்களுக்கு,

உங்கள் நாமம் என்றும் வாழ்க. இந்தக் கடிதம் உங்கள் கைக்குச் சிக்கும் என்ற நம்பிக்கையுடன்தான் எழுதுகிறேன். ஜீவா, நான் இந்த வஞ்சகர்களின் பிடியில் அகப்பட்டிருக்கிறேன். என்னைப் பலவந்தமாக இழுத்து, அழைத்து வந்திருக்கின்றனர். உங்களைக் கொல்லவேண்டும் என்றெல்லாம் பயங்கரமாகப் பேசிக் கொண்டிருக்கிறார்கள். அதற்காக என்னைப் பணித்திருக்கிறார்கள். நான் மறுத்தால் சோறு, தண்ணீர் இல்லாமல் அடைத்து வைத்திருக்கிறார்கள். ஜன்னலில் தெரிந்த ஒரு வெளிச்ச சந்தின் மூலம் இந்தக் கடிதத்தை வெளியே எறிந்திருக்கிறேன். இது உங்களுக்கு அஞ்சல் செய்யப்படும் என்ற கடைசி நம்பிக்கைதான் என் வாழ்வின் மிச்சத்துக்கு ஆதாரம்.

ஜீவா, என்னைக் காப்பாற்றுங்கள். இந்த இடத்தின் பெயர் இவர்கள் சொல்லிக்கொள்வதிலிருந்து அத்திப்பட்டு என்று தெரிகிறது. நான் அடைபட்டிருக்கும் இடம் ஓர் இருண்ட அறை. ஜன்னல் உயரமாக இருக்கிறது. மிகவும் கஷ்டத்துடன் ஒரே ஒரு முறை எட்டிப் பார்க்க முடிந்ததில் ஒரு டவர் தெரிந்தது. அதில் செய்தித் தொடர்புக்கான கிண்ணிகள் தெரிந்தன.

ஜீவா, என்னை மன்னியுங்கள். உங்களை நான் வந்து தரிசித்தது நினைவிருக்கலாம். என்னை மன்னியுங்கள். என்னால் விவரமாக எழுத முடியவில்லை. இங்கிருந்த காவலன் பசிக்கு இரையாகித்தான் இந்தக் காகிதமும் பேனாவும் கிடைத்தது.

ஜீவா, என்னை வந்து காப்பாற்றி அழைத்துச் செல்லுங்கள். இந்த நாட்டின் பெருந்தலைவர் நீங்கள். உங்களால் இது முடியும்! முடிய வேண்டும்!

அன்புடன்,
**நிலா.**
(குழப்பத்தில் என் எண்கூட மறந்து போனது!)

'எப்படி?' என்றான் மனோ!

'பரவாயில்லை. வலையில் விழலாம்! என்ன ஜீனோ?'

'எனக்கு ஏமாற்று வித்தைகளில் பழக்கமில்லை. இந்தக் கடிதம் எப்படி அவர்கள் கைக்குப் போய்ச் சேருவது?'

'அதுதான் எங்கள் மனித மூளையின் விசேஷம். கவனி நிலா, தொடர்ந்து எழுது' என்றான் மனோ.

'அவசரம்!

இந்தக் கடிதத்தைக் கண்டுபிடிப்பவர் உடனே இதை நாட்டின் தலைவர் ஜீவாவுக்கு அஞ்சல் செய்து ஒரு அபலையைக் காப்பாற்றுமாறு கேட்டுக் கொள்கிறேன்?'

'எப்படி ஜீனோ?'

'ம்? ஏமாறலாம். ஒரு ஐம்பது சதவிகிதம் வாய்ப்பு உள்ளது?'

'நிலா நிஜமாகவே காவலர்களால் மீட்கப்படுவாளா?'

'ஆம்! அத்திப்பட்டில் ஒரே ஒரு டவர்தான் இருக்கிறது. துப்பறிந்து கண்டுபிடித்து வந்துவிடுவார்கள். அங்கே ஒரு பாழ் மண்டபத்தின் அறையில் நிலாவை நிஜமாகக் கை காலைக் கட்டிப்போட்டு ஓரிரண்டு தினங்கள் அடைத்துவைத்திருக்க வேண்டும்! நிலா, உனக்குத்தான் சற்று வேதனை!'

'அதெல்லாம் சரிதான்! அவர்கள் வந்து என்னைக் காப்பாற்றி அழைத்துச் செல்கிறார்கள். அதன்பின் என்ன?'

'உனக்கு நிச்சயம் ஜீவாவின் அழைப்பு வரும். விவியில் உன் முகத்தைக் காண்பிப்பார்கள். போட்டோ எடுப்பார்கள். செய்தி கொடுப்பார்கள். ஜீவா உன்னைச் சந்திப்பார்?'

'சரி, அதன்பின்?'

'ஜீவாவின் அருகாமையில் நீ உன்னை அர்ப்பணித்துக் கொள்ள வேண்டும். உன்னைக் காப்பாற்றியதற்காக... ஜீவ சேவகியாக...'

'ஜீவ சேவகியா?'

'ஆம்... ஜீவாவின் சேவைக்காகத் தன் வாழ்நாளை அர்ப்பணித்துக் கொண்ட இளைஞர் படை அது. ஜீவாவின் முன்னிலையில் உன் மார்பில் ஒரு அடையாளச் சின்னம் பொறிக்கப்படும்.'

மனோ சற்று தயங்கி, தொடர்ந்தான். 'அந்தத் துல்லியமான வேளையில் உன் மார்புச் சட்டை நீக்கப்பட்டு ஜீவாவின் பார்வையின் முன்னிலையில் நீ நிற்பாய். ஒரு போதகன் வந்து முத்திரை குத்துவான். ஒரு அழகான மலர் முத்திரை...

இதில் முக்கியம் உன் மார்பின் அங்கி, அதனுள் இருக்கும், பொதிந்திருக்கும் வெடி.'

'ஒரு சந்தேகம்' என்றது ஜீனோ!

'என்ன?'

'அவளுக்கு ஒரு நிமிஷம்தான் இருக்கிறது தப்பிக்க.'

'ஆம், அதனால் என்ன?'

'இந்த மலர் முத்திரை சடங்குக்கு எத்தனை நேரமாகும்?'

'பத்துப் பதினைந்து பெண்களுக்குச் செய்வார்கள். ஒவ்வொருத்திக்கும் பத்து செகண்டு.'

'எப்படிப் பார்த்தாலும் ஒரு நிமிஷத்துக்குமேல் ஆகிவிடும். நிலாவும் வெடிவிபத்துக்கு இலக்காகி விடமாட்டாளா?' என்று கேட்டது ஜீனோ.

'இல்லை.'

'எப்படி?'

'அதற்குப் பயிற்சி அளிக்கப்படும்! கடைசி சமயத்தில் அங்கியில் இருக்கும் வெடிமருந்தை ஒன்றாகச் சேர்த்து ஜீவாவின் மேல் எறிந்துவிட்டு புகைப்படலத்தில் தப்பி ஓடும் பயிற்சியை அவளுக்கு அளிக்கப் போகிறோம்!'

ரவி கவலையுடன், 'எனக்கு என்னவோ இது மிக அபாயகரமான வேலையாகப் படுகிறது...' என்றான்.

'வேறு ஏதும் வழியில்லை. இயக்கத்தில் எவரும் ஜீவாவின் அருகே செல்ல முடியாது' என்றான் மனோ. 'நிலா, உனக்கு இதில் இஷ்டமில்லை என்றால் இப்போதே சொல்லிவிடு.'

'இஷ்டம்தான்' என்றாள் நிலா.

# 24

நிலாவை அவர்கள் ஒரு பாழ் மண்டபத்தில் இருண்ட அறைக்குக் கொண்டு சென்றார்கள். அங்கே மனோவும் ரவியும் அவளை ஒரு நாற்காலியில் உட்கார வைத்துக் கட்டிப் போட்டார்கள். மனோ, 'நிலா, என்னை மன்னித்துக் கொள்' என்று சொல்லிவிட்டு, அவளைக் கன்னத்தில் சுரீர் என்று அறைந்தான். திடுக்கிட்ட நிலா உதட்டோர ரத்தத்தைத் தொட்டுக்கொண்டாள்.

ரவி, 'ரத்தம் இருக்கட்டும் அப்போதுதான் அவர்கள் வந்து பார்க்கையில் உன்னைச் சித்ரவதை செய்திருக்கிறோம் என்கிற நம்பிக்கை வரும்' என்று அவள் தலைமுடியைக் கலைத்துவிட்டான். ஒரு கண்ணுக்குக் கரி பூசினான். சற்றுத் தூரத்தில் போய் இருவரும் நின்று அவளைப் பார்த்தார்கள்.

'நன்றாகத்தான் இருக்கிறது! கொஞ்சம் முகத்தைச் சோகமாக, பயமாக வைத்துக் கொள்' என்றது ஜீனோ. நிலா அதைக் குனிந்து பார்த்து, 'ஜீனோ, நீயும் என்னுடன் வாயேன்' என்றாள்.

'தக்க சமயத்தில், தக்க சமயத்தில்.'

'தனியாக நீ இருப்பதுதான் அவர்களுக்கு நம்பிக்கை தரும்' என்றான் ரவி.

நிலாவைத் தனியே விட்டுவிட்டு, கதவை வெளியே பூட்டிவிட்டு அவர்கள் புறப்பட்டார்கள். ஒரே ஒரு ஜன்னல் வழியாகச் செய்திச் தொடர்புக் கிண்ணி தெரிந்தது.

நிலா அவர்கள் திட்டத்தின் முழுமையான முன் யோசனையைக் கண்டு வியந்தாள். அதே சமயம் பயந்தாள். பொய் கண்டுபிடிக்கப்பட்டு விட்டால்... உள்ளுடையின் கரையில் அந்த நீண்ட பிளாஸ்டிக்

பென்சில் பொதிந்திருந்தது. அதன் இரண்டு பகுதிகளைக் கலப்பதற்குப் பயிற்சி கொடுத்தார்கள். அதன்பின் ஓட்டப் பயிற்சி, புகை நடுவே எப்படிப் புழங்குவது என்று அவளைப் படிப்படியாகத் தயாரித்தார்கள். அவள் எழுதிய கடிதம் ஜீவாவுக்கு எப்படியும் அஞ்சல் செய்யப்படும் என்கிற நம்பிக்கையில், நிலாவை அந்த அறையில் தனியே விட்டு விட்டுச் சென்றனர். சந்தேகம் வரும் என்று உணவோ வேறு வசதிகளோ எதுவும் விட்டு வைக்கவில்லை. இரண்டு நாட்களில் எதுவும் நிகழ வில்லை என்றால் மறுபடி வந்து சந்திப்பதாக ரவி சொல்லியிருந்தான்.

நிலாவுக்கு பயமாக இருந்தது. ஜன்னல் வெளிச்சத்தின் சரிவிலும் மறைவிலும்தான் தின நேரங்கள் புரிந்தது. நிசப்தத்தின் நடுவில் காற்று அந்த டவர் மூலம் அலையும்போது சற்றே விசிலடித்தது. தூரத்தில் பாட்டையில் சென்ற எலெக்ட்ரோ கார்கள் அவளுக்குக் கேட்க வில்லை. எங்கே இருக்கிறோம்... எத்தனை நேரம் இப்படி... என்று தெரியாமல் தவணை முறையில் தூங்கினாள்.

எப்போதே சப்தம் கேட்டு விழித்தெழுந்தாள். எதிரே பூட்டியிருந்த மரக் கதவு வெடித்தது. துடிப்புடன் இரு காவலர்கள் தத்தம் லேசர் ஆயுதங் களைக் காட்டிக்கொண்டே நுழைந்தார்கள். சுற்றும் முற்றும் கவனித்து நிலாவின் நிலைமையைப் பார்த்து வெளியே செய்தி கொடுத்தார்கள். 'இருக்கிறாள், உள்ளே இருக்கிறாள்... வேறு எவரும் இல்லை.'

நிலா அவர்களை அரை மயக்கம்போல் பார்க்க, ஒரு காவலன் அருகே வந்து அவள் முகத்தை ஒத்தினான். 'பயப்படாதே! நாங்கள் ஜீவாவின் படை. உன் கடிதம் வந்து சேர்ந்துவிட்டது. பயப்படாதே!'

'அப்பா!' என்று பெருமூச்சுவிட்டு நிலா அழுதாள். அழும்படி அவளுக்குப் பயிற்சி அளிக்கப்பட்டிருந்தது. விசும்பல்களுக்கு இடை யில், 'நீங்கள் வந்திராவிட்டால் இறந்து போயிருப்பேன்' என்றாள். அவள் மேல் போர்வை போர்த்தினார்கள். குடிக்கச் சூடான தேநீர் கொடுத் தார்கள். 'நிலா, எழுந்திருக்க முடியுமா?' இதற்குள் அறைக்குள் பத்து காவலர் களும் பேட்டரி வெளிச்சமும் நிறைந்துவிட அவர்களின் தலைவன் அவளருகில் வந்து, 'நிலா, என் பெயர் அரி, உன்னைச் சில கேள்விகள் கேட்க வேண்டும். பதில் சொல்ல எப்போது தயார் என்று சொல்.'

'கொஞ்சம் மூச்சு விட்டுக்கொள்கிறேன்.'

பிணைப்புக்களை அகற்றிக் கைத்தாங்கலாக அவளை அழைத்துச் சென்றார்கள். எலெக்ட்ரோ ஜீப்பில் ரேடியோ அலறிக் கொண்டிருந்தது.

வண்டியில் அவளைச் சௌகரியமாக உட்கார வைத்துவிட்டு கேள்வி கேட்டார்கள்.

'நிலா! அவர்கள் எத்தனை பேர் இருந்தார்கள்?'

'சரியாகச் சொல்ல முடியவில்லை. பத்து பேர் இருக்கலாம் மனோ என்பவன் தலைவன்போல இருந்தான். ரவி என்பவனும் முக்கியமாக இருந்தான்.'

'அவர்கள் என்ன பேசிக்கொண்டார்கள்?'

'ஜீவாவைக் கொல்லவேண்டும் என்று.'

'உனக்குக் கடிதம் எழுதக் காகிதம் எப்படிக் கிடைத்தது?'

'ஒரு காவலன்... ஒரு காவலன்... என்னைப் பலாத்காரம் செய்தான். அதற்குச் சம்மதித்தேன்...'

'அந்த மனோ எப்படி இருந்தான். சொல்ல முடியுமா?'

'இளைஞன். சிவப்பாக, தாடி வைத்திருந்தான். மார்பில் சட்டை இல்லாமல் இருந்தான். தழும்புகள் இருந்தன.'

'தழும்புகள்?'

'சவுக்கால் அடித்தாற்போலக் காயங்கள்.'

'அப்படியா? நிலா, அவர்கள் இருப்பிடம் எங்கே என்று சொல்ல முடியுமா?'

'தெரியாது. என்னைக் கண்ணைக் கட்டி அழைத்துச் சென்றார்கள்!'

'கண் திறந்ததும் எப்படி இருந்தது?'

'ஒரு அரங்கம் போலத் தரையெல்லாம் மரப்பலகையில் நடப்பது எதிரொலி கேட்டது. கலரில் பெரிசாக ஜீவாவின் முகம் படமாக இருக்க, அதில் கத்தி எறிந்து பழகிக்கொண்டிருந்தார்கள்.'

அதிகாரி தன் அருகில் இருப்பவனைப் பார்த்துத் தலை அசைத்துக் கொண்டான். 'நிலா, உனக்கு மறுபடி ஜீவாவைச் சந்திக்க விருப்பமா?'

நிலா உதட்டைக் கடித்துக் கைகளை இறுக்கிக்கொண்டாள்.

'ஆம்!'

'நல்லது, இப்போது உன்னை உன் கணவனிடம் அழைத்துச் செல்கிறோம். பயப்படாதே. சதிகாரக் கும்பலை சீக்கிரமே பிடித்து விடுவோம். அடையாளம் காட்ட நீ தேவைப்படுவாய். ஜீவா உன் கடிதத்தைப் படித்துவிட்டார். உன்னை மீட்ட தகவல் அவருக்குச் செல்லும். விரைவில் உனக்கு பேட்டி அளிக்கச் சமயம் தருவார்! சில தினங்கள் வீட்டைவிட்டு நகராதே. உன் வீட்டுக்குத் தனிப்பட்ட காவல் போட்டிருக்கிறோம்.'

வீட்டுக்கு வந்ததும், சிபி அயர்ந்து போய், 'நிலா, எங்கே போய் விட்டாய்?' என்று கேட்டான்.

காவலர்களிடம், 'இவரிடம் சொல்லலாமா?' என்றாள்.

'சொல்லலாம்.'

'சிபி, நான் சதிகாரர்களிடம் மாட்டிக்கொண்டுவிட்டேன். இவர்கள் வந்து என்னை விடுவித்தார்கள்.'

சிபி அவளைச் சந்தேகமாகப் பார்த்தான். 'என்ன? சதிகாரர்களிடம்...'

நிலா, காவலர்களைப் பார்த்து, 'மிக்க வந்தனம். நீங்கள் போகலாம். நான் என் கணவருடன் தனியாக இருக்க விரும்புகிறேன்' என்றாள்.

அவர்கள், 'புரிந்தது' என்று சொல்லிச் சிரித்துவிட்டு 'ஏதாவது உதவி தேவை என்றால் இந்தச் சாதனத்தை உபயோகிக்கவும்' என்று சிறிய பீப்பரை அவளிடம் கொடுத்துவிட்டுச் சென்றார்கள்.

அவர்கள் சென்றதும் சிபி, 'நிலா, என்ன நாடகம் இது?' என்று கேட்டான்.

நிலா 'ஷ்' என்று உதட்டில் விரல் பதித்து, அவனை மாடிப்படி அருகே அழைத்துச் சென்றாள். 'இங்கேதான் மானிட்டர் இருக்காதாம். அவர்கள் பயிற்சி அளித்திருக்கிறார்கள்.'

'என்ன நிலா! என்ன ஆச்சு?'

'சிபி! அவர்கள்தான் என் விடுதலையை ஏற்பாடு செய்தார்கள்.'

'எவர்கள்?'

'ரவி, மனோ.'

'எதற்கு?'

சொல்லலாமா, வேண்டாமா' என்று யோசித்தாள். சொந்தக் கணவனாக இருந்தாலும் அவன் ஒரு கோழை. பயப்பட்டு எல்லாவற்றையும் சொல்லிவிடுவான்!

'நான் அவர்களுக்கு உதவி செய்ய முடியாது என்று சொல்லிவிட்டேன்!'

'நல்லது, ஏதோ வெடி விபத்து, நான்கு காவலர்கள் இறந்து போனதாகச் செய்தி வந்தது. நிலா, எனக்கு இது எதுவும் பிடிக்கவில்லை. ரவி வந்ததிலிருந்து வினைதான். நான் ஏதோ கேட்கப்போக, கைதாகி அவஸ்தைப்பட்டு இவர்களிடம் மாட்டிக்கொண்டு, வேண்டாம்... இதைப் பற்றி இனி எண்ணவே வேண்டாம். நம் பழைய வாழ்வின் அமைதிக்குத் திரும்புவோம். வா நிலா!' என்று அவள் கன்னத்தில்

முத்தமிட்டான். அவளை இறுக அணைத்துக் கொள்ளும்போது முதுகில் அந்த 'பென்சில்' உறுத்தியது நிலாவுக்கு ஞாபகம் வந்தது.

இரவில் அவர்கள் இருவரும் இணைந்தபோது நிலா, தான் செய்யப் போவதைத்தான் எண்ணிக்கொண்டிருந்தாள். சிபி அருகில் படுத்துத் தூங்கியபோதும் விழித்திருந்தாள்.

'சிபி!- அவனை உலுக்கினாள்.'

'என்ன!' என்று திடுக்கிட்டு விழித்தான்.

'குறட்டை விடுகிறாய்!'

மறுதினம்... மறுதினம்... மறுதினம்... என்று மூன்று தினங்களில் அந்தச் சம்பவங்களின் ஞாபகங்கள் சற்று மழுப்பப்பட்டன. ஜீனோவை அடிக்கடி நினைத்துப் பார்த்தாள். சிபி தன் பழைய அலுவலகத்துக்குத் தொடர்ந்து செல்லத் தொடங்கினான். அவனைக் கைது செய்தது பற்றி அலுவலகத்தில் யாருக்கும் தெரியவில்லை. அதைப்பற்றி நிலாதான் ஒரு நாள் கேட்டாள்: 'சிபி, உன்னை எதற்குக் கைது செய்தார்கள் என்று தெரிந்ததா?'

'ஒன்றும் தெரியவில்லை. ஏதோ கம்ப்யூட்டர் தப்பு பண்ணியிருக்க வேண்டும்.'

'என்ன தப்பு?'

'புரியவே இல்லை. அன்று இரவு கம்ப்யூட்டரில் அரசாங்கத்துக்கு முக்கியமான ஏதோ ஒரு தகவல் எனக்குத் தவறுதலாகக் காட்டப்பட்டு விட்டது என்று தோன்றுகிறது.'

'என்ன தகவல்?'

'அதுதான் சொன்னேனே...சென்னைக்கு வரப்போகும் ஏதோ ஆப்டிகல் சாதனங்களைப் பற்றியது. சம்பந்தா சம்பந்தமில்லாத செய்தி. ஆனால், நான் பார்க்கக்கூடாத செய்தி. அதனால்தான் என்னைக் கைது செய் திருக்கவேண்டும். நமக்கேன் இனி வம்பு!' சிபி படுத்துக்கொண்டான்.

நிலா ஜன்னல் வழியாக வெளியே மௌனமாகத் தெருவைப் பார்த்தாள். ஒரு மனித இனம் இல்லை. சுத்தம் செய்யும் ரோபாட்டுகள். எலெக்ட்ரோ கார்கள். முட்டாள்தனமாகக் கண் சிமிட்டும் சாலை விளக்குகள். 'சிபி ஏதோ தகாதது செய்திருக்கிறான். அதற்காகக் கைது செய்திருக்கிறார்கள். இப்போது சட்டென்று அவன் குற்றவாளி இல்லை என்று எப்படி, எதனால் தீர்மானித்தார்கள்? புரியவில்லை. ஆப்டிகல் கருவிகள் சென்னைக்கு வந்ததை சிபி தெரிந்துகொண்டதில் என்ன ஆபத்து? ஆபத்து எப்படி விலகியது?'

எதிர்பார்த்தபடி ஜீவாவிடமிருந்து அழைப்பு வரவில்லை. ஏன் வரவில்லை என்று விசாரிக்கக்கூடாது என்று அவளுக்குத் தெளிவாகச் சொல்லியிருக்கிறார்கள். நிலா அதனால் எதுவும் செய்யாமல் காத்திருந்தாள். 'ரவி, மனோ இவர்கள் எல்லாம் எங்கே? ரவி அவளைப் பாழ் மண்டப அறைக்குள் விட்டுச் சென்றபோது அவன் கண்களில் ஒரு விதமான வருத்தம். ஜீனோ இப்போது என்ன செய்துகொண்டிருக்கும்? 'டிக்ஷன் அண்ட் ஃபால் ஆஃப் ப்ராக்டிகலி எவ்ரிபடி!' புத்தகம் படிக்கும். ஜீனோ உயிரற்ற பொம்மை! அதன்மேல் அத்தனை பாசமா! உதவிக்கு ஜீனோவை அனுப்புமாறு கேட்கலாமா? எப்படி, யாரைக் கேட்பது? இப்போது அவர்கள் எல்லாம் எங்கே போயிருப்பார்கள்? எங்கே ஜீனோ?'

ஜன்னலை யாரோ பிராண்டுவதுபோல் கேட்டது. சற்றுப் பயந்துபோய் விளக்கைப் போட்டாள்.

'ஜீனோ!'

'கண்ணாடிக் கதவைத் திறந்தாள்....

'இந்த மாதிரி எல்லாம் கூரைமேல் ஏறிப் பழக்கமில்லை. அதிகமாகச் சக்தி தேவைப்படுகிறது. என் மாடலுக்கு ஒத்து வருவதில்லை. எங்கே சிபி?' - ஜீனோ உள்ளே குதித்தது.

'அடுத்த அறையில்.'

'வா, மாடிப்படிக்கு.'

மாடிப்படியில், 'இங்கேதான் நாம் பேசுவது கேட்காது. நம்மைப் பார்க்கவும் முடியாது' என்றது ஜீனோ!

'அவர்கள் எல்லாம் எங்கே ஜீனோ?'

'டில்லி போயிருக்கிறார்கள்.'

'எதற்கு?'

'எனக்குத் தகவல் இல்லை. உன்னிடம் சில தகவல்கள் சொல்ல வேண்டும். ஜீவாவிடமிருந்து அழைப்பு வந்ததா?'

'இல்லை.'

'உன் மார்பின் உள்ளணியில் அது இன்னும் இருக்கிறதா?'

'இருக்கிறது.'

'நான் இந்த வீட்டில் ஒளிந்துகொள்ள வேண்டுமாம்.'

'எதற்கு?'

என் இனிய இயந்திரா

'ஜீவாவின் அழைப்பு வந்ததும் நீ என்னையும் கூட்டிச் செல்ல வேண்டுமாம்!'

'ஐயோ! அகப்பட்டுக்கொள்வோம்!'

'அதை நான் பார்த்துக்கொள்கிறேன்! என்னைப் பெட்டியில் வைத்துச் சென்றால் போதும்.'

'உனக்கு என்ன வேலை அங்கே?'

'சில கதவுகளைத் திறக்கவேண்டும். சில தகவல்கள் தெரிவிக்க வேண்டும்.'

'ஜீனோ, எனக்கு ஒன்றும் புரியவில்லை.'

'எனக்கும் அதிகம் தகவல் இல்லை இதுவரை. ரவிதான் என்னை இங்கே அனுப்பினார். என் கழுத்தில் ஒரு கடிதம் உள்ளது.'

நிலா அந்தக் கடிதத்தை ஜீனோவின் காலர் பட்டையிலிருந்து உருவிப் படித்தாள்:

நிலா! ஜீனோவையும் உடன் அழைத்துச் செல்லவேண்டும்! விவரங்கள் ஜீனோவிடம். கடிதத்தைக் கிழித்துவிடவும்.

ரவி

'அதிகம் செய்தியில்லை' என்றாள்.

'நான் இங்கே ஒளிந்துகொள்கிறேன். இந்த விளக்கை அணைக்க வேண்டாம். படிக்கவேண்டும். காலை உன் கணவன் சென்றதும் சந்திப்போமா?'

'சரி! ஜீனோ, நீ வந்ததில் எனக்குச் சந்தோஷம். கொஞ்சம் தைரிய மாகக்கூட இருக்கிறது.'

'ஷ்ஷ்!'

'என்ன ஜீனோ?'

ஜீனோ அதற்குப் பதில் சொல்லாமல் சற்று தூரம் சென்று கதவின் திரையைச் சட்டென்று விலக்கியது.

'சிபி!'

சிபி அசட்டுத்தனமாகச் சிரித்தான்.

'நிலா, நான் நினைத்தது சரியாகிவிட்டது. நீங்கள் எல்லோரும் சேர்ந்து கொண்டு பயங்கர சதி செய்கிறீர்கள்! இதை நான் உடனே அதிகாரி களுக்குத் தெரிவிக்கவேண்டும்!'

# 25

சிபிக்கு முதலிலிருந்தே இதெல்லாம் பிடிக்கவில்லை. அரசு அனுமதித்த அளவுக்குச் சந்தோஷமாக இருந்துவிட்டு காலாகாலத்தில் செத்துப் போகத்தான் அவனுக்கு இஷ்டம். இதன் நடுவே புரட்சி, விடுதலை என்றெல்லாம் கதை பண்ணிக் கொண்டு, மெய்வருத்தம் உண்டாக்கிக்கொள்வதில் அர்த்தமே இல்லை என நினைத்தான் அவன். அவனை ஏன் சிறைப்படுத்தினார்கள் என்று சிபிக்குப் புரியவே இல்லை. அதைவிட ஆச்சரியம், அவனை மறுபடி சிறைப்படுத்தாமல் கோர்ட்டில் சும்மா விட்டுவிட்டதுதான்.

ஜீனோவும் நிலாவும் பேசிக்கொண்டதை ஒட்டுக் கேட்டபோது உடனே சிபி இதற்கெல்லாம் ஒரு முடிவு கட்டித்தான் ஆகவேண்டும் என்று தீர்மானித்துவிட்டான். நிலாவின் மேல் இஷ்டம்தான். ஆனால், தன்னுயிரைத் தியாகம் பண்ண வேண்டிய அளவுக்கு அவனுக்கு இஷ்ட மில்லை. ஆர்டர் கொடுத்தால் இந்த நிலா போய் வேறு நிலா வருவாள்.

சிபி தெருக்கோடிக்கு வந்து கம்பத்தில் எண்களை ஒத்திப் பேசினான். பெயர் சொன்னான். எண் சொன்னான். தன் வழக்கைப் பற்றியும், தான் விடுதலை ஆனதைப் பற்றியும் சொல்லிவிட்டு,

'ஜீவாவின் அழைப்புக்காக நிலா காத்திருக்கிறாள். ஜீவாவின் உயிருக்கு ஆபத்து ஏற்படப் போகிறது. என் மனைவிக்கு எதுவும் தெரியாது. அவள் அந்தப் புரட்சிக்காரர்களின் வலையில் சிக்கிக் கொண்டிருக்கிறாள். அவள் ஏதும் சதி எண்ணம் கொண்டவள் அல்ல. என் மனைவி மன்னிக்கப் பட்டால், நான் சந்தோஷப்படுவேன். ஆனால், ஜீவாவின் உயிர் பெரிய உயிர். அதைக் காப்பாற்றுவதற்காக என் மனைவி போன்ற சின்னப் பிரஜைகளின் உயிர் நீக்கப்படவேண்டும் என்றால் அதற்கு எனக்குச் சம்மதமே...'

'சிபி, உன் கடமை உணர்ச்சியை உள்துறை அரசு பாராட்டுகிறது. இதற்கான விருது, வரும் ஜீவா தினத்தில் உனக்கு அளிக்கப்படும். சிபி, நீ எங்களிடம் சொல்லிவிட்டாய். அந்தச் செய்தி தலைமைச் செயலகத்துக்கு உடனே அனுப்பப்படும். அவர்கள் மேற்கொண்டு என்ன செய்வது எனத் தீர்மானிப்பார்கள். இனி இதைப் பற்றி நீ எள்ளளவும் கவலைப்பட வேண்டிய தேவையில்லை. நடப்பதை வேடிக்கை பார்த்துக் கொண்டிரு. உன் மனைவியின் செயலாக்கங்களை நீ வேவு பார்க்க வேண்டிய அவசியம் கூட இனி இல்லை. அவளுடன் தனித்திரு! உன் செயலைப் பாராட்டி உனக்கு அலுவலகத்தில் பதவி உயர்வு கொடுக்கிறோம். உதவி மேல் கம்ப்யூட்டர் அமைப்பாளனிலிருந்து உயர் உதவி மேல் கம்ப்யூட்டர் அமைப்பாளனாக உன்னை ஆக்கப் போகிறோம். ஜீவா வாழ்க!'

'ஜீவா வாழ்க!'

இந்த உரையாடல் நிகழ்ந்த அடுத்த வாரம், நிலாவுக்கு ஜீவாவிடமிருந்து அழைப்பு வந்தது.

அன்புமிக்க நிலா,

உன்னை வருகிற மாதம் முதல் வாரத்தில் தலைநகரில் சந்திக்க விரும்புகிறேன். உன்னை முன்பு சென்னையில் சந்தித்ததை நான் மறக்கவில்லை. நீயும் மறந்திருக்க மாட்டாய். நாட்டின் அலுவல்களுக்கு மத்தியில் நான் உன்னைச் சந்திக்க விரும்புவதன் காரணம் உனக்கு ஒருவாறு மறைமுகமாகப் புலப்பட்டிருக்கும்.

உன் நகரின் வாய்ப்பு அதிகாரி, என்னைச் சந்திக்க மேல் ஏற்பாடு செய்வார்.

ஆசியுடன் எதிர் நோக்கும்,
மக்களுக்காக,
**ஜீவா.**

அரசு முத்திரைக் கடிதத்தைப் பார்த்த நிலா, 'ஜீனோ, வந்துவிட்டது கடிதம்' என்றாள்.

'அப்படியா, நிம்மதி!'

'ஜீனோ எனக்கு என்னவோ திகிலாக இருக்கிறது' என்றாள் நிலா.

'ஒருவேளை, சிபி எல்லாவற்றையும் அரசாங்கத்துக்குத் தெரிவிச்சிருப்பார்னு பயப்படறியா?' என்றது ஜீனோ.

'ஆமாம்' என்பது போல மெல்லத் தலையசைத்தாள் நிலா.

'நான் நெனைச்சது சரிதான்.'

'நீ என்ன நெனைச்சே ஜீனோ?'

'நம்ம மேலே கோபப்பட்டு சிபி கத்தின உடனே நீ, அது மாதிரி சதித் திட்டம் எதிலேயும் எங்களுக்குப் பங்கு இல்லே'னு சொன்னியே, நினைவு இருக்கா?'

'ஆமாம்...'

'அதை சிபி நம்பலை. நம்பற மாதிரி சிபி தலையாட்டிக்கிட்டே சும்மா ஒப்புக்கு சிரிச்சிருக்காரு...'

'அப்படியா?'

'சிபியை நம்புவதற்கில்லை...'

'அப்படியென்றால்...'

'நம் சதித் திட்டம் சிபி மூலமாக ஜீவாவுக்கு எப்படியும் தெரிந்திருக்கும் என்கிறேன் நான்...'

'ஐயோ! ஜீவாவுக்கு தெரிந்துவிட்டால் என்ன ஆகும் ஜீனோ?'

'உம்... தெரிந்தால் உன்னைக் கைதுதான் செய்வார்கள்.'

'அப்படியானால் எனக்கு அனுப்பியிருக்கும் அழைப்பு?' பயத்துடன் கேட்டாள் நிலா.

'ஒருவேளை அங்கே தலைநகரில் போய் உன்னைச் சித்திரவதை செய்து விவரங்கள் கேட்கலாம்!'

'என்ன ஜீனோ?'

'சித்திரவதை எத்தனை தூரம் தாங்கும் என்று பார். அதன்பின் எல்லாவற்றையும் சொல்லி விடு.'

'ஜீனோ!'

'பின் வேறு ஏதாவது உபதேசம் இந்தச் சூழ்நிலையில் இருக்கிறதா, என்ன?'

'என் மார்பின் உள்ளணிக்குள் வெடி வைத்த பென்சில்... ஜீனோ, நான் போய் என்ன செய்யவேண்டும்?'

'முதலில் என்னையும் அழைத்துச் செல்லவேண்டும். நான் ஜீவாவின் அந்தரங்க அருகாமைக்கு அனுமதிக்கப்பட மாட்டேன். வெளியே நிறுத்தி விடுவார்கள். நான் நழுவி வந்துவிடுவேன். நீ உன்னிடம் இருக்கும் வெடிமருந்தை எப்படியாவது ஜீவாவின் முன்னிலையில் சேர்த்துப் பற்ற வைத்துவிட்டு ஒரு நிமிஷத்துக்குள் வெளியே ஓடிவர நான் உதவி செய்யப் போகிறேன். இப்போது உடனே இக்கடிதத்துக்குப்

என் இனிய இயந்திரா ◼ 155

பதில் தரவேண்டும். ஜீவ சேவகியாக உன்னை நீ அர்ப்பணித்துக் கொள்ள விருப்பம் தெரிவித்து ஒரு கடிதம் அனுப்பிவிடு.'

'எனக்கு என்னவோ இந்த அழைப்பு இத்தனை சீக்கிரம் வரும் என்று எதிர்பார்க்கவில்லை. ஒருவேளை இதுவும் ஒரு வலையாக இருக்குமோ? ஜீவாவுக்குத் தெரியாமல் இருக்குமோ?'

'திரும்ப வரமுடியாத புள்ளி என்று ஒன்று இருக்கிறது. அதை நாம் கடந்துவிட்டோம். சதுரங்க விளையாட்டில் பல சமயங்களில் ராணியைப் பலிகொடுக்க வேண்டிவரும். அப்படித்தான் ராணியாகிய உன்னை நகர்த்தியிருக்கிறார்கள். ராணி கொடுத்து ராஜாவை வாங்குவதற்காக!' என்றது ஜீனோ.

எல்லாமே திட்டமிட்டு நடந்தது. தலைநகரில் அவளுக்குக் கொடுக்கப் பட்ட அறை எண், ஜீவாவைச் சந்திக்கவேண்டிய நேரம், உடுக்க வேண்டிய உடை, எல்லாமே குறிப்பிட்டு ஒரு கடிதம் மறுதினம் அவளுக்கு வந்தது. சூப்பர் விமானம் டில்லிக்கு வந்தபோது நிலா கொஞ்சம் களைத்துத்தான் இருந்தாள். அந்தப் பென்சில் வெடி அடிக்கடி உறுத்தினாலும், அது இருப்பதை இப்போது மறந்தேபோகக் கூடிய அளவுக்கு அத்தனை பழகிவிட்டாள். ஜீனோ எதைப் பற்றியும் கவலைப்படாமல் ஜன்னலுக்கு வெளியே பார்த்துக்கொண்டிருந்தது.

'ஜீனோ, உனக்கு பயமாக இல்லைதான். வருத்தமாகக்கூட இல்லையா?'

'எதைப் பற்றி?'

'நானும் நீயும் பிரிந்து விடலாம் என்று.'

'பிரிவதில் என்ன வருத்தம்?'

'ஜீனோ, கடைசியில் என்ன நடந்தாலும் உன்னுடன் பேசிப் பழகிய தினங்கள் என் வாழ்வில் மறக்க முடியாத தினங்கள் என்று சொல்லிக் கொள்ள...'

'உணர்ச்சிவசப்படுகிறாய். வா, போகலாம். ஜீவாவைச் சந்திக்கும் நேரம் வந்துவிட்டது. வெடியை வைத்திருக்கிறாய் அல்லவா?'

'ஆம்.'

'பென்சிலின் இடது பகுதியிலும் வலது பகுதியிலும் இருக்கும் மருந்துகளை ஒன்று சேர்த்தால் ஒரு நிமிஷத்தில் வெடிக்கும்...'

ஜீனோவும் நிலாவும் தலைநகரத்து மின்சார வான்வண்டியில் வேடிக்கை பார்த்துக்கொண்டே தேசிய மாளிகைக்குச் சென்றார்கள். வண்ண பலூன்களில் வெவ்வேறு வண்ண எழுத்துக்களில் 'நாட்டின் இதயம் ஜீவா' என்று எழுதியிருக்க, செய்திக் கட்டடத்தின் உயர் வாசலில்

இருந்த பிரும்மாண்டமான செய்திப் பலகையில் விளக்குச் செய்தி களாக ஒளிர்ந்தன. பல மாடிக் கட்டடங்களுக்கு இடையே காப்டர்கள் தொங்கிக் கொண்டு தபால் பட்டுவாடா செய்துகொண்டிருக்க, முப்பதாவது மாடியில் இருந்த நீச்சல் குளங்கள் காரிலிருந்து தெரிந்தன.

பச்சை டைமண்ட் வடிவத்தில் இருந்த இறங்குமுகத்தில் அவர்களை இறக்கிவிட, ஜீனோவை அந்தக் காவலாளி பார்த்து, 'இந்த நாயை அனுமதிப்பதற்கு இல்லை' என்றான்.

'பரவாயில்லை. நான் எங்கேயாவது ஓர் ஓரத்தில் காத்திருக்கிறேன். இன்றைய செய்தித்தாள் இருக்குமா?' என்றது ஜீனோ. காவலன் அதைச் சந்தேகமாகப் பார்த்துக்கொண்டே, 'படிக்குமா இது?' என்றான்.

'முதுகுகூடச் சொறிந்துவிடுவேன். நளினமாகக் காது குடைந்து விடுவேன், வேண்டுமா?'

'வேண்டாம். கடமையின்போது அதெல்லாம் செய்வதற்கு இல்லை. நிலா, இதில் கையெழுத்துப் போடு; உன் உடைகளை எல்லாம் கழற்றிவிடு.'

'ஏன்?'

'ஜீவாவைச் சந்திக்கும்போது உடை மாற்றிக்கொள்ள வேண்டும்.'

'உள்ளுடைகள் கூடவா?' என்றது ஜீனோ.

'ஆம். இது அரசாங்க உளவு அதிகாரியின் நியதி.'

'போச்சுடா' என்றது ஜீனோ.

'என்ன செய்வது!' என்று பார்த்தாள் நிலா.

அந்தக் காவலாளி அலமாரியைத் திறந்து உடைகளை எடுத்துக் கொண்டு வரும் நேரம் ஜீனோ வினோதமான காரியம் செய்தது. ஒரு காதை மட்டும் ஆட்டி, 'ஏய் சோதா' என்றது. பல்லை இளித்து நடனம் பண்ணித் தலைகீழாக நடந்தது. 'ஒரு ஊர்ல ஒரு காக்கா, அது என்ன செஞ்சிச்சு?' என்றெல்லாம் பேச, காவலன் சிரித்துக்கொண்டே, 'நாய் நாய்... நல்ல நாய்' என்று பாடிக்கொண்டிருக்க, நிலா தன் உள்ளுடையை மட்டும் மாற்றாமல் மற்ற உடைகளை அணிந்துகொண்டுவிட்டாள்.

உள்ளே சென்று... உள்ளே சென்று... உள்ளே சென்று... பிளாட்டினம் பளிச்சிடும், கண்ணாடி பிரதிபலிக்கும் நீள வாயிலைக் கடந்து தனியாக, மிகத் தனியாக...

நாட்டின் தலைவர் ஜீவாவின் ஆஸ்தானத்துக்குள் நுழைந்தாள்.

என் இனிய இயந்திரா

# 26

நிலா பழைய உள்ளுடையை இன்னும் அணிந்திருப்பதை அந்தக் காவலன் கவனித்திருக்கவில்லை என்றுதான் தோன்றியது. ஜீவாவின் சந்நிதானத்தை மெல்ல மெல்ல அணுகும்போது அவள் படபடப்பு அதிகரித்துக்கொண்டே வர, அதோ, தூரத்தில் ராஜா போல சிம்மாசனத்தில் ஜீவா, 'வா குழந்தாய்!' என்று அழைத்தார். ஒரு அருகாமைக்கு அப்புறம் காவலன் தடுத்தான்.

'உன்னைச் சென்னையில் சந்தித்திருக்கிறேன்.'

'ஜீவா நாமம் வாழ்க!'

'உன்னை சதிகாரர்கள் கட்டாயப்படுத்தி அழைத்துச்சென்று கொடுமைப் படுத்தியதாக எழுதியிருந்தாயாம். அலுவலகத்தில் சொன்னார்கள்.'

'ஆம் ஜீவா! அவர்கள் மிகவும் கெட்டவர்கள். பயங்கரமானவர்கள். உங்களைக் கொல்வது பற்றிப் பேசிக் கொண்டிருந்தார்கள்.' நிலாவின் விரல்கள் அடிக்கடி அந்தப் பென்சில் வெடியைத் தொடுக் கொண்டன. எப்போது உருவலாம்?

'என்னைக் கொல்ல முடியுமா பெண்ணே?'

'அந்தப் பேச்சே இல்லை மாமிகு ஜீவா. அந்த எண்ணம் கொண்டவர்கள் உடனுக்குடன் கண்டுபிடிக்கப்பட்டு தண்டிக்கப்பட வேண்டும் என்பதே என் சிந்தனை.'

அப்போது ஒரு சேவகன் வந்து ஒரு சிறிய காகிதத்தை மேஜைமேல் வைத்து, குறிப்பிட்டுக் காட்ட, ஜீவா அதைத் தொடாமலேயே படித்தார். நிலாவுக்கு எப்படியோ அந்தச் செய்தி தன்னைப் பற்றி என்று அச்சமாக இருந்தது.

ஜீவா அவளை நேர்முகமாகப் பார்த்துச் சிரித்தார். அபத்தமான அந்தச் சிரிப்பில் சற்றேனும் விரசமோ, கோபமோ இல்லாவிடினும், நிலாவுக்கு இந்தச் சிரிப்பில் என்னமோ தப்பு இருக்கிறது; ஒரு அமானுஷ்யம் இருக்கிறது என்று தோன்றியது.

நிலா அந்த விஸ்தாரமான அறையைச் சுற்றுமுற்றும் பார்த்தாள். அது ஒரு நாட்டின் தலைவன் வீட்டு அறை போல இல்லை. பெரும்பாலும் காலியாக இருக்க, ஒரே ஒரு மேஜை. அதன்பின் சற்றே உயர்த்தப்பட்ட மேடை போன்ற இடத்தில் ஜீவா வீற்றிருக்க, சாய்வான கோணத்தில் மேலேயிருந்து ஒரு ஒளிக்கம்பம் சரிய, அதில் லேசாகப் புகைபோல இருந்தது. ஜீவாவின் முகம், உடல் எல்லாமே பளீர் என்று பிரகாசிக்க, புதிதாகக் குளித்துவிட்டு, புதிது உடுத்தி வந்தவர்போலத் தோன்றினார். அங்கிகளுக்குள் பொதிந்திருந்த கைகள் ரோஸ் நிறத்தில் தெரிய, 'பெண்ணே! உன்னைப் பற்றி ஒரு செய்தி கிடைத்திருக்கிறது' என்றார்.

நிலா திடுக்கிட்டு உடலும் உள்ளமும் பதற, அவர் மேலே சொல்லக் காத்திருந்தாள்.

'அது என்ன செய்தி என்று நீயேகூடச் சொல்ல முடியுமல்லவா?'

'புரியவில்லை. மன்னிக்கவும்.'

'நீயே ஒப்புக்கொள்கிறாயா பெண்ணே?'

'நீங்கள் என்ன சொல்கிறீர்கள் என்றே...'

'பாசாங்கு வேண்டாம். நம் இருவரின் நேரமும் வீணாகிறது. நீ இங்கு என்னைக் கொல்ல வந்திருக்கிறாய். சதிகாரர்கள் உன்னை அனுப்பி யிருக்கிறார்கள்.'

நிலா மௌனமாக இருக்க, 'உன் கணவன் சிபியே இந்தத் தகவல் அளித்திருக்கிறான்.'

'சந்தேகித்தேன்.'

'அவன் விசுவாசமான பிரஜை. அவனுக்குப் பதவி உயர்வு கொடுக்கச் சொல்லியிருக்கிறேன். பெண்ணே நிலா, இப்போது சொல்! எப்படி என்னைக் கொல்ல விருப்பம்? கத்தியா, துப்பாக்கியா, இல்லை வேறு சாகசமான ஆயுதங்களா? என்னைக் கொல்ல ஆயுதம் இருக்கிறதா?'

'ஜீவா. உங்களுக்கு தெரியாததா? நான் ஒரு கைப் பொம்மை, ஒரு ஏவுகணை. அவர்கள் என்னைப் பேசிப் பேசி மாற்ற...'

'அப்படி ஒன்றும் தெரியவில்லை. நீயே விரும்பித்தான் என்னைக் கொல்ல வந்திருக்காய் பெண்ணே. நான் ஏறக்குறைய கடவுள்! என்னிடமிருந்து

என் இனிய இயந்திரா

எதையும் எவரும் மறைக்க முடியாது. சொல்! ஒப்புக்கொள். என்ன நடந்தது? உன்னிடம் என்ன சொன்னார்கள்? ஆயுதம் என்ன? சொல்லி விடு. இதோ பார்! உன்னைக் கொல்வது மிக மிக எளிது. என் அருகில் இருக்கும் ஒரு பொத்தானை அழுத்தினால் போதும். உடனே நீ லேசர் ஆயுதத்தின் கிரணத்தில் பொசுங்கிப் போவாய். உன்னைக் கொல்வதில் எனக்கு விருப்பமில்லை. உன்னை இங்கே அனுப்பியவர்களைக் கொல்லவேண்டும். அவர்கள் தலைமறைவாக இருக்கும்வரை உன்னைக் கொல்ல விருப்பமில்லை. சொல் பெண்ணே, யார் அவர்கள்?'

'ஜீவா, அவர்கள் பெயர் மனோ, ரவி.'

'இங்கே உன்னுடன் வந்திருக்கிறார்களா?'

'இல்லை!'

இனிமேல் எது கேட்டாலும் உண்மை சொல்லிவிட வேண்டும் என்று நிலாவுக்குத் தோன்றிவிட்டது.

'வேறு யார் வந்திருக்கிறார்கள்?'

'ஒரு இயந்திர நாய். பெயர் ஜீனோ.'

'அது எதற்கு?'

'எனக்கு உதவி செய்வதற்கு. எந்த வகையில் என்று அவர்கள் குறிப்பிட வில்லை.'

'அப்படியா! அந்த நாய் எங்கே இப்போது?'

'வாசலில் தடுத்து வைத்திருக்கிறார்கள்.'

ஜீவாவின் கண்களின் கூர்மையான தகிப்பை அவளால் தாங்கிக்கொள்ள முடியாமல் பார்வை சரிந்தாள். 'அந்த நாயை அழைத்து வாருங்கள்.'

காவலர்கள் இருண்ட விளிம்பில் தெரிந்தார்கள். அவர்களில் ஒருவன் வெளியே செல்ல, 'நிலா ... அழகிய பெண்ணே! என்னை எப்படிக் கொல்வதாக உத்தேசம்? உன்னிடம் என்ன ஆயுதம் உள்ளது?'

'ஜீவா, என்னிடம் எதுவும் இல்லையே! உங்களுக்குத் தெரியாததா? நான் உள்ளே வரும்போது என்னை முழுவதும் சோதித்து மாற்று உடை கொடுத்துத்தானே அனுப்பினார்கள்!' நிலா மீண்டும் பொய் சொல்லத் துணிந்து விட்டாள்.

'ஆம்! அதுதான் எனக்கு வியப்பாக இருக்கிறது!'

ஜீனோவைக் கையில் தூக்கிக் கொண்டு அந்தக் காவலன் உள்ளே வர, 'என்னைத் தூக்கவேண்டிய அவசியமே இல்லை. நான் சொந்தமான

உந்து சக்தியில் வரக்கூடும்' என்றது. ஜீவாவின் முன்னிலையில் ஜீனோவைக் கீழே விட்டார்கள்.

'இயந்திர நாய்! ரோபாட் நாயே, உனக்குப் பேச வருமா?'

'ஆம்! என்னைச் சித்திரவதை செய்வதில் அர்த்தமே இல்லை. வலி கிடையாது.'

'படிக்கத் தெரியுமா?'

'தெரியும்.'

'உன் மாடலுக்கு அது கிடையாதே!'

'ரவிதான் எனக்கு அறிவு புகட்டினார்!'

'நாயே, நீ பொய் சொல்வாயா? பொய் சொல்ல உனக்குக் கற்றுத் தரப் பட்டதா?'

'இல்லை. இன்னும் இல்லை!'

'அப்படியெனில் என்னை இவர்கள் எப்படிக் கொல்ல ஏற்பாடு செய்தார்கள்?'

ஜீனோ நிலாவைப் பார்த்து, 'இன்னும் சொல்லவில்லையா?' என்றது.

நிலா மௌனமாகக் காத்திருக்க ஜீனோ, 'என் எஜமானனின் ஆணை இல்லாமல் இந்தக் கேள்விக்குப் பதில் சொல்ல முடியாது. என் எஜமானன் ரவி' என்றது.

'ஜீவா உன் எஜமானனுக்கு எஜமான். தெரியுமல்லவா?'

'தெரியும், படித்திருக்கிறேன்.'

'இப்போது சொல் நாயே, எப்படி என்னைக் கொல்ல வந்தீர்கள்? எந்த முறையில்?'

'நிலாவின் மார்புக் கச்சையில் ஒரு வெடிமருந்துக் குச்சி உள்ளது. மன்னிக்கவும். நிலா ஜீவ சேவகியாகத் தன்னை அர்ப்பணித்துக் கொள்ளும் சமயத்தில் அதைக் கழற்றுகையில் அந்த வெடி வெடித்து...'

ஜீவா சைகை காட்ட, காவலன் அவளுகில் வர, நிலா சட்டென்று யாரும் எதிர்பார்க்க இயலாத வகையில் ஒரு காரியம் செய்தாள். தன் மார்புச் சட்டையை நீக்கி, உள்ளுடையை நீக்கி, அந்த வெடிமருந்துப் பென்சிலை சரக்கென்று உருவி, இரண்டு பகுதியையும் இணைத்து ஜீவாவின்பால் எறிந்தாள்.

அந்த வெடிமருந்து ஜீவாவின் மிக அருகில் உருண்டு மேடைக்குக் கீழே சென்றது. காவலர்கள், 'எச்சரிக்கை' என்று கூச்சலிட, அதனருகே செல்ல அவர்கள் பயப்பட, ஜீவா அந்த வெடிமருந்துக் குச்சியின் பிரயாணத்தை ஆவலுடன் பார்த்துக் கொண்டிருந்தார்.

ஜீவா எந்தவிதமான பதற்றமும் காட்டாமல், புன்னகை மாறாமல், நடப்பது எல்லாவற்றையும் கவனித்துக் கொண்டிருந்தார். அந்தக் குச்சி எங்கே என்று அவர்கள் தேடிக் கண்டுபிடிப்பதற்குள் ஜீனோ சற்று விலகி, பின்னால் போய் நின்று, 'நிலா, நிலா ஓடி வா' என்றது. அப்போதுதான் அது வெடித்தது.

ஜீவாவின் இருக்கையின்கீழ் 'திடும்' என்று அதிரடி கேட்டு அந்த அறையே பூகம்பம் போல நடுங்க, ஒரு நெருப்பு புறப்பட்டு உடனே புகை மண்டலம் பரவியது.

சற்று நேரத்தில் ஜீவா எங்கே, காவலர்கள் எங்கே, ஜீனோ எங்கே என்று தெரியாதபடி அரங்கம் போன்ற அறை முழுவதும் புகையும் நெருப்பும் விரவி, நிலாவுக்கு கடைசியாகப் பார்த்த ஜீவாவின் முகம் இன்னும் சிரித்துக்கொண்டிருப்பது போலத் தோன்றியது. எச்சரிக்கைகள் எங்கும் ஒலிக்க, இவர்களும் அவர்களும் எவர்களும் குறுக்கே ஓடினார்கள். ஜீவாவின் முகம் அந்த நெருப்புப் பிழம்பின் உள்ளே மறைவதைப் பார்த்தாள். காலில் பிராண்டல்போல உணர்ந்தாள்.

'நிலா, சீக்கிரம் என்னுடன் வா, இங்கிருந்து தப்பிக்க வழி ஒன்று எனக்குச் சொல்லிக் கொடுத்திருக்கிறார்கள். வா' என்று ஜீனோ அவளை இழுத்துக்கொண்டு சென்றது. 'நான் இன்னும் சாகவில்லையா?' என்று ஆச்சரியத்துடன் நிலா அதன் பின்னால் ஓடினாள்.

## 27

சற்றே பச்சை கலந்த அந்தப் புகைப்படலத்தின் ஊடே நிலா திசை தெரியாது ஓடினாள். ஜீனோ அவள் காலடியிலேயே ஓடிவந்து கொண்டிருந்ததுகூடத் தெரியவில்லை. ஜீனோவின் குரல் மட்டும் கேட்டுக்கொண்டிருந்தது. இந்தப் பக்கம் அந்தப் பக்கம் என்று அவளை வார்த்தைகளால் செலுத்திக் கொண்டிருந்தது. கட்டடம் எங்கும் எச்சரிக்கை ஒலிகள் அலறின. யாரோ எதையோ எடுத்துக்கொண்டு எங்கேயோ ஓட, ஜீனோ 'புகையில் என் சென்ஸர்கள் சரியாக வேலை செய்யவில்லை. நிலா, எதிரே ஏதாவது வாசல் போலத் தெரிகிறதா?'

'ஆம் ஜீனோ, லேசான வெளிச்சம் தெரிகிறது.'

'ஜன்னல் அளவுக்கா, வாசல் அளவுக்கா?'

'பெரிசாகத்தான் இருக்கிறது.'

'இதுதான் வழி. இந்தக் கட்டடத்தின் மேற்குத் திட்டுவாசல். இங்கே தான் உன்னைக் கூட்டிவரச் சொல்லியிருக்கிறார்கள்.'

'லொக் லொக்' என்று இருமிக்கொண்டே அந்த வாசலைக் கடந்து, இரைக்க இரைக்கத் தாளாமல் தரையில் உட்கார்ந்து கொண்டாள். 'அதிக நேரம் இருக்க முடியாது. காவலர்கள் தேடி வந்துவிடுவார்கள்' என்று துரிதப்படுத்தியது ஜீனோ.

'என்னால் இனி ஓட முடியாது ஜீனோ. நான் என்ன செய்துவிட்டேன்? அதன் தீவிரம் என்ன? எப்படி நான் இதைச் செய்தேன்?' என்று பதறினாள் நிலா.

'நீ செய்த காரியம் இது. ஜீவாவின் முன்னிலையில் வெடிகுண்டு வைத்துவிட்டாய். அதன் தீவிரம் நாட்டில் மாறுதல். நீ ஏன் அதைச்

செய்தாய் என்று எனக்குத் தெரியவில்லை. ரவியின் மேல் உள்ள... அது என்ன வார்த்தை... ஈடுபாட்டினால் இருக்கலாம்.'

'ஜீவா செத்துப் போயிருப்பாரா?'

'செத்துப் போயிருக்கவேண்டும். சாகடித்துவிட்டு அவருக்காக அழுவது எனக்கு முரண்பாடாகப் படுகிறது.'

'இல்லை. ஜீனோ. பயத்தால் அழுகிறேன். என் கதி என்ன இப்போது? இத்தனை பெரிய அரசாங்க இயந்திரத்தின் பிடியிலிருந்து தப்பிக்க முடியுமா, மறைந்து வாழ முடியுமா?'

'முயற்சி பண்ணிப் பார்க்கலாம். எங்கே அவர்கள்?'

'எவர்கள்?'

'ரவியும் மனோவும் உன்னை இங்கே அழைத்து வரச் சொன்னார்கள். அவர்கள் இங்குதான் வருவதாகச் சொன்னார்கள். இதுதானே மேற்கு வாசல்!'

'எனக்கு என்ன தெரியும்? நீதானே எல்லாம் தெரிந்த நாய்' - நிலா லேசாகச் சிரிக்க ஆரம்பித்தாள்.

'இப்போது சிரிப்பா?'

'ஒரு நாட்டின் தலைவனைக் கொல்கிற அளவுக்கு எப்படி அசட்டுத் தைரியம் வந்தது எனக்கு?'

'ஆயாசம் தரும் கேள்வி! எங்கே அவர்கள்? வருவதாகச் சொன்னார்களே?'

இங்கும் அங்கும் அதிவேக ஊர்திகள் ஊளையிட்டுக்கொண்டு செல்ல, நிலா ஒரு மரத்தடிப் பலகையில் உட்கார்ந்தாள். ஜீனோ இங்கும் அங்கும் உலாவியது.

'எங்கே ரவி? வருவதாகச் சொல்லிவிட்டு? பதினைந்து நிமிஷத்துக்குள் அவர்கள் வரவில்லையெனில் நாம் மண்டபத்துக்குப் போய்விட வேண்டும். அங்கே அழைத்துவரச் சொல்லியிருக்கிறார். பதினைந்து நிமிஷம் ஆகிவிட்டதா?'

'என்னிடம் கடிகாரம் இல்லை.'

'என் உள் கடிகாரத்தின்படி பதினான்கு நிமிஷம் முப்பத்தாறு செகண்ட் ஆகிவிட்டது. அவர்கள் வரவில்லை. சில செகண்டுகளில் கிளம்பி விடலாம். இங்கு தனியாக நிற்பது ஆபத்து. காவல்படையினர் யாவரும் விபத்தைக் கவனித்துக் கொண்டிருக்கவேண்டும்.'

'ஜீவா, ஜீவா - இறந்துபோய் விட்டாரா?'

'அந்த வெடிவிபத்தை எந்த மானுடனும் தாங்க முடியாது. மேஜையின் கீழே வெடித்தது... மிக அருகில் வெடித்தது... சரி, நாம் ஓடலாம் வா...'

வீதிகளில் குழப்பம் தெரிந்தது. யாரோ ஒருவர் வீட்டின் மாடியில் கொடி தாழ்வாகப் பறந்தது. 'எங்கேயாவது விவி பார்த்தால் நல்லது' என்றாள். செய்தி சொல்வார்கள் இல்லையா? பூங்காக்களில் லேசான, சோகமான இசை கேட்டது. லேசர் ஆயுதங்கள் அணிந்தவர்கள் சாலைகளைப் பெருக்கிக் கொண்டிருந்தார்கள். 'சீக்கிரம் வீட்டுக்குப் போ. ஊரடங்குச் சட்டம் அமலாகியிருக்கிறது' என்று வண்டிகளில் மண்டைகள் அலறின. 'ஜீவாவின் நாமம்' பாடினார்கள்.

தரையடி ரயிலில், 'இதுதான் கடைசி வண்டி' என்று எச்சரித்ததால் கூட்டம் அப்பியது. நிலாவும் ஜீனோவும் ஒரு ஓரத்தில் அழுந்தியிருந் தார்கள். ஜீனோ காலடியில் தொண தொணவென்று பேசிக்கொண்டே வந்தது. 'அனாவசியத்துக்கு உன்னை இழுத்தார்கள்.'

'ஜீனோ, ஷ்ஷ்ஷ்ஷ், கம்மென்றிரு.'

'மண்டபம் வரும்போது சொல்லு, இங்கிருந்து பெயர்களைப் படிக்க முடியவில்லை.' மண்டபம் தரையடி ரயில்நிலையம் வந்து கதவு சுவாசித்துத் திறந்தபோது எதிரே நிலாவுக்கு திக்கென்றது.

'ஜீனோ!'

'கவனித்தேன்! காவலர்கள். நானும் நீயும் சேர்ந்திருந்தால் சந்தேகப் படுவார்கள். கவலைப்படாதே. மறுபடி சந்திக்கிறேன். பொறுமையாக நிதானமாக இரு. அவர்கள் கேட்பதற்கெல்லாம் தக்கபடி பதில் சொல்.' - ஜீனோ சட்டென்று கால்களினூடே சென்று மறைந்தது.

ரயிலிலிருந்து வெளியே வந்தவர்களை ஒவ்வொருத்தராக வரிசையாக நிற்கச் சொன்னார்கள்.

நிலைய வாசலில் தாற்காலிகமாக மேஜை போட்டிருந்தார்கள். ஒரு காவலன் ஒவ்வொருவர் முகத்திலும் டார்ச் அடித்துப் பார்த்தான். மடியில் கம்ப்யூட்டர் வைத்திருந்தான். நிலாவுக்கு உள்மெல்லாம் பதறியது. மற்றொரு காவலன் மோப்ப இயந்திரத்தினால் ஒவ்வொருத்தர் உடலையும் தட்டிக்கொண்டே வந்தான். நிலாவுக்கு நம்பிக்கையெல்லாம் போய்விட்டது. உடனே போய்க் குற்றத்தை ஒப்புக்கொண்டுவிடவேண்டும் என்று தோன்றியது. இப்போது மன்னிப்பு கிடைக்குமா? மடத்தனம்! தேசப்பிதாவைக் கொன்றுவிட்டு

என் இனிய இயந்திரா ■ 165

மன்னிப்பா? அந்த வரிசைக்காரர்கள் யாரும் பேசவே இல்லை. எல்லோருக்கும் ஜீவா இறந்துபோன செய்தி தெரிந்திருக்க வேண்டும். மெல்ல மெல்ல அவர்கள் அந்த மேஜையை நோக்கி முன்னேற, நிலாவின் முன் இருப்பவளை காவலன் விசாரித்தான்.

'பெயர்?'

'ரியா.'

'எண்?'

'1827363...'

நிலாவை அவன் இன்னமும் ஏறிட்டுப் பார்க்கவில்லை. அவன் மேஜையில் ஒரு பிரிண்ட் அவுட் இருந்தது. அதில் அப்போதுதான் வந்திருந்த செய்தி, நிலாவின் முகம் அச்சாகியிருந்தது. காவலன் அந்தப் பெண்ணின் முகத்தோடு படத்தை ஒப்பு நோக்கிவிட்டு, 'சரி அடுத்தது' என்றான். நிமிர்ந்து பார்த்தால் போதும். உடனே அடையாளம் கண்டு கொண்டு விடலாம். பலாத்காரமாக எது செய்தாலும் லேசரால் சுட்டுப் பொசுக்கி விடுவார்கள். நிலா தன் விதிக்கு ஆயத்தமாகிக் கொண்டிருக்கும்போது தரையடி மின்சாரம் சட்டென்று அணைந்து இருள் சூழ்ந்தது! குழப்பம். திடீர் என்று அவசர டார்ச் எரிய, நிலாவின் உடையின் அடிப்பாகத்தை யாரோ இழுப்பது தெரிந்தது.

'வா!' என்றது ஜீனோ. 'என்னால் அதிவேகமாக ஓடமுடியாது. இருந்தும் இருட்டிலிருந்து வெளிச்சத்துக்கு என் பின் செல்வதுதான் வழி. சீக்கிரம்' என்றது ஜீனோ.

'ஜீனோ, நீ ஒரு மேதை. எப்படி, என்ன செய்தாய்?'

'மின்சார இணைப்பின் பிரேக்கர் எங்கிருக்கிறது என்று ரவி பயிற்சி அளித்திருக்கிறான். மாட்டிக்கொள்ளும் அபாயம் இருந்தால், பிரயோகிக்க எத்தனையோ முறைகள் சொல்லிக் கொடுத்திருக்கிறான். அதில் இது ஒன்று. ஓடு!'

ஜீனோவின் உந்து சக்தியில் நிலா படியேறி வெளிச்சத்துக்கு வந்தாள். கீழே விளக்கு மறுபடி வந்துவிட்டது. அதற்குள் இருவரும் பத்திரமான ஒரு சந்துக்கு ஓடிவந்து விட்டார்கள்.

'ஜீனோ, இரு! இரைக்கிறது எனக்கு.'

'அதிகம் காத்திருக்கக்கூடாது. காவலர்கள் வந்துவிடுவார்கள்.'

'இனி என்ன?'

'உன்னை அந்த வீட்டுக்கு அழைத்துச் செல்லவேண்டியது என் பொறுப்பு. அதன்பின்தான் எனக்கு ஆசுவாசம் அல்லது உங்கள் பாஷையில் நிம்மதி.'

'ஜீனோ ஜீனோ! நீ பெரிய ஆள்...'

'எல்லாம் சொல்லிக் கொடுத்தது. சுயமாகச் சிந்தித்தால் சில முரண்பாடுகள் ஏற்படுகின்றன.'

ஜீனோ அந்தச் சந்தில் சாமர்த்தியமாக, இரும்புப் படிகள் தெரிந்த ஒரு வீட்டின் பின்புறத்தின் மூலம் மாடிக்கு அவளை அழைத்துச் சென்றது. பின்பக்கத்துக் கதவில் 8276 என்கிற எண்ணை ஒத்தச் சொல்லி, கதவு திறக்க, உள்ளே சென்றது.

நிலா ஆச்சரியத்துடன் பின்தொடர, உள்ளே வசதியாக இரண்டு அறைகள் இருந்தன. விவி திரை தெரிந்தது.

'இந்த வீட்டுக்கு அவர்கள் தேடிக்கொண்டு வரக் கொஞ்ச நேரம் ஆகும். நீ படுத்துக்கொள். நான் காவல் இருக்கிறேன்' என்றது ஜீனோ.

'இல்லை ஜீனோ.'

நிலா விவி திரையைப் போட, அதில் அவள் முகம் பெரிதாக விரிந்தது.

'ஜீவாவைக் கொலை செய்ய முயற்சித்த இந்தப் பெண் ஆபத்தானவள். எங்கிருந்தாலும் யார் கண்டாலும்...'

'முயற்சியா?' என்றது ஜீனோ.

'ஜீவா அரசு மருத்துவமனை 108-ல் அனுமதிக்கப்பட்டு, கவலை தரும் உடல்நிலையிலிருந்து திருப்தி தரும் உடல்நிலைக்கு மெதுவாக வந்து கொண்டிருக்கிறார். தலைநகரில் எந்தவிதமான கலவரமும் இல்லை. எல்லாமே கட்டுப்பாட்டில் இருக்கிறது.'

விவி திரையில் 108-ம் எண் ஆஸ்பத்திரி வாசலிலிருந்து கேமரா தொடர்ந்து வார்டு எல்லாம் நடந்து சென்று வெண் கண்ணாடித் திரையின் பின்புறம் லேசாகத் தெரிந்த படுக்கைக்குச் செல்ல, சுற்றி லும் மானிட்டர் திரைகளும் ஆயுத உபகரணங்களும் சூழ்ந்திருக்க, படுக்கையில் பஜ்ஜென்று ஒரு உருவம் ஜீவா போல இருந்தது.

'மாமிகு தலைவர் உயிர் தப்பிவிட்டார். அவரைக் கொல்ல நடந்த சதித் திட்டம் முழுவதும் முறியடிக்கப்பட்டு அதன் முக்கிய சதிகாரர்கள் ரவி, மனோ இருவரும் கைது செய்யப்பட்டனர்.'

காவல் படையினர் ரவி, மனோ இருவரையும் உந்தி இழுத்து வருவதைத் திரை காட்ட, 'ஜீவாவின் மேல் பயங்கர வெடிகுண்டு வீசிய அந்தப் பெண் நிலாவும், அவளுக்கு உதவிய இயந்திர நாயும் தலைமறைவாக இருக்கிறார்கள். அவர்களையும் விரைவிலேயே காவல் படை பிடித்துவிட இருக்கிறது. இவ்விருவருக்கும் யாரும் சரண் அளிக்கக்கூடாது. அளித்தவர்கள் வாழ்நாள் குறைக்கப்படும். நிலா, நீ எங்கிருந்தாலும் சரண் அடைந்துவிடு! காவல்படையை எதிர்ப்பது விரயம்...'

'ஜீனோ! ரவியும் மனோவும் மாட்டிக் கொண்டுவிட்டார்கள்.'

'அப்படித்தான் தெரிகிறது. ஜீவா தப்பித்துவிட்டதாகவும் தெரிகிறது.'

'அந்தப் பிம்பம் ஜீவா போலவா இருந்தது? நிஜமாகவே தப்பித்து விட்டாரா? அவ்வளவு பெரிய வெடி விபத்திலிருந்து தப்பிக்க முடியுமா?'

'முடியும்! சில சந்தர்ப்பங்களில்.'

'ஜீனோ, நாம் எல்லாவற்றையும் இழந்து விட்டோம்.'

'அப்படித்தான் தோன்றுகிறது.'

# 28

நிலா சற்று நேரம் அழுதாள். ஜீனோ ஒரு கைக்குட்டையைக் கவ்விக் கொண்டுவந்து கொடுத்தது.

'முகத்தைத் துடைத்துக்கொள். அழுகை என்பது காலவிரயம்.'

'ஜீனோ, அவர்கள் என்னைப் பிடிக்க வருவதற்கு அதிக நேரம் ஆகாது அல்லவா?'

'ஆம்! சரணடைவதுதான் நல்லது என்று தோன்றுகிறது.'

'என்னை என்ன செய்வார்கள்?'

'கொன்று விடுவார்கள்' என்றது தன் முன்பாதத்தை உரசிக்கொண்டே.

'உன்னை?'

'என்னையும் செயலிழக்க வைத்துவிடுவார்கள். பேட்டரி இணைப்பை எடுத்துவிட்டால் போதுமே... நான் செத்துப் போய் விடுவேனே!'

'ஜீனோ, உனக்கு பயமாக இல்லையா?'

'பயம்?'

'இதுவரை இருந்தோம். இப்போதிலிருந்து இறக்கப் போகிறோம். நம் சிந்தனைகள், செயல்பாடுகள், ஞாபகங்கள் எல்லாவற்றையுமே இழக்கப் போகிறோம் என்ற மரண பயம் இல்லையா உனக்கு?'

ஜீனோ சற்று நேரம் மௌனமாக இருந்தது. அதன் கண்கள் சற்றே ஒளிர்ந்தன. உள்ளுக்குள்ளே வேக வேகமாகச் சிந்தனை அடுக்குகள் புரண்டிருக்கவேண்டும். சற்று நேரம் பொறுத்து, 'ஆம்' என்றது.

'என்ன ஆம்?'

'பயமாகத்தான் இருக்கிறது. எனக்கு இதுவரை இந்த எண்ணம் ஏற்பட்டதில்லை. சிந்திக்கவே சக்தியில்லாத எனக்கு என்ன ஆயிற்று?'

'ஜீனோ, நாம் தப்பிக்க வேண்டாமா? இல்லை சரணடைந்து விடலாமா?'

'இல்லை! புறப்படு. தப்பித்து விடலாம்' என்றது ஜீனோ தீர்மானத்துடன்.

'ஏன் ஜீனோ?'

'பயம்! அவர்கள் என்னைக் கொன்றுவிடுவார்கள் என்ற பயம் வந்துவிட்டது. என் ஞாபகம், என் செயல்பாடுகள் எல்லாவற்றையும் இழந்துவிட்டால் நான் என்கிற நான் என்ன ஆவேன்?'

'ஜீனோ, நீ மனிதர்கள் போல் சிந்திக்கத் தொடங்கிவிட்டாய்.'

'அப்படித்தான் தோன்றுகிறது.'

'ஜீனோ, இப்போது என்ன செய்யலாம்?'

ஜீனோ திரைச்சீலையை விலக்கிப் பார்த்தது. 'காவலர்கள் ஒவ்வொரு வீடாக விசாரித்துக்கொண்டிருக்கிறார்கள்.

நிலாவும் பார்த்தாள். 'ஒரு வீட்டையும் விட்டுவைக்க மாட்டார்கள் போலத் தோன்றுகிறது.'

'நாடு முழுவதும் எங்கும் தேடுகிறார்கள். நமக்கு யாரும் புகல் அளிக்க மாட்டார்கள்' என்றது ஜீனோ.

'ஜீனோ, இந்தச் சந்தர்ப்பத்தில் நாம் எங்கு போய் ஒளிந்து கொள்ள முடியும்? ஜீவாவின் அமேதிக் காவல் படையினரின் சக்தி பெரிதல்லவா! அவர்கள் எத்தனை ஆயுதங்கள், சாதனங்கள் வைத்திருக் கிறார்கள். நமக்கு எங்கே புகல் கிடைக்கும் ஜீனோ?'

'ஒரே ஒரு இடத்தில்தான்!'

ஜீனோ திரைச்சீலையை மறுபடி மூடிவிட்டு, 'வா போகலாம்' என்றது.

'எங்கே?'

'நம்மை இப்போது ஒரு இடத்தில்தான் இந்த நாட்டில் தேடமாட்டார்கள். அது ஜீவாவின் மாளிகை! வா, எனக்கு சாக்கடை வழியாகச் செல்ல ஒரு ரகசிய வழியை ரவி சொல்லித் தந்திருக்கிறார், போகலாம்!'

அந்த வாக்கியத்தின் அர்த்தம் பூரணமாகத் தெரிந்ததும் நிலா ஜீனோவை வியப்புடன் பார்த்து, 'ஜீனோ! ஜீனோ கண்ணு! உனக்கு அறிவு வந்து விட்டது. புத்திசாலி ஆகிவிட்டாய்' என்றாள்.

'வியப்புக்கெல்லாம் நேரமில்லை. வா' என்று பின்பக்கக் கதவைத் திறந்து இரும்புப் படிகள் மூலம் குதித்துக் குதித்து இறங்கிய ஜீனோ உற்சாகமாகத்தான் இருந்தது.

'இரு ஜீனோ, ஓடாதே!'

'எனக்கு என்னவோ ஆகிவிட்டது. புதுசாகப் பிறந்ததுபோல இருக்கிறது.'

'அறிவு பெற்றுவிட்டாய்.'

'இல்லை. ஏதோ ஒரு ப்ரொக்ராம்களில் தானாகக் கற்றுக்கொள்ளும் பகுதி ஒன்றை ஒன்று துரத்தித் திருத்தி பளிச்சென்று எனக்கு ஒரு ஞாபகத்தில் அடுக்கியிருக்கும் அத்தனை செய்திகளின் அர்த்தமும் புரிய ஆரம்பித்து விட்டது. இப்போது எல்லாமே வேறு தினுசாக இருக்கிறது. நிலா, நீ அழகாக இருக்கிறாய்! இந்த ராத்திரி மென்மையாக இருக்கிறது...'

நிலா சிரித்தபடி ஜீனோவின் பின்னால் ஓட, ஜீனோ தன் சிந்தஸைஸர் குரலில்,

ஏன்தான் பிறந்தேன் எனக்கே புரியாது
நான் யார்? இயந்திரமா நாயா தெரியாது'

என்று பாடியது.

'நீ இனிய இயந்திரம். உயிருள்ள இயந்திரம்' என்றாள் நிலா. வேக வேகமாக இன்ஃப்ரா ரெட் சென்ஸார்களுடன் இருட்டில் ஓடிய நாயின் பின்னால் ஓடுவது சிரமமாக இருந்தாலும் உயிராசை அவளைத் துரத்தியது. ஒரு சாலை மூடியை எடுக்கச் சொல்லியது. அதன் கம்பிப் படிகளில் அது தாவி இறங்க, அதன் பின்னே இறங்கினாள். கீழே கணுக்கால் அளவுக்குச் சாக்கடை நீர் செல்ல, இருட்டாகத் தூரத்தில் குகை போல இருந்தது. 'என்னைத் தூக்கிக்கொள். தண்ணீர் பட்டால் என் சென்ஸர்கள் காலி.'

நிலா, ஜீனோவைத் தூக்கி, அதைத் தன் மார்புடன் அழுத்திக் கொண்டாள்.

'ய்ய்ய்ப்! ஜாக்கிரதை! ஒருமாதிரி இருக்கிறது... நேராகப் போய் இடதுபுறம் திரும்பு.'

'எவ்வளவு தூரம் செல்லவேண்டும்!'

'கொஞ்சம் இரு! கணக்கிட்டுச் சொல்கிறேன். உன் கால் தப்படிகளில் ஆயிரத்து இருநூற்று நான்கு.'

'சரி, அதன்பின்?' அளந்து அளந்து நடந்தாள்.

உயரே வெளிச்ச விளிம்பு தெரிய, 'ஜீவா மாளிகையின் பின்பக்கத்துத் தோட்டம்' என்றது ஜீனோ! மெல்ல மேலே ஏறி எட்டிப் பார்த்தாள்.

ஸர்ச் லைட்டுகள் பரவியிருந்தன. காவலுக்கு யாரும் இல்லை.

'யாருமே இல்லையே, போகலாமா?' என்று நிலா கேட்க,

'கூடாது, எலெக்ட்ரானிக் கண்காணிப்பு இருக்கிறது. இந்த வட்டாரம் முழுவதும் இன்ஃப்ரா ரெட் கதிர்களால் பின்னியிருக்கிறார்கள். எனக்கு துல்லியமாகத் தெரிகிறது!' என்றது ஜீனோ.

'என்ன செய்வது?'

'எதிர்ப்புறத்தில் கதிர்கள் இல்லை. அந்த மண்டபத்துக்குப் போகலாம். முதலில் ஒதுக்குப்புறம். என் பின்னால் வா நிலா.'

சுவரோடு சுவர் பதிந்து ஜீனோ பூனைபோல் நகர, நிலா அதைத் தொடர்ந்தாள். அந்த மண்டபத்தில் பெரிய பாதுகாப்பு பேனல். முன்னால் பச்சை சிவப்பு விளக்குகள் பளிச்சிட, முப்பது மானிட்டர்கள் அரண்மனையைச் சுற்றிலும் அத்தனை பிரதேசங்களையும் கண்காணித்துக் கிடைத்த பிம்பங்களைக் காட்ட, ஜீனோ மெல்ல ஊர்ந்து அந்த நாற்காலியின் அருகே சென்றுவிட்டுத் திரும்பியது.

'கிட்டே போகலாம்' என்றது.

'ஷ்ஷ்ஷ்ஷ்... ஜீனோ, என்ன இது! மெல்லப் பேசு.'

'அந்தக் காவலனுக்குக் காது கிடையாது. கண்தான்.'

'செவிடா?'

'இல்லை. ரோபாட். இயந்திர மனிதன். இ. 2-பி மாடல். கண்களும் கைச்செயலும் உண்டு. காது கிடையாது. பின்னால் சென்று அதன் மார்புச் சட்டையைக் கழற்று.'

நிலா தயங்க, ஜீனோ, 'பயப்படாதே' என்றது.

நிலா அருகில் சென்று பின்பக்கத்திலிருந்து அந்த மனிதனின் சட்டை பட்டனை நீக்கி முதுகுப் பகுதியில் பார்த்தாள்! அடேயப்பா, எத்தனை இணைப்புகள்!

*கசகச* என்று எலெக்ட்ரானிக் காடாக இருக்க, 'சின்னதாக 'டயாக்னா' *பண்ணு ஒரு குமிழ் இருக்கும். அதை அழுத்திவிடு!*'

நிலா, ஜீனோ சொன்னபடியே அழுத்த, அந்த ரோபாட் செயலிழந்தது.

'இப்போது 'அலாரம் பைபாஸ்' என்று இருக்கிறதே அதை அழுத்து. இரு! இது சுலபம். என்னால்கூட அழுத்த முடியும்.'

பேனலில் இருந்த அந்த இணைப்பை, செயலாக்கத்தை நீக்கிவிட்டு, 'என் பின்னால் வா. எச்சரிக்கைகள் யாவும் மழுங்கடிக்கப்பட்டு விட்டன' என்ற ஜீனோ, பாடிக்கொண்டே அந்த முற்றத்தில் நடந்தது.

அங்கெதுக்குப் போறே.
பொங்கலிடப் போறேன்.
பொங்கலிலே பாதி
பங்குதர வேணும்.

'ஜீனோ, என்ன பிதற்றுகிறாய்?'

'என்னை அறியாமலேயே தடையின்றி வார்த்தைகள் வருகின்றன. எல்லாவற்றிலும் இப்போது ஒரு ஒழுங்கு தெரிகிறது. ஹ்யூரிஸ்டிக்ஸ், கவிதை! எத்தனை விஷயங்கள். ஜங ஜக்க ஜங ஜக்க ஜங்' என்று ஜீனோ மேலும் கீழுமாக எம்பிக் குதித்தது.

'பைத்தியம் பிடித்துவிட்டதா?' என்று நிலா அதனுடன் ஓடிக் கொண்டே கேட்க...

'இல்லை, புதிய பிறப்பு! புதிய சிந்தனை. வா பெண்ணே! உன்னை நிச்சயம் காப்பாற்றுகிறேன். என்பின் வா. ஜீனோ என்னும் ஒரு மேதையிடம் உனக்கு நம்பிக்கை ஏற்படவேண்டும்!'

'ஜீனோ, உனக்குத் தற்பெருமை வந்துவிட்டது... நிச்சயம் இது மனுஷத்தனம்தான்.'

ஓட்டமும் உற்சாக நடையுமாக ஜீனோ செல்ல, சிரித்துக் கொண்டே அவள் அந்த அமைதியான தாழ்வாரத்தைக் கடந்து இருட்டுப் பாதையில் சென்றாள். ஜீனோவுக்கு எல்லாப் பாதுகாவலர் சென்சர் களும் தெரிய, அதன் பிம்பங்களிலிருந்து ஒதுங்கி ஒதுங்கியே போனார்கள்.

'இப்போது எல்லாவற்றிலும் பத்திரமான அறை ஜீவாவின் அறைதான். ஜீவா மருத்துவமனையில் இருப்பதால் அவருடைய சொந்த அறையில் யாரும் இருக்கமாட்டார்கள். வா! காவலும் அதிகம் இருக்காது. இங்கே யாராவது நம்மைத் தேடுவார்களா, சொல்?'

அவர்கள் அந்த அறைக்குள் நுழைய, ஜீவாவின் சிம்மாசனம் போல இருந்த இருக்கை காலியாக இருந்தது.

ஜீனோ அந்தப் பெரிய நாற்காலியின் பின்னால் சென்று, பட்டுக் கம்பளம் விரித்திருந்த தரையில் போய் உட்கார்ந்து, 'நிலா, நீ களைத் திருப்பாய்! இங்கு யாரும் வரச் சந்தர்ப்பம் இல்லை. தூங்கு' என்றது.

'சிங்கத்தின் கூண்டுக்கே வந்துவிட்டோம்!'

'இது கூண்டல்ல, மாளிகை!'

'சிங்கத்தின் கூண்டு என்பது ஓர் உருவகம்!'

'உருவகம்! உருவகம்? என் ஞாபக அடுக்கில் 'உவமம்'தான் இருக்கிறது. ஒப்பிடுதல்... ஒரு கப்பலை யானைக்கு ஒப்பிடுவது போல, 'வடிவுவமை', 'உருவெளித் தோற்றம்' இருக்கின்றன.'

'ஜீனோ, தொணதொணவென்று பேசாதே.'

'இங்கே யாருமில்லை' என்றது ஜீனோ. நிலா சுற்றிப் பார்க்க, மத்தியில் மட்டும் இருந்த கொஞ்ச வெளிச்சத்தில் அந்த அறை ஏறக்குறைய காலியாக இருப்பது தெரிந்தது. பின்னால் மேடை போல இருக்க, 'ஜீனோ, இங்கே நான் படுத்துக்கொள்ளவா?' என்று கேட்டாள் நிலா.

'படுத்துக்கொள். யாராவது வந்தால் நான் எச்சரிக்கிறேன். எனக்குத் தூக்கம் தேவையில்லை.' நிலா மேடையில் உட்கார்ந்து சற்றே மல்லாந்தாள். அந்த இருக்கையின் கையைப் பிடித்தாள். மெல்ல 'ஊஊம்' என்று ஒரு சப்தம் கேட்டது.

'ஜீனோ, இது என்ன சப்தம்?'

'தெரியாது. எனக்குப் பழக்கமில்லாத ஒலி!'

'ஜீனோ, அதோ பார்.'

ஜீவா அவர்களை நோக்கி நடந்து வந்துகொண்டிருந்தார்.

# 29

நிலா பிரமித்துப் போய் என்ன செய்வது, எப்பக்கம் நகருவது என்பது பற்றிய அக்கறையில்லாமல், வசீகரத்துடன் தன்னை நோக்கி வரும் ஜீவாவைப் பார்த்துக்கொண்டிருந்தவள், அவர் அருகில் வந்ததும் தன்னை அறியாமல் மண்டியிட்டுக் கொண்டாள். 'ஜீவா வாழ்க!' என்றாள். ஜீவா லேசாகச் சிரித்து, 'பெண்ணே! இப்போதாவது புரிகிறதா, என்னை அழிக்க இயலுமா, சொல்?' என்றார்.

'ஜீவா, என்னை மன்னித்து விடுங்கள்!'

'நான் அழிபவனா?'

'இல்லை ஜீவா!'

ஜீனோ சற்று அவரைச் சுற்றி வந்து, 'நீங்கள் மருத்துவச் சிகிச்சையில் இருப்பதாகச் செய்தி சொன்னதால், இங்குதான் ஒளிந்து கொள்ள சுகமான இடம் என்று வந்தோம்' என்றது.

'நாயே! ஜீவாவை அழிக்க முடியுமா?'

'முடியாது என்றுதான் தோன்றுகிறது.'

'முடியாது ஜீவா. நான் தோற்றுவிட்டேன். அறியாதார் பேச்சு கேட்டுத் தகாத காரியம் செய்துவிட்டேன். இனி என்னால் ஓட முடியாது. அலுத்து விட்டேன். அகப்பட்டு விட்டேன். ஜீவா, உங்கள் மனத்தில் பட்ட தண்டனையை அளியுங்கள். எனக்கு இனி வாழ்வு வேண்டாம்! என்னைக் கொன்றுவிடுங்கள்' என்றாள் நிலா.

ஜீனோ, 'என்னையும்!' என்றது. 'என்னால் இந்தப் பெண் செத்துப் போவதைப் பார்த்திருக்க முடியாது.'

'பெண்ணே! உன்னை நான் கொல்வதாக இல்லை!'

'மன்னிப்பா ஜீவா!' - நிலா ஆர்வத்துடன் நிமிர்ந்தாள்.

'மன்னிப்பும் இல்லை. அதோ, அந்த அறைக்குள் போய்ப் பார்த்துவிட்டு வா. அந்த ஸ்தானம்தான்! அதுதான் உனக்கு நிகழப் போகிறது. ஜீவாவுக்கு எதிராகத் துரோகம் செய்தவர்கள், சதி செய்தவர்கள், கொல்ல முயற்சித்தவர்கள் எல்லோரும் அங்கே இருக்கிறார்கள். அவர்களைப் பார்த்துவிட்டு வா. போ பெண்ணே!'

ஜீவா காட்டிய அறையினுள் 'கும்'மென்று குளிர் பதன சப்தம் கேட்டது. பெட்டி பெட்டியாக கண்ணாடித் தடுப்புகள் தெரிந்தன. மிகப் பெரிய விசாலமான அறையின் உத்தரத்திலிருந்து பளிச்சென்று வெளிச்சம் வழிய, ஒவ்வொரு கண்ணாடிப் பெட்டிகளுக்குள்ளும் பலர் நின்று கொண்டிருந்தனர். அதில் சில பெண்களும் இருந்தார்கள். எல்லோரும் சிலை போல நிற்க,

'மெழுகுப் பொம்மைகளா ஜீனோ?' என்று நிலா கேட்டாள்.

'இல்லை. கண்கள் இமைக்கின்றன' என்றது ஜீனோ.

'உயிருள்ளவர்களா?' என்றாள். அவள் வயிற்றில் ஒரு பயம் அழுத்தியது.

'அப்படியும் தோன்றவில்லை. இடம் மாறாமல் நிற்பது எப்படிச் சாத்தியம்?'

'பின் இவர்கள் யார்?'

சற்று நேரத்தில் விளிம்பில் இருந்த ஒலிபெருக்கி ஒலித்தது. 'நல்வரவு! அரசுத் துரோகிகளின் அருங்காப்பகத்துக்கு நல்வரவு. நாங்கள் யாவரும் துரோகிகள். எல்லோரும் ஏதோ ஒரு விதத்தில் அரசுக்கு எதிராகச் சதி செய்தவர்கள். இப்போது சிலை வடிவில் சிறைப்பட்டு நிற்கிறோம். எங்கள் ஒவ்வொருவர் அருகிலும் உள்ள குமிழ்களை அழுத்தினால், நாங்கள் செய்த துரோகங்களின் விவரங்கள் தெரியவரும்.'

நிலா தன்னை அறியாமல் ஒரு கண்ணாடிப் பெட்டியின் அருகே சென்று அதன் குமிழை அழுத்த, 'என் பெயர் சூரி. நான் இரண்டு ஆண்டுகளாக இங்கே அடைப்பட்டிருக்கிறேன், அரசின் அமைதிப் படை மூன்றாம் பிரிவின் தலைவரைக் கொலை செய்த குற்றத்துக்காக. நான் செய்த துரோகத்துக்காக வருத்தப்படுகிறேன்.'

அவன் உதடுகளோ அசையவில்லை. ஒருவாறு நின்ற நிலையில் பிரமித்துக்கொண்டிருக்க, ஏதோ இயந்திரம்தான் குரல் கொடுத்

திருக்கவேண்டும். 'ஜீனோ! என்ன இது, பொம்மைகளா?'

'இல்லை. சஸ்பெண்டட் அனிமேஷன்! இவர்கள் எல்லோருக்கும் உயிரூட்டம் குழாய்களின் மூலம் கிடைக்கிறது. சக்திக் கதிர்களின் மத்தியில் தத்தம் தசைகளின், நரம்புகளின் செயல் இழந்து அப்படியே நிற்கிறார்கள்.'

'எத்தனை நேரமாக?'

'வருஷக் கணக்கில். ஜோம்பிகள் என்று இவர்களுக்குப் பெயர்!'

'ஐயோ! நானும் இப்படி ஜோம்பியாகப் போகிறேனா?'

'அப்படித்தான் தோன்றுகிறது!'

நிலா சுற்றுமுற்றும் பார்க்க, 'அவரவர் அப்படி அப்படியே மூச்சு விடுகிறார்களே?' என்று கேட்டாள்.

'கண்களைக்கூடக் கொட்டுகிறார்கள். ஆனால், அதற்கு மேல் புத்திசாலித்தனமான செயல்பாட்டின் அடையாளங்கள் எதுவும் இல்லை' என்றது ஜீனோ.

'ஜீனோ! என்னை எப்படியாவது காப்பாற்று. இல்லையெனில், என்னைச் சாகடித்து விடு! நான் இந்த மாதிரி செத்தும், சாகாமலும் கண்ணாடிப் பெட்டிக்குள் நின்றுகொண்டிருக்க விரும்பவில்லை. ஜீனோ, ஏதாவது செய்.'

'சாகடிப்பதற்கு எனக்கு சொல்லித் தரப்படவில்லை. அதற்குரிய பேட்டரி சக்தியும் என்னிடம் கிடையாது.'

'ஜீனோ, ஏதாவது செய். அவசரம். அதோ, அவர்கள் வந்து விடுவார்கள்!'

'உனக்கு ஒரே ஒரு வழி லேசர் ஆயுதம்தான். லேசர் ஆயுதம் எங்கே இருக்கிறது? சரி, நான் சொல்கிறபடி செய். மறுபடி ஜீவாவின் அறைக்குச் செல்கையில்... அதற்கு லேசர் ஆயுதம் வேண்டும், இங்கே எதுவும் தென்படவில்லை.'

'ஓடிப்போய்விடலாமா?'

'எல்லா வாசலும் இந்நேரம் பாதுகாக்கப்பட்டிருக்கும். சரி, ஒன்று செய், அனாட்டமி, உடற்கூறு எனக்குத் தெரிந்தவரை, கழுத்தை நெரித்தால் போதுமா?'

'எதற்கு?'

என் இனிய இயந்திரா ▪ 177

'கொல்வதற்கு.'

'போதும்.'

'கழுத்தை நெரிக்கிறாயா?'

'யார் கழுத்தை?'

'என்னை உன் காதருகில் கொண்டு செல். ரகசியம் பேசவேண்டும்.'

நிலா நாயை எடுத்துக் காதருகில் வைத்துக்கொள்ள, 'நிலா, நீ ஜீவாவின் அருகில் சென்று அவர் கழுத்தை நெரித்துக் கொன்றுவிடு. அது ஒன்றுதான் உனக்கு மார்க்கம் அல்லது வழி...' என்றது ஜீனோ.

நிலா குழப்பத்துடன் தன்னைச் சுற்றிலும் பார்த்தாள். அங்கங்கே சிலையாகச் சமைந்த கைதிகளைப் பார்த்தாள். 'சரி, செய்கிறேன்!' என்றாள்.

'வேறு ஆயுதம் இல்லாத நிலையில் இதுதான் எனக்குப் பொருத்தமாகப் பட்டது.'

இருவரும் அந்த அருங்காட்சியகத்தை விட்டு வெளியே வரும்போது ஜீவா மத்தியில் உட்கார்ந்திருக்க, 'என்ன நிலா, பார்த்தாயா?' என்றாள்.

'பார்த்தேன் ஜீவா. எனக்கு அச்சமாக இருக்கிறது.'

'உனக்கு சிகிச்சை தரப்பட்டபின் அச்சமே தெரியாது.'

ஜீனோ, 'ம்...ம்... பேசிக்கொண்டிராதே' என்று காலடியில் முணுமுணுத்தது.

ஜீவாவை அவள் மெல்ல மெல்ல அணுகினாள். அவளுடைய கரங்கள் நடுங்கின. ஜீவா என்னும் மகத்தான, நாட்டையே ஆளும் சக்தியைக் கிட்டே போய்த் தொட்டுப் பார்த்துக் கழுத்தை நெரிக்கப்போகிறாள். ஒரு அளவுக்குமேல் அவளால் சிந்திக்க முடியவில்லை. வலுக்கட்டாய மாகச் செலுத்தப்பட்டவள் போல்தான் நடந்தாள். ஜீவாவை அணுக அணுக, நிலாவுக்கு வருத்தமாக இருந்தது. தான் சிபியுடன் வாழ்ந்தது, ரவியுடன் சபலப்பட்டது, அவர்கள் சதித் திட்டத்தில் தன்னை அறியாமல் அகப்பட்டுக்கொண்டது, மறைந்து மறைந்து வாழ்ந்து சதிக்கு உட்பட்டு ஜீவாவைக் கொல்ல வந்தது, வெடி வைத்து, வெடியிலிருந்து அவர் தப்பித்தது....'

'யோசித்துக்கொண்டிராதே...' என்று அவசரப்படுத்தியது ஜீனோ.

ஜீவா ஒரு புன்னகையுடன் அவளைப் பார்த்துக்கொண்டிருக்க, யாரோ வருவதற்கு அல்லது ஏதோ நிகழ்வதற்குக் காத்திருந்தாற்போலத்

தோன்றியது. இப்போது ஜீவா வீற்றிருந்த இருக்கைக்கு அருகில் வந்துவிட்டாள். ஜீவாவின் பளபளக்கும் கரங்களைப் பார்த்துக் கொண்டிருக்க முடிந்தது. அந்த ரோஜா நிற விரல்கள்கூட தெரிந்தன. 'ஜீவா, உங்களை வணங்குகிறேன். தண்டனைக்குமுன் உங்கள் ஆசியும் அனுதாபமும் எனக்குத் தேவை' என்றாள்.

இப்போது ஜீவாவுக்கு மிக அருகில் நிலா வந்துவிட்டாள். ஜீவாவின் முகம் தெரிந்தது. அந்தக் கழுத்து, மூங்கில் போன்ற கன்னம் தெரிந்தது. தன் கைகளை நீட்டிக்கொண்டு ஜீவாவின் கழுத்தை அப்படியே பிடித்து அழுத்தி அவர் மூச்சுத் திணறுகிற வரைக்கும்...

ஜீவாவின் அருகில் வருவதற்கு முன்னே எச்சரிக்கை ஒலித்தது. அவர் மேல் விழுந்த ஒளி வட்டத்துக்குள் நுழைவதற்குள் அந்த இடம் இருட்டாகியது. எங்கும், எங்கும் எச்சரிக்கை மணிகள் அலற அலற, சற்று நேரத்தில் மறுபடி வெளிச்சம் வந்தபோது ஜீவாவைக் காண வில்லை. அசரீரிபோலச் சிரிப்புதான் கேட்டது. 'என்னைக் கொல்ல முடியாது! என்னைக் கொல்லவே முடியாது. நான் யார்? அமரன்! ஏறக் குறைய கடவுளுக்குச் சமமானவன். என்னை அவ்வளவு சீக்கிரம் அழிக்க முடியுமா?'

'ஜீனோ, என்ன இது?'

ஜீனோ, 'இப்போது புரிகிறது நிலா! எனக்கு எல்லாம் புரிய ஆரம்பித்து விட்டது!' என்றது.

'எனக்கு ஒன்றுமே புரியவில்லை!'

'ஜீவாவைத் தொட்டாயா?'

'இல்லை, அருகில் செல்லும்போதே இருட்டு! எச்சரிக்கை ஒலிகள்!'

'எனக்கு இப்போது முழுவதும் புரிந்துவிட்டது.'

'ஜீனோ, என்ன சொல்கிறாய்?'

'என்னுடன் வா, காட்டுகிறேன். ஜீனோ மேலும் கீழும் பார்த்தது. எதிரே இருந்த எச்சரிக்கை ஒலிகள் அத்தனையும் ஊளையிட்டுக் கொண்டிருக்க, காவலர்கள் ஓடி வர, ஜீனோ அந்த அருங்காட்சியகத்துக்கு ஓடியது, 'சீக்கிரம், கடைசியில் காலியாக இருக்கும் பெட்டிக்குள் போய் நின்றுகொள். அசையாதே.'

'ஜீனோ... நீ?'

'நான் மறைந்துகொள்கிறேன்!'

நிலா அந்தக் கண்ணாடிப் பெட்டிக்குள் சென்று நின்றுகொள்ள, ஓடி வந்த காவலாளிகள் இங்கேயும் அங்கேயும் தேடினார்கள். நிலா கண் கொட்டாமல், அவர்களை ஓரக்கண்ணால்கூடப் பார்க்காமல் ஸ்தம்பித்து நின்றுகொண்டிருக்க, மற்ற சிலைகளின் மத்தியில் அவளை ஒரு ஜோம்பியல்லாத 'உண்மைச் சிலை' என்று கண்டுகொள்வது அரிதாக இருந்தது. மார்புப் படபடப்பைக் கஷ்டப்பட்டுக் கட்டுப்படுத்திக் கொண்டாள். சும்மா நிற்பது கஷ்டமாக இருந்தது. அவர்கள் இவள் கண்ணாடிக்குள் இருப்பதைப் பார்க்கவே இல்லை. சற்று நேரத்தில் விலகிச் சென்றார்கள்.

அவர்கள் சென்றதும் காலடியில் ஜீனோ நிரடியது.

'வெளியே வா. அவர்கள் சென்றுவிட்டார்கள்.'

நிலா அந்தப் பெட்டிக்குள்ளிலிருந்து வெளியே வந்து உடம்பை உதறிக்கொண்டாள். 'ஜீனோ, நீ ரொம்ப புத்திசாலி ஆகிவிட்டாய்.'

'என்னுடன் வா, நண்பர்களைச் சந்திக்கலாம்' என்றது.'

'நமக்கு நண்பர்கள் இருக்கிறார்களா, என்ன?' என்று கேட்டாள் நிலா.

'ஆம். ரவி, மனோ இருவரையும் சந்திக்கலாம் வா' என்று ஜீனோ ஓரத்தில் தெரிந்த மாடிப்படியை நோக்கிச் சென்றது.

# 30

மாடிப்படிகளை ஜீனோ இரண்டிரண்டாகத் தாவித் தாவி ஏறியது, அதன் இயந்திர இயல்புக்குச் சற்று முரணாக இருப்பதாகப்பட்டது நிலாவுக்கு. வெளியே இன்னமும் இயந்திர ஊளைகள் கேட்க, காவலர்கள் இங்குமங்கும் ஓடும் காலடிச் சப்தங்கள் கேட்டன. 'ஜீனோ, உனக்கு என்ன புரிந்தது?' என்று கேட்டதற்கு பதில் சொல்ல அவகாசம் இல்லாமல் விசுக் விசுக் என்று ஓடியது. கண்ணாடித் தடுப்புகளுடன் கூடிய அறை அருகே வந்தது. அதன் கதவுகள் சாத்தியிருக்க, ஜீனோ 'இங்கேதான் ஒளிந்திருந்தேன்... இங்கேதான் பார்த்தேன்' என்றது.

'என்ன ஜீனோ?'

'நீயே பார்' என்று திரையைச் சற்றே விலக்க, அடுத்த அறை கண்ணாடித் தடுப்புக்குப் பின் தெரிந்தது. அறையில் மூன்று பேர் நடுக் கூடத்தில் பேசிக்கொண்டிருந்தார்கள். மூவரில், இருவரை நிலாவால் அடையாளம் கண்டு கொள்ள முடிந்தது. 'ரவியும் மனோவும் இங்கே எப்படி வந்தார்கள்? ஐயோ! அவர்களும் அகப்பட்டு விட்டார்களா?'

'ஆம்! செய்தியிலேயே சொன்னார்களே, அகப்பட்டுவிட்டார்கள் என்று. ஆனால் உன்னிப்பாகப் பார்... அவர்கள் சிறைப்பட்டிருக்கிறார்களா?'

'சொல்லமுடியவில்லை. சக்திக் கதிர்களில் சிறைப்பட்டிருக்கலாம்.'

'அதற்கான அறிகுறிகள் இருக்கின்றனவா? கையைக் காலை அசைத்து இங்குமங்கும் நகர்கிறார்களா?'

'ஆம்!'

'அப்படியெனில் அவர்கள் சிறைப்படவில்லை.'

'அவர்களை நேராகக் கேட்டுவிடலாமே!'

'கூடாது. தப்பு. அவர்கள் உன்னை இந்தத் தருணத்தில் கண்டுபிடிப்பது உனக்கு ஆபத்து!'

'என்ன சொல்கிறாய் ஜீனோ?'

'அபத்தமாகத்தான் இருக்கும். சற்றுக் கோவையாக யோசித்துப் பார்த்தால் எல்லாமே அதனதன் இடத்தில் வந்து விழும்!'

'புரியவில்லை ஜீனோ!'

'விளக்கமாகச் சொல்ல நேரமில்லை. அவர்கள் பேசுவதை உன்னிப்பாகக் கவனித்துப் பார்.' ஜீனோ அந்த ஜன்னலின் கண்ணாடிக் கதவை ஒருக்களித்துத் திறக்க,

'நிலா அகப்பட்டாளா?' என்றான் ரவி.

'இல்லை. இன்னமும் இல்லை. ஆனால், இந்தக் கட்டடத்துக்குள்தான் இருக்கிறார்கள், அவளும், நாயும்' என்றான் மனோ.

'அவளை அதிக நேரம் வெளியே விட்டு வைத்திருப்பது ஆபத்து. கொஞ்சம் சிந்திக்க ஆரம்பித்துவிட்டால் ஆபத்து! அந்த நாய் தகுதிக்கு மீறிச் சிந்தித்திருக்கவேண்டும்! இல்லையெனில், இத்தனை சாகசம் செய்யாது!'

'முதலில் நாயை அழிக்க வேண்டும். ஒரு லேசர் குத்து போதும். அகப்படமாட்டேன் என்கிறது.'

'லியோ, நீ மறுபடி ஜீவாவை வரவழை.'

நிலா புரியாமல் விழித்தாள். ஜீனோ ஜன்னல் கதவை மறுபடி சாத்த, 'வா, நீயும் நானும் ஆபத்தில் இருப்பது தெரிகிறதா?' என்றது.

'தெரிகிறது. ஆனால் எல்லாமே அபத்தமாக இருக்கிறது. ஜீனோ, இவர்கள் இருவரும் - ரவியும் மனோவும் - ஜீவாவுக்கு எதிராகச் சதி செய்தவர்கள்தானே?'

'ஆம்.'

'அவர்களுக்கு இங்கே ஜீவாவின் பாசறையில் என்ன வேலை?' என்று கேட்டாள் நிலா.

'இது முதல் கேள்வி. இரண்டாம் கேள்வி, ஜீவா எங்கே, அவர் ஏன் தொடுவதற்குமுன் காணாமல் போய்விட்டார்? இவ்விரண்டு கேள்வி களுக்கும் பதிலை நீ யோசித்துக்கொண்டிருக்கையில், முக்கியமாக

இந்த இடத்திலிருந்து தப்பிக்கவேண்டிய ஒரு கடமை உள்ளது. தேவை உள்ளது! ஓடு!' என்று அவசரப்படுத்தியது ஜீனோ.

'இப்போது நிலா, ஜீனோவின் பின்னாலேயே ஓடினாள். முரண்பாடு களை எல்லாம் சிந்திக்க நேரமில்லாமல் ஓடினாள். ஜீனோ இரும்புப் படிகளில் சரிந்து செடி கொடிகள் நிறைந்த அடர்த்தியான பின்பகுதிக்கு அழைத்துச் சென்றது. 'சற்று நேரம் மறைந்துகொள். யாரோ ஓடுகிறார்கள்.' ஜீனோ முன்னும் பின்னும் குதித்து ஒரு மாதிரி சப்தம் பண்ணியது. கேட்டும் கேளாத மாதிரி சப்தம் பண்ணியது. 'முட்டாள் ஜனங்கள்! எதற்கெடுத்தாலும் இயந்திர சாதனங்களை நம்புவது ஒரு விதத்தில் சௌகரியமாகப் போயிற்று. காவலர்கள் சுயமாகத் தேடுவ தில்லை. அல்ட்ராஸானிக் டிடெக்டர் உபயோகிக்கிறார்கள். அவற்றைக் குழப்புவது மிக எளிது! 'டர்ர்ர் டர்ர் டர்ர்' என்று சப்தமிட்டால் போதும். காவலர்கள் 'அதோ இதோ' என்று மாயமானைப் போல வேறு எதையோ துரத்திக்கொண்டு செல்ல, இருவரும் ஓரத்தில் உட்கார்ந்தார்கள். 'சொல்லு! என்ன யோசிக்கிறாய்?' என்று கேட்டது ஜீனோ.

'ஜீனோ, உனக்கு எல்லாம் தெரியுமல்லவா! இந்த அபத்தத்தை எனக்கு விவரமாக விளக்கு.'

'விளக்கமாகச் சொல்வதற்குமுன் எனக்குக் கிடைத்த தகவல்களைப் பற்றிச் சொல்கிறேன். ஜீவா யார்?'

'நாட்டின் தலைவர் - முதல் குடிமகன் - இந்த நாட்டை ஆள்பவர்!'

'அதெல்லாம் சரிதான். ஜீவாவைத் தொட்டுப் பார்த்தாயே, எப்படி இருந்தார்?'

'ஜீவாவைத் தொட முடியவில்லை! அதற்குள் இருட்டாகிவிட்டது.'

'சரி, ஜீவாவுக்கு வெடி வைத்தாயே, என்ன ஆயிற்று?'

'அவரை மருத்துவ நிலையத்தில் அனுமதித்து, குணமானார் என்று செய்தி வந்தது.'

'மருத்துவ நிலையத்தில் அவர் படுத்திருப்பதை அவர்கள் விவியில் காட்டினார்களா?'

'காட்டினார்கள்.'

'முகத்தைக் காட்டினார்களா?'

'இல்லை! திரையிட்ட படுக்கையை!'

'சரி! மறுபடி ஜீவாவை நாம் மாளிகையில் பார்த்தோம். உண்மை தானே?'

என் இனிய இயந்திரா ■ 183

'ஆம்! அப்போதுதான் கழுத்தை நெரித்துக் கொல்ல முயற்சித்து...'

'முடியவில்லை! சரி. இவை எல்லாமே தகவல்கள்! இதற்குமுன் நிகழ்ந்த தகவல்களைப் பார்ப்போம். உன் கணவன் சிபி எதற்குக் காணாமல் போனான். ஞாபகம் இருக்கிறதா?'

'ஆம்! கம்ப்யூட்டர் சென்டரில் எதையோ விசாரிக்கச் சென்றார்.'

'அந்த 'எதையோ' என்பது என்ன என்று ஞாபகமிருக்கிறதா?'

'இல்லை.'

'மனித ஞாபகம்தான் எத்தனை பழுதுபட்டது? உன் கணவன் சிபி வேறு எதையோ கேட்கப்போய் கம்ப்யூட்டரிடமிருந்து தற்செயலாக அவன் பார்க்கக்கூடாத ரகசியச் செய்தி ஒன்று கிடைத்துவிட்டது என்று ஞாபகம் இருக்கிறதா?'

'ஓ! ஞாபகம் வருகிறது! ஆப்டிகல் சாதனங்கள் என்னவோ சென்னைக்கு வர இருப்பதைப் பற்றி செய்தி.'

'ஆப்டிகல் என்றால் 'ஒளி சம்பந்தப்பட்ட' கருவிகள்! அவை சென்னைக்கு வருகிறது என்பது ஏன் அத்தனை முக்கியமான செய்தி? அதைத் தற்செயலாக அறிந்துகொண்டுவிட சிபிக்கு ஏன் சிறைத் தண்டனை?'

'புரியவில்லை ஜீனோ!'

'சென்னை என்பதில்தான் சூட்சமம்! சென்னையில் அப்போது என்ன நடந்தது? நீகூடப் போயிருந்தாய்!'

'ஆம்! ஜீவா சென்னை வந்திருந்தார்...'

'ஜீவா சென்னைக்கு வருகிறார்... அதற்குமுன் ஒளி சம்பந்தமான சாதனங்கள் வருகின்றன. அந்தச் செய்தி அரசாங்கத்துக்கு முக்கியமான செய்தி... அதைத் தற்செயலாக அறிந்துகொண்டதற்காக சிபி சிறைப் பட்டார். அப்படியெனில்?'

'ஜீனோ, என்னை மன்னித்துவிடு. எனக்கு இன்னும் புரியவில்லை.'

'சரி. புரியும்படிச் சொல்கிறேன். நீ ஜீவாவைக் கொல்ல வந்தாய் அல்லவா? உன்னுடன் நான் வந்தேன். இரண்டாவது முறை! அப்போது நான் ஒன்றைக் கவனித்தேன். என்னால் ஜீவாவைப் பார்க்க முடிந்தது. ஆனால், என் இன்ஃப்ரா ரெட் சென்ஸர்களுக்கு ஜீவா தெரியவில்லை. இப்போது நான் உன்னைப் பார்க்கும்போது ஒரு ஒளி பிம்பம், ஒரு இன்ஃப்ரா ரெட் உஷ்ண பிம்பம் இரண்டும் தெரியும். சாதாரணமாக

எந்த மனிதனைப் பார்த்தாலும் எனக்கு இப்படித்தான் தெரியும். ஆனால், ஜீவாவைப் பொருத்தவரை எனக்குத் தெரிந்தது ஒரே பிம்பம் தான். உஷ்ண பிம்பம் தெரியவே இல்லை!'

'குழப்பம்!'

'இதனால், ஜீவா உடல் உஷ்ணமில்லாதவர்! ஜீவாவை வெடி வைத்துக் கொல்ல முடியாது! ஜீவாவைத் தொட முடியாது! இதற்கெல்லாம் என்ன அர்த்தம்? எல்லாவற்றையும் தர்க்ரீதியாகக் கோத்துப்பார்!'

நிலா யோசித்து 'அப்படியெனில் ஜீவா, ஜீவா, ஒரு... ஒரு மனிதர் இல்லை! ஜீனோ அவர் உன்போல இயந்திரமா?'

'இல்லை! ஜீவா என்பது ஒரு பிம்பம். ஒரு ஹோலோ பிம்பம்! முப்பரிமாண ஒளி வடிவம்! அதைக் கொல்ல முடியாது. வெட்ட முடியாது. தொடமுடியாது!'

'ஜீனோ, நீ என்ன சொல்கிறாய்! இதுவரை இந்த நாட்டை ஒரு பொய் பிம்பம் ஆண்டுகொண்டிருக்கிறது என்கிறாயா?'

'ஆம்! உங்கள் எல்லோரையும் ஆண்டது, ஆள்வது ஒரு புகை, ஒரு மாயத்தோற்றம் - ஜீவா!'

'அப்படியெனில் அவரை ஏன் கொல்லச் சதி செய்யவேண்டும் இவர்கள்?'

'இவர்கள் என்றால் யார்?'

'ரவி, மனோ கூட்டத்தினர்.'

'அவர்கள் எங்கே இப்போது?'

'ஜீவாவின் அரண்மனையில்.'

'என்ன செய்துகொண்டிருக்கிறார்கள்?'

'பேசிக்கொண்டிருக்கிறார்கள்.'

'இயல்பாக, சுமுகமாகப் பேசிக்கொண்டிருக்கிறார்கள். யாரைச் சதி செய்து கொல்லவேண்டும் என்று உன் உள்ளே ஒரு எழுச்சியை, விழிப்பை ஏற்படுத்தினார்களோ, அவர்களே இப்போது ஜீவாவின் மாளிகையில் சுதாரித்துக்கொண்டு வந்திருக்கிறார்கள். இதற்கு என்ன அர்த்தம்?'

'இவர்களும் ஜீவாவின் கைக்கூலிகளா?'

'இல்லை!'

'பின் என்ன?'

இதற்கு ஜீனோ பதில் சொல்வதற்குமுன் ஒரு விதமான 'விர்ர்ர்' சப்தம் கேட்க, 'இப்போது வேறு சென்ஸர்கள் கொண்டு வந்துவிட்டார்கள். இவற்றை ஏமாற்றுவது எனக்குத் தெரியாது. வா, ஓடிவிடலாம்!'

'எங்கே போவது?'

'இந்தச் சந்தர்ப்பத்தில் நாட்டில் ஒளிந்துகொள்ளத் தகுதியான இடம், தலைநகரின் கூட்டமான ரோபாட் சர்கஸ்தான்! வா, கூட்டத்தில் கலந்துகொண்டுவிடலாம்' என்றது ஜீனோ.

'ஜீவா, ஜீவா' என்று பச்சை வண்ண முக்கோணங்களில் எழுதின கொடிகளை அசைத்துக்கொண்டு கோஷங்களுடன் மக்கள் உற்சாகமாக நகர்ந்துகொண்டிருந்தார்கள் - 'ஜீவா வாழ்கிறார்', 'ஜீவா தப்பிப் பிழைத்தார்', 'சதிகாரர்களுக்கு சாவு!'

ரவி, மனோ இருவரின் பெரிய புகைப்படங்களை அட்டையில் ஒட்டி, அதன்மேல் ரத்தச் சிவப்பில் குறுக்கே கோடு போட்டிருந்தது. ரவியைப் போல ஓர் உருவம் செய்யப்பட்டு அதைக் கொளுத்திக்கொண்டிருந்தார்கள்.

நிலா, அவர்கள் பேசுவதை ஆர்வத்துடன் கேட்டாள்.

'ஜீவாவைக் கொல்ல வந்த அத்தனை பேரையும் பிடித்துவிட்டார்கள்.'

'ஜீவா உயிர் பிழைத்துவிட்டார்... ஆனந்தம்... ஆனந்தம்!'

'ஆறு மணி நேரம் சிகிச்சை நடந்ததாம்... ஒன்பது மருத்துவர்களாம். ஜீவா ரோபாட் உற்சவத்தில் தோன்றுவார் என்று சொல்கிறார்கள். அவர்தான் இதைத் தொடங்கி வைப்பதாக இருந்தது!'

'ரவியும் மனோவும் பொது இடத்தில் சுடப்படுவார்களாம்!'

ஜீனோ இதைக் கேட்டு, 'எனக்கு முதன் முதலாக சிரிப்பு என்பது எதற்கு என்று புரிகிறது' என்றது.

# 31

ஜீனோ மானிட விருப்பு வெறுப்புகள் எதுவும் கலக்காமல் சொந்த மாகச் சிந்திக்கும் சக்தியைத் தற்செயலாகப் பெற்று அதன் உக்கிரமான, இரக்கமில்லாத தர்க்கவாதத்தில் கண்டுபிடித்துச் சொன்ன வார்த்தை களின் முழு அர்த்தமும், மனுஷியான நிலாவுக்கு விளங்கவில்லைதான். இருந்தாலும் அவளுக்குப் புரிந்தவரையிலேயே வினோதமாக, கற்பனை பண்ணக்கூட முடியாதபடி அத்தனை விசித்திரமாக இருந்தது. ஜீவா யார், ரவி யார், மனோ யார் என்று குழப்பங்கள் ஏராளமாக இருந்தன. ஜீனோ கடைத்தெருவில் ஒரு கூடை வாங்கச் சொல்லிற்று. அதில் தன்னை உட்கார வைக்கச் சொல்லித் தலையை மட்டும் அவ்வப்போது தூக்கிச் சற்றே வெளியே பார்த்துக்கொண்டு வந்தது. நிலா கூடையை இஷ்டத்துடன் சுமந்து வந்தாள். எங்கு பார்த்தாலும் கோலாகல ஜனவெள்ளம். ஜீவா... ஜீவா... ஜீவா பிழைத்த சந்தோஷம் அவர்களுக்குக் கற்பிக்கப்பட்டதுபோல, கொடிகளை ஆட்டிக்கொண்டு எறும்புகளைப் போல, ரோபாட் மைதானத்தை நோக்கி ஊர்ந்தார்கள். ஜீவா இந்தக் காட்சியைத் திறந்துவைக்கப் போகிறார் என்பது இப்போது பரவலாகப் பேசப்பட்டது. 'ஜீவா இந்த இடத்துக்கு வரப்போகிறார் போல் இருக்கிறது.'

'வரப்போவது ஜீவா இல்லை, ஜீவாவின் சாதனங்கள்!'

'ஜீனோ, நீ சொன்னதெல்லாம் எனக்கு ஓரளவுதான் புரிந்தது. ஜீவா என்பதே, என்பவரே இல்லை என்கிறாயா?'

'ஆப்டிகல் சாதனங்கள்! அதை இன்று பரிசோதித்துப் பார்த்துவிடேன்.'

'எதை?'

'என் சித்தாந்தத்தை.'

'எப்படி?'

'அதை இன்னமும் விவரமாக யோசிக்கவில்லை. என் ப்ரொக்ராம் ஒன்றில் செக்-சம் தப்பாக வருகிறது. ஃபால்ட் டாலரன்ஸ்-க்காக அதை வேறு இடத்திலும் வேறுவிதமாக எழுதியிருக்கிறார்கள்.'

'ஜீனோ, வர வர நீ பேசுவது எதுவுமே புரியவில்லை எனக்கு.'

'மனுஷத்தன்மையின் அடையாளம்!' என்ற ஜீனோ, கூடைக்குள் தலையை அழுத்திக்கொண்டது.

ரோபாட் சர்க்கஸ் என்பது நாட்டின் வருஷாந்திர மெகா விழா! பல்வேறு திசைகளிலிருந்தும், வெளிநாடுகளிலிருந்தும், ரோபாட்டுகள் வந்திறங்கி சதுரங்கம், ஜேவ், ஜூ-க்கு நடனம், மெட்டுக்கட்டும் போட்டி, சின்தஸைஸர் கானப் போட்டி என்று எத்தனையோ நிகழ்ச்சிகள்! யார் மனிதன், யார் இயந்திர ரோபாட் என்று சொல்ல முடியாதபடி மானிடர்களிடையே இயந்திரப் புழக்கம்.

வாசலில் டிக்கெட் கொடுத்த ரோபாட், நிலாவைப் பார்த்துக் கண் சிமிட்டிச் சிரித்தது.

'ஜீனோ, என்ன இது?'

'கொஞ்சம் நின்று பார். யாரும் இல்லாதபோது கூடக் கண் சிமிட்டும்! இது ஒரு மொண்ணை! கடை ஜாதி ரோபாட்! மூன்று செயல்பாடுகள் தான் தெரியும். டிக்கெட் கொடுத்தல், கண் சிமிட்டல், சிரித்தல்!'

மைதானம் முழுவதும் கூட்டம் நிரம்பியிருந்தது. வண்ண வண்ண விளக்குகள் வானத்தை வருடின. வாண வேடிக்கைகளில் பாரசூட்டி லிருந்து வந்திறங்கிய ரோபாட், நடு வானத்தில் சற்று நின்று நடனமாடி விட்டுக் கைதட்டல் பெற்றதும் கீழே இறங்கியது. ஒரு பெண் வடிவ ரோபாட், உதட்டுச் சாயம் போட்டுக்கொண்டு அடிக்கடி கண்ணாடி பார்த்துக்கொண்டது. அதற்கு ஆண் ரோபாட் முத்தம் கொடுக்க, 'சென்ற நூற்றாண்டுப் பழக்கங்கள்' என்ற போர்டு அருகில் மாட்டியிருந்தது.

'யார் மனிதர், யார் ரோபாட் என்று எப்படிக் கண்டுபிடிப்பது ஜீனோ?'

'என்னால் க்ளாக் பல்ஸை வைத்துக் கண்டுபிடிக்க முடியும். உன்னால் வியர்வை நாற்றத்தை வைத்துக்கொண்டு கண்டு பிடிக்கலாம்!'

'ஜீனோ, உனக்கு மூக்கு இருக்கிறதா?'

'ஃப்ரமோன் அனலைஸர் என்று ஒன்று இருக்கிறது. அது சுமாராக வேலை செய்கிறது!'

'ஜீனோ, யாராவது பார்த்துவிட்டால்?'

'நம்மைப் பார்க்க யாருக்கும் அவகாசம் இல்லை. இதைப் போன்ற பத்திரமான, பாதுகாப்பான இடம் கிடையாது!'

'ரவியையும் மனோவையும் தூக்கிலிடப் போகிறார்கள்' என்று பெரிய திரையில் விவி செய்தி பளிச்சிட்டது.

நட்ட நடுவே விழா ஆரம்பிப்பதற்கான அறிகுறிகள் இருந்தன. ஜீவா வரப்போகிறார் என்றுதான் மறுபடி பேச்சு பரவியது. ஜீனோ ஒரு ஆமைக்குட்டி போல அவ்வப்போது எட்டிப் பார்த்தது. திரை திறந்ததும் ஒரு ரோபாட் வந்து ஜீவா வணக்கம் பாடியது:

அதிகாரம் பல பெற்றும் அகங்காரம் இல்லாமல்
சதிகார வெடி வைத்தும் சாகாமல்...'

'மெல்ல மேடையின் அருகே செல் நிலா' என்றது ஜீனோ.

'எதற்காக ஜீனோ?'

'சில விஷயங்களைக் கவனிக்கவேண்டும். பயப்படாதே, உன்னை யாரும் இப்போது கவனிக்க மாட்டார்கள். மேலும், ஜீவா வந்தவுடன் மேடைமேல்தான் வெளிச்சம் இருக்கும்.'

'ஜீவா வருவாரா?'

'ஜீவாவை வரவழைப்பது மிகச் சுலபம். ஜீவாவால் எங்கும் இருக்க முடியும். எப்போதும் இருக்க முடியும். நான் நினைப்பதுதான் ஜீவா என்றால்!'

'நீ என்ன நினைக்கிறாய்?'

'ஜீவா என்பது ஒரு பிம்பம் என்று.'

இப்போது அவர்கள் ஜனத்திரளால் தள்ளப்பட்டு மேடைக்கு அருகிலேயே வந்துவிட்டார்கள். 'ஜீவா, ஜீவா' என்கிற மெகாவாட் குரல் எங்கும் எதிரொலிக்க, பின் பகுதியில் தொங்கிக்கொண்டிருந்த வெல்வெட் திரை திறக்க, ஜீவா மெல்ல நடந்து வந்தார்.

அவரைக் கண்டதும் ஆயிரம் குரல்கள், 'ஜீவா பிழைத்ததற்கு வந்தனம்' என்று கதற, ஜீவா கையை அமர்த்திச் சிரித்து - கையை அமர்த்திச் சிரித்து - கையை அமர்த்திச் சிரித்தார்.

ஜீனோ தன் கூடைக்குள்ளிலிருந்து எட்டிப் பார்த்தது. 'பிம்பம்தான். கொஞ்சங்கூட உஷ்ண அலைகள் இல்லை. ஓரத்திலிருந்து கொஹிரண்ட்

என் இனிய இயந்திரா

ஒளி வெளிப்படுகிறது! நிச்சயம் ஜீவா என்பது ஒரு தோற்றம்தான்!'

'பேசுகிறாரே!'

'இன்றைய விஞ்ஞானத்தில் இதெல்லாம் சாத்தியம்!'

'மனிதன் இல்லை என்பதைக் கண்கூடாகப் பார்க்க வேண்டாமா?'

'நிலா, கிட்டத்தில் போ! உன்னை எல்லோருக்கும் தெரிவிக்க ஆர்வமா?'

'என்ன செய்யவேண்டும் ஜீனோ?'

'ஜீவா வெறும் பொய். அதை விளக்க உத்தேசமா?'

'ஜீவா பேசத் தொடங்கினார். 'என் இனிய நண்பர்களே!'

'ஜீவா! ஜீவா!'

'என்னைக் கொல்லச் செய்த முயற்சிகளையும், அதில் நான் தப்பித்ததையும், மருத்துவர்கள் என்மேல் செய்த மகத்தான சாதனைகளையும் பற்றித் திரையில் கண்டிருப்பீர்கள்!'

'எல்லாம் பொய்!' என்றது ஜீனோ, கூடையிலிருந்து மெல்லிய குரலில்!'

'மறுபடி உங்கள் சேவைக்காக உயிர் பிழைத்து வந்ததில் எனக்கு மட்டில்லாத மகிழ்ச்சி!'

'நிலா, புரிந்துவிட்டது! மெல்ல நழுவிப் பக்கவாட்டில் வந்துவிடு!'

'எதற்கு ஜீனோ?'

'ஜீவாவின் பிம்பத்தை உற்பத்தி செய்யும் இயந்திர ஸ்தலத்துக்குப் போகலாம்.'

'அது எங்கே இருக்கிறது!'

'அந்த ஷாப்ட் வெளிச்சம் இடது மேற்புறத்திலிருந்து வருகிறது. சாதனங்களை அங்கேதான் வைத்திருக்கவேண்டும். வா.'

ஜீவா பேசிக்கொண்டிருந்தார். 'நாட்டின் சுபிட்சம்தான், நல்வாழ்வுதான் என் மூச்சு. உங்கள் ஒவ்வொரு தனி மனிதனின் அக்கறைதான் என் அக்கறை.'

'இந்தப் பேச்சை ரவி தயாரித்திருந்தால் வியப்பில்லை. அல்லது மனோ.'

'ஜீனோ, அவர்களும் ஜீவாவும் ஒன்றேதானா?'

'ஒரே கட்சி.'

'எதற்காக ஜீனோ?'

'எதற்காக என்று என்னைக் கேட்காதே. எனக்குக் கிடைத்திருக்கும் தகவல் விவரங்களைத் தரம் பிரித்து அலசும்போது எனக்குக் கிடைக்கும் முடிவுகள் இவை!'

'நான் வேண்டாம் என்று நீங்கள் - மக்கள் - ஒரு மனதாக என்று தீர்மானிக்கிறீர்களோ, அன்று என்னை நீங்கள் பலியிடலாம்! குத்திக் கொன்றுவிடலாம்.'

'எல்லாம் மயக்கம்! பித்தலாட்டம்! நிலா, பக்கவாட்டில் இருக்கும் படிகளில் போ.'

'காவலர்கள் இருக்கிறார்கள்.'

'அவர்கள் சூட்சுமம் சொல்கிறேன். ரோபாட்டுகள்தான் கண்காணிக் கின்றன.'

அந்தக் காவலர்கள் தலையை இங்குமங்கும் திருப்ப, 'அவர்களின் பார்வைப் பெருக்கு முன்னாலும் பின்னாலும் நூற்றெழுபது டிகிரிதான் விழுகிறது. ஒரு பகுதியில் அவர்களின் கண்கள் பொட்டைகள். நான் சொல்கிறபடி நட, அவர்கள் பார்வையில் படாமல் வரலாம்! நேராகப் போ. என்னை எடுத்து வெளியே விடு. என் பின் வா.'

ஜீனோ ஒரு மாதிரி இங்குமங்கும் நடக்க, நிலா அதனால் வசீகரிக்கப் பட்டவள் போல் அதன் பின்னால் சென்றாள். காவலனுக்கு மிக அருகில் சென்றும் அவன் கவனிக்காதது ஆச்சரியமாக இருந்தது. ஜீவா பேசிக்கொண்டிருப்பது பக்கவாட்டில் தெரிந்தது. ஜீனோ மெல்லிய குரலில் 'அங்கே பார்' என்று காட்டிய இடத்திலிருந்து ஒருவிதமாகப் பிரகாசமான ஊசி வெளிச்சம் தெரிந்தது.

'நான் மெல்ல மேலே ஏறி அந்த வெளிச்சத்தை அணைக்கிறேன். நீ அப்போது மேடைக்குப் போ.'

'மேடைக்குப் போய் என்ன செய்யவேண்டும்?'

'உண்மையைச் சொல்லிவிடு.'

'நம்புவார்களா?'

'நம்பவேண்டும். நீ போ. இது ரொம்ப ஏமாற்று வேலை. யாராவது இதை உடைத்துத்தான் ஆகவேண்டும்.'

ஜீனோ அந்த இரும்புத் தூணின் குறுக்குக் கம்பிகளில் சரசரவென்று ஏறியது. நிலா மெல்ல மெல்ல ஜீவாவை அணுகினாள். மேடையில் யாருமே இல்லை. காவலர்கள் பிம்பத்தில் படுவதற்குள் நிலா மேடைக்குள் புகுந்துவிட்டாள். ஜீவா கையைக் காலை அசைத்துப் புன்னகை செய்துகொண்டு, பேச, சப்தம் எங்கிருந்தோ வருவதை உணர்ந்தாள்.

நிலா, ஜீவாவின் முன் போய் நின்றுகொண்டாள். அவள் வந்து நின்றதைக் கவனிக்காமல் ஜீவா பேசிக்கொண்டே இருந்தார்.

'என்னைக் கொன்றவர்களைக் கண்டுபிடித்துக் கொடுப்பவர்களுக்கு...'

படக்கென்று ஜீவாவின் வாக்கியம் பாதியில் நின்றுபோக, அந்தப் பிம்பமும் மறைந்தது. அதே சமயம் நிலா அந்த மக்கள் திரளைப் பார்த்து ஆவேசமாகப் பேசினாள்.

'என் இனிய நண்பர்களே, இப்போது நீங்கள் பார்த்தது ஜீவா அல்ல! ஒரு பிம்பம்! மனிதன் இல்லை. ஒரு லேசர் சித்திரம்! இவர் பேசியது பேச்சல்ல! ஒரு பதிவு! இதோ பாருங்கள். உங்களுக்கு ஜீவா மறுபடி வேண்டுமா! ஜீனோ! மறுபடி ஸ்விட்ச்சைப் போடு!'

ஜீனோ மறுபடி விசையை இயக்க, மறுபடி ஜீவா அவள் பின்னே தோன்றி...

'ஆகவே என் இனிய மக்களே, உங்களை மேலும் தியாகம் செய்யுமாறு கேட்டுக் கொள்கிறேன்.'

'ஜீனோ, அணை!'

'ஜீவா மறைந்தார்!'

'அருமை மக்களே! வருஷக்கணக்காக உங்கள் மேல் சுமத்தப்பட்ட பொய்தான் இந்த ஜீவா. பொய்... பொய்' என்று ஆவேசமாகக் கூச்சலிட்டாள் நிலா.

# 32

நிலாவின் செய்கையின் அர்த்தம் ஜனத்தொகைக்கு உறைப்பதற்குச் சற்று நேரமாயிற்று. 'பேசிக்கொண்டே இரு' என்று உற்சாகப்படுத்தியது ஜீனோ.

'என் நண்பர்களே, நாட்டு மக்களே! இதுவரை நாம் ஒரு பொய்யை, ஒரு புகையை இந்தியத் துணைக் கண்டத்தின் தலைவன் என்று நம்பிக் கொண்டு வாழ்ந்திருக்கிறோம். ஜீவா என்றும் உயிர் வாழ்ந்ததில்லை. ஜீவா என்பது இன்றைய விஞ்ஞானம் நம்மை ஏமாற்ற அமைத்துக் கொடுத்த... ஜீனோ அது என்ன...?'

'ஹோலோ பிம்பம் என்று சொல்' என்றது ஜீனோ.

கூட்டத்தில் பரபரப்பும், ஒருவருக்கொருவர் பேசும் சலசலப்பும் ஏற்பட்டது.

'அப்படியென்றால் நம்மை ஆள்பவர்கள் யார்?'

'ஜீவாவின் பிம்பத்தை உருவாக்கினவர்கள்... டெக்னாலஜிஸ்டுகள்!'

'எங்கே அவர்கள்? கொல் அவர்களை?'

'ஜீவாவுக்கு எதிரே சதி செய்தவர்களைத் தூக்கிலிடப் போகிறார்களாம். எங்கே அவர்கள்? ரவி, மனோ இருவரும் எங்கே?'

'அவர்களும் இந்தச் சதியில் உட்பட்டவர்கள் என்று சொல் நிலா! அவர்கள்தான் இந்தத் திட்டத்தின் மகாமூளை என்று சொல்...'

நிலா அதைச் சொல்வதற்குமுன், அங்கு கட்டுப்பாடு குலைந்து கூட்டம் தன்னிச்சையாக இயங்க ஆரம்பிக்க -

'ஒழி ஜீவாவை! ஒழி அந்தப் பிம்பத்தை!'

'கொல்லு விஞ்ஞானிகளை!'

'வாழ்க மனோ!'

'வாழ்க ரவி!'

'புரட்சி வீரர்களை விடுவிப்போம்! வாருங்கள் சிறைமனைக்கு!'

'ஐயோ! இது என்ன விபரீதம்?' என்றாள் நிலா.

'சற்று நேரம் சும்மா இருப்பதுதான் உத்தமம்! என்ன நிகழ்கிறதென்று பார்!' என்றது ஜீனோ.

ஒரு சில மணிகளுக்கு முன் சதிகாரர்கள் என்று பொது இடத்தில் தண்டனை அளிக்கப்படுவதற்காகத் தயார் செய்யப் போவதாகச் சொல்லிக்கொண்டார்கள்!

இருவரும் ஒரு கண நேர மாறுதலில் ஒரு சுவிட்ச் போட்டாற்போல, மாற்றத்தில் புரட்சி வீரர்களாக, புதிய தலைவர்களாக மாறிவிட்டார்கள்!

'ஜீனோ, இதை நம்ப முடியவில்லை.'

இப்போது கூட்டத்தினர் மனோவையும் ரவியையும் தலைமேல் மிதக்க வைத்துக்கொண்டு வந்தார்கள். கூட்டத்தினரால் அவர்கள் சிநேக பாவத்துடன் தூக்கப்பட்டு...

'புதிய தலைவர் வாழ்க!'

'ஏழை மக்களின் தோழன் வாழ்க!'

'ஜீவா என்னும் பொய்யை உடைத்தவன்...'

'பொய்யை உடைத்தது இந்தப் பெண்ணல்லவோ?'

'இந்தப் பெண்ணும் புரட்சிக்காரர்களின் கட்சிதான். இவள்தான் நம் புதிய தலைவி!'

'இவளும் தலைவி!' - கூட்டத்தினரில் ஒரு பகுதி பிரிந்து நிலாவை நோக்கி ஓடி வர, 'இருங்கள், இருங்கள், முழு உண்மையையும் சொல்லித் தீர்க்கிறேன்' என்று நிலா கதறினாள். கூட்டத்தினர் கவனிக்க விருப்பமின்றி அவள் ஆகாயத்தில் வீசிப்பட்டாள். கீழே விழுவதற்கு முன் பந்தாகப் பிடிக்கப்பட்டாள். 'ஜீனோ! ஜீனோ! காப்பாற்று! காப்பாற்று!' என்று ஜீனோவைத் தேடினாள்.

ஜீனோ அந்தக் கூட்டத்தில் கரைந்து போயிற்று. கடைசியாகப் பார்த்தபோது, ஒரு கம்பத்தின் இடையில் கிடைத்த சந்து வழியாக

ஓடிக் கொண்டிருந்தது. 'ஜீனோ! என்னைக் காப்பாற்று!' அந்த வட்டத்தின் சிநேகிதம் கலந்த மூர்க்கத்தின் ஆரவாரத்தில் ஜீனோவுக்கு அந்த வாசகம் கேட்டிருந்தாலும் உதவி செய்யக்கூடிய நிலையில் அது இல்லை.

அந்த மக்கள் வெள்ளத்தில் மூன்று பிரிவுகள் ஏற்பட்டு, ஒன்றை ஒன்று சந்திக்க விரைந்தன. ஒரு புறத்தில் ரவி, மற்றொரு புறத்தில் மனோ, மூன்றாவதாக நிலா. அவசர அவசரமாக, ஒளிரும் எழுத்துகளில் பிரகாசமாக புதிய தலைவர்களின் பெயர்கள் புதிதாகக் கத்தரித்த அட்டைகளில் எழுதப்பட்டு, அவர்களே எதிர்பாராத நியமனத்தில் என்ன செய்வதென்று தெரியாமல் மூவரும் திணற, யாரோ மேடை அமைத்து, யாரோ ஒலி அமைத்து, மூவரும் அவசர நாற்காலிகளில் உட்கார வைக்கப் பட்டு - 'புதிய தலைவர்கள் வாழ்க வாழ்க' என்ற புதிய ஆரவாரங்கள் விண்ணைத் தொட்டன. நிலாவுக்குப் பேச முடியாமல் தொண்டை யெல்லாம் வற்றிப்போய்விட்டது. ரவியும் மனோவும்கூட இந்தச் சம்பவங்களைச் சற்றும் எதிர்பார்த்திருக்கவில்லை போலத் தோன்றினார் கள். எழுந்து, 'அமைதி அமைதி' என்று கையமர்த்தி, கொஞ்ச நிமிஷங் களுக்குப் பின் ஆரவாரம் அடங்கி, கிடைத்த அமைதியில் ரவி பேசலுற்றான்:

'என் அருமை மக்களே!

'மரணத்தின் பிடியிலிருந்து என்னுடன் தப்பித்த என் சக புரட்சி யாளர்கள், நிலா மற்றும் மனோ அவர்களே! உங்கள் யாவருக்கும் என் வீர வணக்கங்கள்!'

வானளாவ ஆரவாரம் எழ,

'நானும் நண்பர் மனோவும் என் இனிய சிநேகிதி நிலாவும் ஜீவாவின் அராஜகத்தை ஒழித்துக்கட்ட முடிவு செய்து தீவிரவாதிகளாக மறைந்து வாழ்ந்தோம். ஜீவா என்னும் பொய்ச் சக்தியை, விஞ்ஞானிகளின் புளுகை உடைத்தெறிய முற்பட்டோம். நிலா நமக்கு, இந்தப் புரட்சி இயக்கத் துக்கு மிகவும் உதவி அளித்திருக்கிறாள். புதிய நாள் விடியலிலிருந்து புதிய புரட்சி அரசு இந்த நாட்டை ஆளப்போகிறது. உங்கள் யாவருக்கும் இனி அடிமைத் தளைகள் இல்லை. பிறப்பையும் இறப்பையும் கட்டுப் படுத்தும் முட்டாள் விதிகள் இல்லை. பிள்ளை பெறுவதற்கும், மனைவியோடு படுப்பதற்கும் அரசாங்க அனுமதி தேவையில்லை. அண்ணாக்களே, தம்பிகளே, அக்காக்களே, தங்கைகளே, அம்மா அப்பாக்களே! இன்றிலிருந்து நீங்கள் சுதந்தரம் அடைந்துவிட்டீர்கள். எங்கள் இயக்கத்தின் புரட்சி வேகத்தில் தந்திர விஞ்ஞானிகளின் அராஜகம் ஒழிந்து புதிய ஜோதி, புதிய பாதை, நமக்கெல்லாம் புதிய சமுதாயம் அமைந்தது.'

நிலா ஜீனோவைத் தேடினாள். ஜீனோ இல்லாமல் கை ஒடிந்துபோல இருந்தது அவளுக்கு. எல்லாமே அபத்தமாக இருந்தது. 'யார் புரட்சிக்காரர், யார் சர்வாதிகாரி! யார் விடுதலை செய்கிறவர்கள்? யார் விடுவிக்கப்பட்டவர்கள்? சற்று முன் ஜீவாவுக்காகக் கொடி அசைத்தவர்கள் எப்படி மாறிவிட்டார்கள்? ஜீவாவைச் சதிசெய்து கொலை செய்ய முயற்சித்ததாக அவர்கள் நம்பிக்கொண்டிருக்கும் எங்கள் மூவரையும் இப்போது உயர்த்துகிறார்கள். இந்த ரவியும் மனோவும் யார்? இவர்கள்தான் சூத்திரதாரிகளா, இல்லை பின்னணியில் இதை விட மகத்தான பொய் முக வடிவங்களா? ஒன்றுமே புரியவில்லையே!'

'புதிய அரசின் அவசர சபையின் பிரதிநிதிகளாக மூவர் - நிலாவும் மனோவும் நானும் இருப்பதாக முடிவெடுத்துள்ளோம். நிலாதான் நாளைய அரசின் பிரதானி. நான் உள்துறையையும், காவல் முதலிய துறையையும், மனோ மற்றவையையும்...'

நிலாவின் கண்கள் வீரயமாக ஜீனோவைத் தேடின. எதிரே வெளிச்சத்தில் அத்தனை காலி முகங்கள்... பொம்மை முகங்கள் தெரிந்தன. 'இன்று ஜீவா, நாளை மனோ, நிலா என்று சொல்வதற்கெல்லாம் தலையசைக்கும் பொம்மைகள்! எல்லாம் பிரும் மாண்டமான பொய்!'

'நிலா, ஜாக்கிரதையாக வா!' - ரவி அவளை அழைத்துக் கை பிடித்து மெல்ல மேடையிலிருந்து இறங்கினான். அவள் மேல் மலர்கள் தூவப்பட்டன. 'புதிய பிரதமர் நிலா! நிலா... எங்கள் புதிய தலைவியே! எங்களை வாழ்விக்க, தன் உயிரை மதிக்காமல் அராஜகக் கோட்டைக்குள் புகுந்து அரக்கர்களை அழித்தவளே! நிலா என்னும் தேவி! நீதான் எங்களுக்கு வாழ்வளிக்கப் போகிறவள், தலைவியே, செல்வியே...'

'புதிய தலைமுறையின் புதிய சமுதாயத்தின்...'

நிலாவுக்கு சிரிப்பாக வந்தது. அவள் மனத்தில் படர்ந்ததெல்லாம் ஜீனோதான். ஜீனோ கிடைத்துவிட்டால்தான், அதைக் கேட்டால்தான் இந்தப் பித்துப் பிடித்த விளையாட்டின் விதிகள் புரியும். பேதை நாடகத்தின் வசனங்கள் புரியும்!

'ரவி! ஜீனோ நாய் நமக்கு எத்தனையோ விதத்தில் உதவி புரிந்திருக்கிறது. அதை நாம் கண்டுபிடித்தாக வேண்டும்!'

'எங்கே ஜீனோ?'

'இந்தக் கூட்டத்தில் என்னுடன் வந்தது. மறைந்து விட்டது.'

'கவலைப்படாதே, தேடிக் கண்டுபிடித்து விடலாம்!'

'ஜீனோ இல்லாமல் நான் எந்தப் பதவிக்கும் ஒப்புக்கொள்ள முடியாது.'

'என்ன சொல்கிறாய் நிலா?'

'நிலா மிகவும் களைப்பாக இருக்கிறாள். குழப்பத்தில் இருக்கிறாள். இன்று இரவு ஓய்வெடுத்துக்கொண்டு நாளைக் காலை யோசிப்போம்' என்றான் மனோ.

'ஜீனோ, ஜீனோ எங்கே?' என்று அவள் குரலில் அழுகை தெரிந்தது.

'கவலைப்படாதே, நாளைக்குள் கண்டுபிடித்துவிடலாம்.'

'ஒலிபெருக்கியில் மக்களிடம் சொல்லிப் பாருங்கள்.'

'மக்கள் ஏதும் கேட்கக்கூடிய நிலையில் இல்லை. புதிய சுதந்தரக் கோலாகலத்தில் இருக்கிறார்கள்.'

அவர்கள் ஆரவாரமாகத்தான் இருந்தார்கள். வகையறியாது ஆண்களும் பெண்களும் முத்தமிட்டுக்கொள்ள, தாற்காலிக மேடையில் நடன மாடினார்கள். பானங்களால் தலையை நனைத்து, வாயில் வீரியமாகக் கொட்டிக்கொண்டார்கள். பாடினார்கள். கவிதை பண்ணினார்கள். அரசாங்க ரோபாட்டுகளைத் தூள் தூளாகப் பிய்த்தெடுத்தார்கள். அரசு கட்டடங்களைக் கொளுத்தினார்கள். இஷ்டத்துக்குச் சண்டை போட்டார்கள். முன்பிருந்த கட்டுப்பாடுகள் அனைத்தையும் மீறி இஷ்டத்துக்கு இயங்கினார்கள். பொது இடங்களில் சிறுநீர் கழித்தார்கள். போகிறவர்கள் வருகிறவர்கள் எல்லாம் நண்பர்கள்! தரையடி வண்டியில் டிக்கெட் வாங்காமல் இலக்கின்றி அடைத்துக்கொண்டு சென்றார்கள். 'விடுதலை தாகம் இன்று தீராது' என்று விதவிதமான பானங்கள் பருகினார்கள். வான் முழுவதும் மஞ்சளாக பேட்டைக்குப் பேட்டை எரிந்த வெளிச்சங்கள் பின்னிரவை வெளிச்சமாக்கின.

ஜீவாவின் மாளிகைக்கு நிலா, ரவி, மனோ மூவரும் சென்றனர்.

'நிலா, உன் தியாகம்தான் எங்கள் தியாகத்தைவிட மகத்தானது...'

'மனோ, ரவி! உங்கள் இருவரையும் ஒரு சந்தேகம் கேட்க வேண்டும்!'

'எல்லாம் அங்கே மாளிகையில்! நிலா, இப்போது நமக்குத் தேவை ஓய்வு.'

ராத்திரி ஜீவாவின் அரண்மனையில் மக்கள் புழங்கிக் கொண்டிருந் தார்கள். இயல்பாக நீரிறைக்கும் அலங்காரங்களின் அருகிலெல்லாம் ஆண்களும் பெண்களும் பாய் விரித்துப் படுத்து சுதாரித்த நிலையில் இருந்தார்கள். ஒருவன் ஜீவாவின் சிலையின் தோளில் உறங்கிக் கொண்டிருந்தான். அங்கங்கே மழுப்பலாக நடன, கைதட்டல் ஒலி

என் இனிய இயந்திரா ◼ 197

கேட்டது. கம்ப்யூட்டர் டெர்மினல்களின் மேலே நாட்டியமாடிக் கொண்டு அதை உதைத்தார்கள்.

நிலா ஜன்னல் வழியாக எட்டிப் பார்த்தாள். 'நிலா!' என்று குரல் கேட்டுத் திரும்பிப் பார்க்க,

'என்ன ரவி!'

'உனக்கு எல்லாம் தெரியுமா?'

'ஆம்' என்று சொல்வதற்கு முன், நிலாவுக்கு ஜீனோ சொன்னது ஞாபகம் வந்தது: 'சுற்று நேரம் சும்மா இருப்பதுதான் உத்தமம்!'

# 33

நிலாவுக்கு, நாற்காலிக்கு அடியில் துறுதுறுத்த ஜீனோவைப் பார்த்ததும் தனக்குள் சந்தோஷப் பிரவாகம் எடுக்க, உற்சாகத்தைக் கட்டுப்படுத்துவது கஷ்டமாக இருந்தது.

'உனக்கு என்ன தெரியும்?' என்று மறுபடி கேட்டான் ரவி.

'ரவி, உங்களுக்குத் தெரிந்த அளவுதான் தெரியும்.'

'அப்படியென்றால்?' - ரவி, அவளருகே வந்து கூர்மையாகப் பார்வையால் துருவிப் பார்த்தான். அவன் கண்ணாடிக் கண்கள் அவளை ஆழ்ந்து தோண்டுவதுபோல் தோன்றின.

'நிலா, நாம் எல்லோரும் ஒரே கட்சி அல்லவா?'

'ஆம்!'

'நாளை உன்னை இந்த நாட்டின் தலைவியாக நியமிக்கப் போகிறோம். அதுதான் மக்களின் இச்சை அல்லவா?'

'ஆம்.'

'இருந்தும் இந்த நாட்டை ஆளப்போவது நான், ரவி, நீ என்ற திரிசூலம்' என்றான் மனோ. 'நாங்கள் செய்த தியாகமும், நாங்கள் ஒடுங்கி வாழ்ந்ததும், எங்களை மரணத்தின் வாசலுக்கு அழைத்துச் சென்ற புரட்சி இயக்கமும் யாராலும் மறக்க முடியாதல்லவா?' என்று அவள் கண்களைப் பார்த்துக் கொண்டே சொன்னான்.

'ஆம்.'

'அதில் ஏதும் சந்தேகமில்லையே!'

என் இனிய இயந்திரா ■ 199

'இல்லை.'

'நிலா, உனக்கு சந்தேகமே வரவில்லையா?'

'என்ன சந்தேகம்?'

'ஜீவா என்கிற பொய் பிம்பத்தை அமைத்தவர்கள் யார் என்று?'

'எனக்குத் தெரியாது. யாரோ சதிகாரர்களாகத்தான் இருக்க வேண்டும். அவர்கள் யாவரும் நேற்றைய புரட்சித் தீயில் கருகி எரிந்து போய் விட்டார்கள் என்றுதான் கேள்விப்பட்டேன்.'

'அவ்வளவுதானே கேள்விப்பட்டாய்?'

'ஆம்.'

'நாய் வேறு ஏதாவது சொல்லிற்றா?'

'யார், ஜீனோ? சேச்சே!'

'அந்த நாய் சற்று அபாயகரமான நாய்! சொல்லிக்கொடுத்ததுக்கு மேலாகச் சிந்திக்கத் தொடங்கிவிட்டது.'

'நீ கற்றுக்கொடுத்ததுதான் ரவி.'

'நான் கற்றுக்கொடுத்தது தப்பாகப் போச்சு. அது அகப்பட்டால் அதை அழித்துவிடலாம்.'

'சரி, செய்தால் போச்சு!' - நிலாவுக்கு விரல்கள் நடுங்கின.

'சிந்திக்கும் மனிதர்கள் வேண்டாம். சிந்திக்கும் நாய்கள் நிச்சயம் வேண்டாம்! நாடு ஜீவாவின் அராஜகத்தால் மிகவும் நாசமாகிப் போய் விட்டது. அதை செழிப்புப் பாதையில் செலுத்த வேண்டியது நம் முதல் கடமை.' மறுபடி ரவியின் முகத்தில் அந்த சந்தேகப் பார்வை. 'என்ன சொல்கிறாய்?'

'நிச்சயம்...நிச்சயம்...'

'அதனால் சொந்த விருப்பு வெறுப்புகளை எல்லாம் சில சமயங்களில் தியாகம் செய்யவேண்டி வரும். உதாரணத்துக்கு, உன் நாய் ஜீனோ, அதை நீ எவ்வளவு தூரம் விரும்புகிறாய்?'

'அது என் நாயே அல்ல! உன் நாய்!'

'நல்லது! அதைக் கண்டுபிடித்து அதை அழித்துவிட்டால் அதனால் நீ வருத்தப்படப் போவதில்லை. அது ஒரு இயந்திர நாய்.'

'எதற்காக அழிக்க வேண்டும்?'

'அது தன் அந்தஸ்துக்கு மேலாகக் கற்றுக்கொண்டு பேசவும் செயல் படவும் தொடங்கிவிட்டது.'

'அப்படி ஒன்றும் செய்யவில்லை.'

'இல்லை நிலா. நீ செய்த சில தீரச்செயல்கள் எல்லாம் அந்த நாய் கொடுத்த தைரியத்தில்தான் செய்திருக்கிறாய். நாம் நம்மையே ஏமாற்றிக்கொள்ளும் வேளை முடிந்துவிட்டது. பொய் எதுவும் வேண்டாம். அந்த நாய் அபாயகரமானது. அது நமக்கு இப்போது தேவையே இல்லை.'

'ஆம்' என்றாள்.

'அது இப்போது எங்கோ ஒளிந்துகொண்டிருக்கிறது. அது உன்னை நிச்சயம் தேடிக்கொண்டு வரும். அப்போது எங்களுக்குத் தெரிவித்து விடு. உனக்கு வேண்டுமென்றால் புதிய நாய் தயாரித்து அனுப்புகிறேன், என்ன?'

'சரி' என்றாள், அவன் கண்களைச் சந்திக்காமல், ஜீனோ! நல்லவேளை ஒளிந்துகொண்டாய். நீ சொல்வது எத்தனை நிஜம்?'

'நிலா, நீ களைத்திருப்பாய்... நாளை உனக்குப் பட்டமேற்பு விழா நடக்கப் போகிறது. அதற்கான ஏற்பாடுகளை நாங்கள் காலை சொல்கிறோம். நீ உறங்கு. நாடு வாழ்க' என்று ரவியும் மனோவும் புறப்பட்டுச் செல்ல, சற்று நேரம் நிலா மௌனமாக அவர்கள் போன திசையைப் பார்த்துக்கொண்டிருந்தாள், பிறகு,

'ஜீனோ!' என்றாள் சன்னமாக.

நாற்காலியின் கீழேயிருந்து அதைவிடச் சன்னமாக, 'என்ன நிலா?' என்று சப்தம் கேட்டது.

இங்குமங்கும் பார்த்து, 'கீழே எட்டிப் பார்த்து, அதை மார்போடு அணைத்துக்கொண்டு, ஒரு சிறிய கூடையைத் தேடி அதற்குள் மறைத்தாள்.

'மெல்ல மெல்லப் பேசு! நான் அபாயத்தில் இருக்கிறேன்!'

'ஜீனோ, உன்னைக் கொல்லப்போகிறார்கள்.'

'ஆம். என்னைக் காப்பாற்றுவது உன் பொறுப்பு.'

'நீ இங்கே வந்ததே தப்பு.'

'எனக்கு வேறு ஏதாவது புகல் இருக்கிறதா?'

நிலா, 'இல்லை' என்றாள். பிறகு, 'கவலைப்படாதே ஜீனோ, உன்னை நான் காப்பாற்றுகிறேன்.'

'நிலா, நான் செய்த காரியத்துக்குப் பிரதியாக இந்த உதவி செய்தால், நான் என்றென்றும் உனக்கு விசுவாசமாக இருப்பேன்.'

'கவலையே படாதே ஜீனோ. இப்போது எனக்குப் புரியும்படியாகச் சொல். ரவியும் மனோவும்தான் எல்லாவற்றுக்கும் மூல காரணங்களா?'

'ஆம். ஜீவா என்னும் பிம்பத்தையும், அந்த ராஜ்யாதிகாரத்தையும் நடத்தியவர்கள் ரவியும் மனோவும்தான். அவர்களே சர்வாதிகாரிகள் - அவர்களே ஏகாதிபத்தியர்கள் - அவர்களே விடுதலை வீரர்கள்!'

'ஜீவாவுக்கு எதிரான போராட்டம், புரட்சி எல்லாம்?'

'எல்லாம் ஒரு விளையாட்டின் பல்வேறு அங்கங்கள். இதில் மக்கள், ஜீவா என்னும் சர்வாதிகாரியிடமிருந்து விடுதலை பெற்றதாகவும், அப்பொய்யை விலக்கி உண்மைச் சூரியனைக் கொண்டுவந்தவர்கள் ரவி, மனோ என்றும், இவர்கள்தாம் விடுதலைப் போரில் வெற்றி பெற்றவர்கள் என்றும் பட்டம் பெறுகிறார்கள்! அதில் மூன்றாம் வெளி மனுஷி நீ ஒருத்திதான். உனக்கு அவர்களைப் பற்றிய ரகசியம் தெரியும் என்பது அவர்களுக்குத் தெரியாது.'

'இருந்தும் சந்தேகிக்கிறார்களே!'

'தெரியும். உன்னை ரொம்ப நாள் தலைவியாக வைத்துக்கொள்ள மாட்டார்கள். தக்க தருணத்தில் உன்னையும் நீக்கிவிடுவார்கள்... இப்போது இந்த உணர்ச்சிகரமான வேளையில் உன் தலைமை அவர்களுக்குத் தேவைப்படுகிறது. அதனால்தான் உன்னைச் சகித்துக் கொண்டிருக்கிறார்கள்.'

'ரவியும் மனோவும் என்ன ஒரு ஏமாற்று வேலை செய்திருக்கிறார்கள்? என்ன ஒரு பொய்க் கதை கட்டியிருக்கிறார்கள்?'

'எல்லாத் தலைவர்களுமே ஒரு அளவில் குடிமக்களை ஏமாற்றிக் கொண்டிருப்பதுதான் சரித்திரம். எந்த அளவுக்கு எத்தனை நாட்கள் ஏமாற்றுகிறார்கள் என்பதில்தான் மாற்றம். 'மனித சரித்திரத்தில் முழுவதும் படிப்படியாக ஏமாற்றங்கள்தான்' என்று இருபதாம் நூற்றாண்டு தத்துவஞானி ரஸ்ஸல் சொல்லியிருக்கிறார். அவருடைய 'ப்ரின்ஸிப்பியா மாத்மாட்டிக்கா'வைப் படிக்க ஆசை...'

'ஜீனோ, நான் தனியாக என்ன செய்ய முடியும்?'

'எனக்கு அதைப் பற்றி யோசிக்க சந்தர்ப்பம் ஏற்படவில்லை. இருந்தாலும் ஏதாவது யோசித்துச் செய்யலாம். எல்லாரையும் எல்லா

சமயத்திலும் ஏமாற்றுவது என்பது இயலாத காரியம். என்றாவது ஒரு நாள் தக்க சமயத்தில் உண்மை முழுவதையும் கூறிவிடவேண்டும்.'

'நாளைக்கே சொல்லிவிட்டால் என்ன?'

'கூடாது... மிகவும் குழப்பமான வேளை இது.'

'முதலில் உன்னைக் காப்பாற்றவேண்டும். அவர்கள் கண்ணில் படாமல்!'

'அதைச் செய் நிலா! என்னைப் பார்.'

நிலா ஜீனோவைப் பார்த்தாள்.

'உன் சூடான கரத்தால் என்னைத் தொட்டுத் தடவிக் கொடு நிலா. எனக்கு பயம் என்பதன் முழு அர்த்தமும் விளங்கிவிட்டது. நிலா, எனக்கு இஷ்டமே இல்லை. நான் உயிரிழக்க இஷ்டமில்லை. நான் சேகரித்த நினைவுகளையும், படித்த புத்தகங்களையும், பழகின சிநேகங்களையும் இழக்க விரும்பவில்லை. நான் இயந்திரமாகவே இருந்திருக்கலாம். எனக்கு தற்செயலாகச் சிந்திக்கும் சக்தியைக் கற்றுக் கொடுத்து பயம், பாசம் போன்ற உணர்ச்சிகளையெல்லாம் புரிய வைத்தது தப்பு. நிலா, என்னைக் காப்பாற்றி விடு. எனக்கு அதிக சக்தியில்லை. என்னால் யாரையும் கடிக்கப் பயனுள்ள பற்கள் இல்லை. வேகமாக ஓடினால் பேட்டரி வீக்காகிவிடுகிறது. ஏதோ கொஞ்சம் சாகசம்தான் என் ஆயுதம். வெயிலில் நாலு மணி நேரம் இல்லை என்றால் சோலார் பேனல்கள் கதறுகின்றன. மோட்டார் சக்தி பத்து கிமீக்கு மேல் நடக்க விடுவதில்லை. இத்தகைய குறைபாடுகள் உள்ள தேகம். சிந்தனை மட்டும், மனம் அல்லது மூளை மட்டும் எப்படியோ படித்துக் கற்று வளர்த்துக்கொண்டு விட்டேன். இதுவே ஒருவிதமான சாபமாகப் போய்விட்டது. பேசாமல் மற்ற ரோபாட் இயந்திரங்கள் போல இருந்திருக்கலாம். சிந்தனை, இஷ்டங்கள், இண்டலெக்ட், அறிவு இவை ஏற்பட்டு இதனால் மரண பயம் ஏற்பட்டு, பொய் சொல்லக் கற்றுக்கொண்டு, தந்திரங்கள் எல்லாம் புதுசாக அமைத்துக் கொண்டுவிட்டேன். நிலா, நீ என்னை இப்போது காப்பாற்றவேண்டிய அவசியம் ஏற்பட்டுவிட்டது. நிலா, எனக்குப் பயமாக இருக்கிறது. என்னைக் காப்பாற்று!' என்று பரிதாபமாகக் கேட்டது ஜீனோ.

நிலா ஜீனோவைக் கூடையிலிருந்து எடுத்து, தன் கன்னத்தால் அதன் ஸிந்தெடிக் ரோமங்களை வருடிக்கொடுத்தாள். 'பயப்படாதே ஜீனோ. நான் உன்னை எப்படியாவது காப்பாற்றுகிறேன். உன்னை ஒளித்து வைத்துப் பாதுகாக்கிறேன்.'

'ஜீனோ, 'நீ எனக்குத் தடவிக் கொடுப்பது இதமாகக்கூட இருக்கிறது... கொஞ்சம் குஷியாகக்கூட இருக்கிறது. நான் மனித ரூபத்தில் இருந்தால்... உன்னைக் காதலிக்கலாம்.'

'ஜீனோ, நீ என் நண்பன்!'

'நிலா, நான் உயிர் வாழ்வதற்கு நீ ஒரு முக்கியமான காரணம். உன்னைப் பற்றி ஒரு பத்து நிமிஷம், இல்லை இரண்டு நிமிஷம் அவகாசம் கொடுத்தால் சின்னதாக ஒரு கவிதை எழுத முயற்சிக்கிறேன்.'

நிலா சிரித்து அதை மறுபடி கூடைக்குள் போடும்முன் அது, 'உன்னைப் போல ஒரு பெண்ணை, சென்ற நூற்றாண்டில் ஒரு கவிஞன் வர்ணித்துச் சொன்ன ஒரு கவிதையைச் சொல்கிறேன்:

மாலையழகின் மயக்கத்தால் உள்ளத்தே
தோன்றியதோர் கற்பனையின் சூழ்ச்சி
யென்றே கண்டு கொண்டேன்!'

'சபாஷ்!' என்று ரவியின் குரல் கேட்க, அவர்கள் திடுக்கிட்டுத் திரும்ப, ரவியும் மனோவும் மூன்று காவலர்களும் நின்று கொண்டிருந்தார்கள். ஜீனோவை நிலாவின் கையிலிருந்து பிடுங்கிக்கொண்டான் ரவி.

# 34

நிலாவுக்கு உள்ளமெல்லாம் பதறியது. ஜீனோவை ரவி பற்றிக் கொண்டதும் அல்லாமல் அதன் காதைப் பிடித்துத் தூக்கினான்.

'ரவி, அதை விட்டுவிடு! வலிக்கப் போகிறது!'

'வலியா?' இயந்திர நாய்க்கு வலி கிடையாது. ஏன் நாயே, வலிக்கிறதா?'

'ஒரு மாதிரி அசந்தர்ப்பமாக இருக்கிறது. என்ன செய்வதாக உத்தேசம்?'

'ஜீனோ! உன்னைக் கொல்லப் போகிறேன்!'

'ரவி, வேண்டாம்... வேண்டாம்.. அது பாட்டுக்கு இருந்துவிட்டுப் போகிறது. தமாஷான நாய்!'

'இல்லை நிலா. இது ஆபத்தான நாய். இதற்குச் சிந்திக்கக் கற்றுக் கொடுத்தது தப்பு. நம் இயக்கத்துக்கு ஊறாகிவிடும். எத்தனையோ மட நாய்களை நம் சர்க்கார் தொழிற்சாலைகளில் செய்கிறார்கள். உனக்குக் கொஞ்சுவதற்கு ஒரு பொம்மை நாய் தருகிறேன். இதேபோல வடிவத்தில், இதே பெயருடன் - சிந்திக்காத நாய். இந்த நாய் வேண்டாம்! அல்லது இது ஏதாவது சொல்லிக்கொடுத்திருக்கிறதா உனக்கு?'

'என்ன?'

'எங்களைப் பற்றி ஏதாவது சொல்லியதா?'

'சேச்சே! எனக்கு நீங்கள் என்ன சொல்கிறீர்கள் என்றே புரியவில்லை.'

'புரியாதவரை நல்லதுதான். நிலா, உனக்கு எங்கள் இயக்கத்தின் குறிக்கோள்களை முழுமையாகச் சொல்வதற்கு இன்னும் வேளை

என் இனிய இயந்திரா ■ 205

வரவில்லை. அதற்கான பக்குவமும் உனக்கு இல்லை. நீ தற்சமயம் எங்கள் இயக்கத்துக்குத் தலைவியாகத் தேவைப்படுகிறாய். நாளை தலைவி நீ. உன்னைத்தான் தற்போது மக்கள், தலைவியாக அங்கீகாரம் செய்வார்கள். எனவே, எங்கள் இயக்கத்துக்கு ஒரு முகப்பாக நீ தேவைப்படுகிறாய் கொஞ்ச நாள்!'

'அதன் பின்?'

'அதை அப்போது யோசிக்கலாம். இப்போதைக்கு நீ நாட்டின் தலைவி.'

'ஜீனோ?'

'சொன்னேனே, ஜீனோ கொல்லப்படும். என்ன ஜீனோ?'

'நான் சொல்ல என்ன இருக்கிறது!'

'ஜீனோ, நீ இருந்தாலும் இல்லாவிட்டாலும் உன் பயன் முடிந்து விட்டது. உன் இடத்தை, அந்தஸ்தை மீறி நீ சிந்திக்கத் தொடங்கி விட்டாய். அதனால் உன்னை நாங்கள் அழிக்க வேண்டியிருக்கிறது. அதனால் உனக்கு வலி எதுவும் தெரியப்போவதில்லை. மனோ, கூர்மையான ஒரு கத்தி கொண்டு வா!'

நிலா, 'வேண்டாம் வேண்டாம்' என்று ஹீனமாகத் தடுத்துப் பார்த்தாள். ஒரு அளவுக்குமேல் ஜீனோவின்மீது அதிகப் பாசம் காட்டினால் தனக்கே ஆபத்து என்பதும் அவளுக்கு ஒருவாறு தெரிந்தது. இருந்தும், ஜீனோவை அவர்கள் செய்யப்போவதை எதிர்பார்த்து அவள் கைகள் நடுங்கின. ஜீனோவை ரவி மடிமேல் கிடத்திக்கொண்டு கழுத்தோடு பிடித்தான். அது கால்களைப் பரிதாபமாக அசைத்தது.

'வலிக்கிறதா ஜீனோ? வலிதான் உனக்கு இல்லையே?'

ஜீனோ உதறி உதறிச் சற்றே தன்னை வழுக்கி விடுவித்துக் கொண்டது. தொபுக்கென்று கீழே விழுந்தது. ரவி அதைப் பொறுக்கிக்கொள்வதற்கு முன் மேஜையின் அடியில் போய்ப் பதுங்கிக்கொண்டது. 'சே! இந்த வித்தைகள் எல்லாம் எப்போது கற்றுக்கொண்டாய்? ஜீனோ, வெளியே வா.'

மேஜைக்கு அடியில் அது புகுந்திருப்பது அங்கிருந்து தெரியவில்லை. 'ஏய் ஒரு கைவிளக்கு கொண்டுவா. ஜீனோ, வெளியே வருகிறாயா? உன்னை அக்க்காகப் பிரிக்கவேண்டும். முதலில் கண்ணை நோண்ட வேண்டும். அப்புறம் உன் வாலை அறுத்துக் கழுத்தைத் திருகி உள்ளுக்குள்ளே இருக்கும் செல்களை எல்லாம் பெயர்த்தெடுத்து...'

'வருகிறேன்... வருகிறேன்' என்றது ஜீனோ.

ஜீனோ மெல்ல வெளியே வந்தது. நிமிர்ந்து பார்த்தது.

'நல்ல பையன்' என்று ஜீனோவை ரவி மறுபடி பொறுக்கிக் கொண்டான். நிலா செயலற்றுத் திகைத்து, 'ரவி, என் கண்ணுக்கு முன்னால் வேண்டாம்! தயவுசெய்து வேறு எங்கேயாவது கூட்டிப்போய் அதைக் கொல்லு. அதனுடன் பழகிவிட்டேன். என் இனிய இயந்திர நண்பன் அது!'

'உயிரில்லாத ரோபாட் அம்மா அது!'

'என்னைப் பொறுத்தவரையில் உயிருள்ளதுபோல்தான் பேசியது ஜீனோ. ஜீனோ, என்னை மன்னித்துவிடு. என்னால் உன்னைக் காப்பாற்ற முடியவில்லை. ரவி, சீக்கிரம் அதை எடுத்துப் போங்கள்.'

'வெறும் இயந்திர நாய்க்கு இந்தப் பாடுபடுகிறாய். இதோ பார்! இதனுள் எல்லாம் இயந்திரம்தான். தோல், சதை எதுவும் கிடையாது' - ரவி சிரித்துக்கொண்டே அதன் கழுத்தைத் திருகிப் பிரித்தான். நைலான் ரோமங்கள் உதிர, கழுத்து தனியாக வர, சர்க்யூட் அட்டையை உள்ளே கைவிட்டுப் பிடுங்கினான்.

'வேண்டாம்... வேண்டாம்! நான் பார்க்க விரும்பவில்லை' என்று கண்ணைப் பொத்திக்கொண்டாள் நிலா.

ரவி சிரித்து, 'இதுக்குப்போய் இந்த வருத்தமா? இதோ பார் கால்! இதோ காது! இது வால்! இது பேட்டரி!' என்று ஒவ்வொன்றாக அக்கக்காகப் பிரித்துப் பிய்த்துப் போட, தரையில் ஜீனோவின் உள்பாகங்களும் அங்கங்களும் சிதறின.

நிலா ஒருமுறை கண் திறந்து பார்த்து, 'வீல்' என்று கத்தினாள்.

மயக்கமாக விழுந்தாள்.

ரவியும் மனோவும் அவளுகில் வந்து மூச்சைப் பரிசோதித்தார்கள்.

'ஒரு இயந்திரத்தின்மேல் ஏன் இத்தனை பாசம் என்று தெரியவில்லை.'

'ரவி, இவளுக்கு நம் ரகசியம் தெரியும் என்று எண்ணுகிறேன். இவள் கண்களில் நம்மைக் கண்டால் பயம் தெரிகிறது. நாய் சொல்லியிருக்கும்.'

'தெரியுமோ தெரியாதோ, நாயைக் கொன்றாகிவிட்டது. இவள் இனி நமக்குக் கொஞ்ச நாட்களுக்காவது தேவைப்படுகிறாள். அதுவரை இவளை உயிருடன் வைத்திருப்பது நல்லது. தனியாளாக இவளால் ஒன்றும் செய்ய முடியாது. தெரியுமா என்று கேட்டால் தெரியாது

என் இனிய இயந்திரா ◆ 207

என்றுதான் பதில் வரும். தெரிந்தாலும் ஒப்புக்கொள்ளவே மாட்டாள். அதனால் தெரியாதவள்போலவே இவளை நடத்தி, தக்க சமயத்தில்...'

நிலா லேசாகத்தான் மயக்கத்தில் இருந்ததால் இவர்கள் பேசுவதைக் கேட்டுக்கொண்டிருந்தாள்.

'தக்க சமயத்தில் சின்னதாக ஒரு லேசர் குத்து! தீர்ந்தது காரியம். யாரங்கே! இந்த நாய் குப்பையை எடுத்துக் கொண்டுபோய்த் தோட்டத்தில் சுத்தமாக எரித்துவிடு. ஒரு சில்லு பாக்கியிருக்கக் கூடாது. எரியாத சாதனங்களை எல்லாம் உடைத்துவிடு. நீ ரோபாட் அல்லவே!'

'இல்லை பிரபுவே, நிஜ மனிதன்.'

அந்த நிஜ மனிதன் கீழே கிடந்த ஜீனோ குப்பைகளை ஒரு நைலான் கூடையில் பொறுக்கி அள்ளிக்கொண்டு போக, ரவியும் மனோவும் நிலாவின் அருகில் வர, அவள் லேசாக விழிக்க, 'எப்படியிருக்கிறது நிலா? நாய் போய்விட்டது. உனக்கு உடனே தொழிற்சாலையில் இன்னொரு நாய் ஆர்டர் செய்திருக்கிறேன்! இரண்டு நாட்களில் இரண்டாவது ஜீனோ வந்துவிடும். அத்தகைய புத்திசாலியாக இருக்காது. இருந்தாலும், இப்போதைக்கு உன் வருத்தத்தை மறைப்பதற்கு...'

'எனக்கு இனி நாய் வேண்டாம்!'

'நல்லதொரு எண்ணம்! இயந்திர அணில் புதுசாக ஒரு மாடல் வந்திருக்கிறது. பார்க்கிறாயா?'

'இப்போதைக்கு என்னைத் தனியாக விட்டால் போதும்.'

'உத்தமமான யோசனை. நாளை உனக்கு முடி சூட்டுகிறோம். அதுவரை ஓய்வு பெற்றிரு.'

ரவியும் மனோவும் செல்ல, காவலன் மட்டும் அவளருகிலேயே நின்றான்.

'ரவி, இந்தக் காவலன் எதற்கு?'

'இருக்கட்டும். அவன் உன்னைத் தொந்தரவு ஏதும் செய்யமாட்டான்.'

'இவன் வேண்டாம் ரவி.'

'இருக்கட்டும்.'

'வேண்டாம், ரவி!'

'இதோ பார்! நீ பெயருக்குத்தான் தலைவி! உண்மையான அதிகாரம் யார் கையில் இருக்கிறது என்பதைப்பற்றி அபிப்பிராய பேதமே

வேண்டாம்! காவலன் இருக்கட்டும் என்றால் இருக்கட்டும். இந்த மாதிரி விஷயங்களில் எல்லாம் நாம் சண்டை போடாமல் இருப்பது இருவருக்குமே ஆரோக்கியமானது. என்ன?' - ரவி ஒரு மாதிரி சதிப்புன்னகை புரிந்துவிட்டு, 'வா மனோ' என்று கிளம்ப காவலனை முறைத்துப் பார்த்தாள் நிலா.

'உன் பெயர் என்ன?'

'எனக்குப் பெயர் கிடையாது அரசி... நம்பர்தான்!'

'ரோபாட்டா நீ?'

'இல்லை! கீழ்சாதி மனுஷன்!'

நிலா தன் உடைகளை கழற்றாமல், மாற்றாமல் நாற்காலியில் உட்கார்ந்துகொண்டு கன்னத்தில் கை வைத்தபடி யோசித்தாள். 'என் எதிர்காலம் என்ன? தனியாக நான் என்ன செய்யப் போகிறேன்? என்ன செய்ய முடியும்? ரவியும் மனோவும் எனக்கு எதிராக இருக்கும் பயங்கர சாமர்த்திய சதிகாரர்கள். ஜீவா போன்ற ஒரு பொய்யைச் சிருஷ்டித்து நாட்டை ஆண்டு அந்தப் பொய் கண்டுபிடிக்கப்பட்டதும் புரட்சிக் காரர்கள் போல், விடுதலை வீரர்கள் போல் மறுபடி புறப்பட்டு... இத்தனை சாமர்த்தியத்துக்கு எதிராக நான் ஒரு பெண், தனியள், என்ன செய்ய முடியும்? ஜீனோ இருந்தாலாவது ஏதாவது செய்யலாம். ஜீனோ! ஜீனோ!' என்று சற்று விசும்பி அழுதாள்.

'அது மெஷின்தான். அதற்கு வலி போன்ற நரம்பு சம்பந்தமான விஷயங்கள் எல்லாம் கிடையாதுதான். இருந்தும் அதை அத்தனை குரூரமாக ரவி பிய்த்துப் போடும்போது ஒரு சிருஷ்டியின் அழிவில் பிரபஞ்சத்தில் எங்கோ யாருக்கோ வலித்திருக்கவேண்டும் என்று தோன்றியது. அல்லது ஜீனோ சிந்தனா சக்தியின் மூலம் வலி என்றால் என்ன என்று மூளைக்குள் கணித்து வைத்திருந்தால் அதன் பாகங் களைப் பிய்த்து உதறும்போது வலி என்கிற ஆதார உணர்ச்சி உந்தப் பட்டிருக்காதா? ஜீனோ! ஜீனோ கண்ணு! உனக்கு வலித்ததா? அழுதாயா? நீ எங்கே இருக்கிறாய்? உன் மூளைக்குள் சொந்தமாகச் சேகரித்துவைத்த அத்தனை சாமர்த்தியங்களும் எங்கே?'

மெல்ல எழுந்து ஜன்னல் வழியாகப் பார்த்தாள். ஊருக்குள் ஆரவாரம் கேட்டது. தோட்டத்தில் ஒரு காவலன் ஜீனோவின் மிச்சங்களை எரித்துக்கொண்டிருந்தான். கன்னங்களில் வழிந்த நீரைத் துடைக்காமல் வெறித்துப் பார்த்துக்கொண்டே வானத்தில் வெடித்த அந்தப் பொய் சுதந்தரத்தின் ஆரவாரங்களை விரக்தியுடன் கவனித்தாள்.

சற்று நேரத்தில் தூங்கிப் போனாள்.

என் இனிய இயந்திரா ■ 209

விழித்தெழுந்தபோது வெயில் கன்னத்தில் உறைத்தது.

'நிலா! நிலா! நிலா' என்று சாளரத்துக்கு வெளியே ஆரவாரம் கேட்க, திடுக்கிட்டுக் கீழே பார்த்தால் தோட்டத்தில் ஆயிரமாயிரம் மக்கள், 'நிலா! எங்கள் நிலா!' என்று குதித்துக் கொண்டிருந்தார்கள். மேலே மேலே அலங்கார அட்டைகள் ஆடின. நிலா பார்த்த திசையெல்லாம் நூற்றுக்கணக்கானோர் சிநேகிதமாகக் கையசைத்தார்கள். 'நிலா! எங்கள் தலைவி நிலா! எங்கள் தலைவி...' என்று பாட்டுப் பாடினார்கள்.

'நிலா!' என்று பின்புறம் குரல் கேட்க...

திரும்பிப் பார்க்கையில் இரண்டு பணிப்பெண்களுடன் ரவி நின்று கொண்டிருந்தான்.

'இவ்விரு பெண்களும் உனக்குப் பணிவிடை செய்து அலங்கரிப்பார்கள். இன்னும் அரை மணியில் சுதந்தரச் சதுக்கத்தில் பட்டமேற்பு விழா! என்ன சொல்லவேண்டும், எப்படி ஏற்கவேண்டும், எப்படி நடக்கவேண்டும் என்பதைப் பற்றிய ஒத்திகை இன்னும் இருபது நிமிஷத்தில். இதோ, உன் உடை. ஏதாவது சந்தேகமிருந்தால் காவலனிடம் சொல். நான் எங்கிருந்தாலும் தொடர்புகொள்ளும் பெட்டி உள்ளது. நிலா! அதிக நேரமில்லை. இதோ, நீ பேசவேண்டிய பேச்சு! இதைப் படித்தால் போதும். ஒருமுறை படித்துப் பார்த்துவிடுவது நல்லது. நிலா, உனக்காக ஆர்வத்துடன் ஆயிரக்கணக்கான குடிமக்கள் காத்திருக்கிறார்கள். தாமதம் செய்யாதே. அதுவும் முதல் நாளில்...'

ரவியும் மனோவும் விறுவிறுவென்று நடந்து செல்ல, நிலா அந்தப் பணிப்பெண்களைப் பார்க்க, 'இனிய தலைவி' என்று அவளருகில் வந்து அவள் முன் திரை அமைத்து, அவள் உடைகளைச் சீர்படுத்தத் தொடங்கினார்கள்.

நிலா அழுதாள்.

# 35

நிலாவுக்கு அலங்காரங்கள் செய்தார்கள். மார்பின் குறுக்கே வெல்வெட் வைத்து இடதுபுறத்தில் நிஜ ரோஜா செருகினார்கள். ஒரு பெண், நிலாவின் தலைமுடியை இன்னும் சுருக்கமாக வெட்டிவிட்டாள். கையில் அரசு முத்திரை பதித்த மோதிரம் அணிவித்தார்கள். கால்களில் அக்ரிலிக் அணிவித்து இடுப்பில் தற்காப்புச் சிறு பெட்டியை, குறுக்கணினியுடன் இணைத்தார்கள். ஜன்னலுக்கு வெளியே ஓயாத ஆரவாரம் கேட்டுக் கொண்டிருக்க, ஜனங்கள் சாரி சாரியாக சுதந்தரச் சதுக்கத்தை நோக்கிச் சென்றுகொண்டிருந்தார்கள். ஒவ்வொருவர் கையிலும் கொடி! ஒவ்வொரு கொடியிலும் நிலா, ரவி, மனோவின் மூன்று முகங்கள். 'இவர்கள் எல்லாம் மனிதர்கள் இல்லையா? சிந்தனா சக்தி செத்து விட்டதா?' இவர்களைச் செலுத்துவது எது? எங்கேயிருந்து இம்மாதிரி எல்லா வற்றையும் ஒப்புக்கொள்ளும் இயற்கை ஏற்பட்டது? பயத்தால் பேசாமல் இருக்கிறார்களா, இல்லை மயக்கத்தாலா? எப்படி இது? இத்தனை பேர் மத்தியில் சிந்தித்த ஒரே ஒரு ஐந்து ஒரு இயந்திர நாய்! தனக்குத் தானே அறிவு புகட்டிக்கொண்டு சிந்தனாசக்தி பெற்று...

ஜீனோ என்னும் சித்தாந்தமே மறைந்துபோய் அதன் அறிவு, திறமை முழுவதும் அரண்மனை நிலாமுற்றத் தீக்கு இரையாகிவிட்டது.

நிலா திடுக்கிட்டுத் திரும்பினாள். ரவி சுத்தமாக நீண்ட அங்கி அணிந்துகொண்டு, அவனும் ஒரு ரோஜாவை முகர்ந்து கொண்டே, அருகில் வந்து அவள் கன்னத்தைத் திருப்பினான்.

'நன்றாக அலங்கரிக்கப்பட்டிருக்கிறாய். உன் கணவன் சிபி உன்னைக் கேட்டான். அவனை வாசலில் நிறுத்தியிருக்கிறோம். அவன் உனக்குத் தேவையா, இல்லை அழித்துவிடலாமா?'

நிலா அவனை நிமிர்ந்து பார்த்தாள். 'எனக்கு என்ன செய்வது, என்ன சொல்வது என்று ஒன்றுமே புரியவில்லை. இருபத்து நான்கு மணி நேரத்துக்கு மிகக் குழப்பமான எண்ணங்கள்!'

'என்ன குழப்பம்?'

'ஜீவாவின் வீழ்ச்சி, உங்கள் எழுச்சி, எல்லாமே குழப்பம்தான்.'

'எல்லாமேவா?'

சட்டென்று ஜீனோவின் எச்சரிக்கை நினைவு வந்தவளாக நிலா, 'எல்லாமே என் குழப்பத்துக்குக் காரணம்' என்றாள்.

'நிலா! நாம் எல்லாம் ஜீவாவுக்கு எதிராகச் சதி செய்தோம். நீ ஜீவா எனும் பொய்யை வெளிச்சத்துக்குக் கொண்டுவந்தாய். ஒரு அரசாங்கம் மாறி, மக்கள் அரசு பதவி ஏற்கப்போகிறது. இது சரித்திர மாற்றம். இதன் நிகழ்காலத்தில் நாம் இருப்பதால் குழப்பம். இதுவே அறுபது ஆண்டுகளுக்குப் பின் 'ஜீவா என்னும் லேசர் பிம்பத்தை வைத்துக் கொண்டு சிலர் அரசாண்டார்கள். அதைக் குடிமக்களின் எழுச்சிப் புரட்சி முறியடித்து, குடியரசு நிலவிட மக்களின் பிரதிநிதியாக நிலா என்னும் பெண் தலைவியாகத் தேர்ந்தெடுக்கப்பட்டாள்...' அவ்வளவு தான் சரித்திரம்!'

'ஜீவாவைச் செலுத்தியவர்கள் யார்?'

'தெரியவில்லை. அவர்களைக் கண்டுபிடிக்கக் காவல் பிரிவில் தனியாகக் கிளை அமைக்க வேண்டியதுதான் நம் அரசின் முதல் ஆணை! இதை நீ உன் பேச்சில் சொல்லப்போகிறாய். சீக்கிரம் தயாராகிவிடு. மக்கள் காத்திருக்கிறார்கள். மக்களைக் காக்க வைக்கவே கூடாது. இனி! எனக்கு வேறு வேலைகள் நிறையவே இருக்கின்றன. இருந்தும், நிலா, உன்னிடம் சில அறிவுரைகள் சொல்லவேண்டும். நீ நாட்டின் தலைவியாகப் போகிறாய். நாட்டை ஆள்வது என்பது மிகக் கடினமான வேலை...'

'ரவி, எனக்கு அது வேண்டாமே...'

'வேண்டாம் என்றால் யாரும் கேட்கப்போவதில்லை. இன்று உனக்கு பதில் நான் என்று யாராவது சொல்லிவிட்டால் உடனே நான் பிய்த்துக் கிழிக்கப்படுவேன். மக்களுக்கு அத்தனை வெறி உன்மேல். உன் இளமையும் தோற்றமும் தைரியமும் கண்டு இப்போதே விடுதலை பெற்ற கவிஞர்கள் காவியம் எழுத ஆரம்பித்து விட்டார்கள். நிலா, நீ இந்தக் கணத்தின் அரசி, மிக முக்கியமான பிரஜை. சூழ்நிலை உன்னைத் தலைவியாக உயர்த்திவிட்டது. ஆட்சியைப் பற்றிக் கவலையே படாதே.

நாங்கள் பார்த்துக்கொள்கிறோம். நீ அவ்வப்போது பொது நிகழ்ச்சிகளில் தேவைக்கேற்பச் சிரித்தால் போதும். ஒன்றிரண்டு கட்டடங்களைத் திறந்துவைக்க வேண்டியிருக்கும். மாதம் மூன்று பேச்சு இருக்கும். எல்லாமே எழுதி, போதிக்கப்படும். மற்றவற்றைப் பின்னணிக் குழு அமைத்து நாங்கள் பார்த்துக் கொள்கிறோம். எக்காரணத்தைக் கொண்டும் இந்த எல்லைகளை மீறிவிடாதே. எல்லா சௌகரியமும் கொடுக்கிறோம். சிபியைத் திரும்ப அழைத்துக்கொள். வேண்டாமென்றால் நல்ல வலு வுள்ள அழகான வேறொரு இளைஞனை அனுப்பி வைக்கிறோம். இன்பமாக, இயல்பாக இரு. எல்லை மட்டும் மீறாதே!'

அவன் அந்த ரோஜாவை முகர்ந்துகொண்டே வெளியே செல்ல, நிலா வெறித்துப் பார்த்தாள். 'எப்படித் தப்பிக்க முடியும். ஓடினால் எந்த மூலையில் சரண் கிடைக்கும்? ஓடுவதற்கு இடம் தேடக்கூட ஜீனோ இல்லை. சிறைப்பட்ட ராணியாக என்ன செய்யப் போகிறேன்?'

மூன்று பகுதிகளால் ஆன க்ரோமியம் ஸிந்தெடிக் எல்லாம் மின்னும் புதிய மாடல் எலெக்ட்ரோலியோ காரில் வெல்வெட் மேல் கால் வைத்துக்கொள்ள, சீருடைச் சிப்பந்திகள் அருகருகே காருடன் ஒட்ட வைத்ததுபோல, தத்தம் பேட்டரி வண்டிகளில் ஊர்ந்து செல்ல, இருபுறமும் சாலையெங்கும் மக்களின் ஆர்வ முகங்கள்... 'நிலா நிலா நிலா' என்று கொடிகளை அசைத்துக்கொண்டே சிரித்தார்கள்.

'என்ன செய்துவிட்டேன்! எப்படி இங்கே வந்து மாட்டிக் கொண்டு விட்டேன்!' அவள் படிக்க வேண்டிய சொற்பொழிவு அவள் கையில் இருந்தது. 'பேசாமல் இருந்துவிடலாமா, உடல்நிலை சரியில்லை என்று? இல்லை, பேச்சில் சதிகாரர்களைப் பற்றிக் குறிப்பிடலாமா? அதை அவர்கள் அனுமதிப்பார்களா?' நிலா தீர்மானித்தாள். 'என்ன ஆனாலும் சரி, உண்மையை உடைத்துவிடுவதுதான் நல்லது! ஏமாற்ற முடியாது. சொல்லிவிடலாம்... சொல்லி விடலாம்!'

'நிலா நிலா நிலா' என்று வான மேகங்களைத் தொடும் அளவுக்கு இரைச்சல் அதிகரிக்க, நிலா மெல்ல அந்த மைதானத்தின் மேற்பகுதியில் இருந்த மேடைக்கு அழைத்துச் செல்லப்பட்டாள். படபடப்பாக இருந்தது. கண்ணாடிக் கூடுகளுக்குப் பின்புறம் அவளுக்காக நாற்காலி போட்டிருந்தது. அத்தோடு, மேடையில் மூன்று நாற்காலிகள் மட்டுமே இருக்க, நிலாவின் இரு மருங்கிலும் ரவியும் மனோவும் வீற்றிருக்க, 'ரவி! எனக்குப் பயமாக இருக்கிறது' என்றாள்.

'கவலைப்படாதே, எல்லா ஏற்பாடுகளும் செய்துவிட்டோம்.'

பேச்சுக்கான காகிதத்தை எடுத்து வைத்துக்கொண்டாள். ரவி அதைப் பறித்துக்கொண்டு, 'இது இனி தேவையில்லை' என்றான்.

என் இனிய இயந்திரா

'என் இஷ்டத்துக்குப் பேசலாமா?'

'இல்லை. அது முடியாது. மேடைக்குச் சென்று ஏதாவது வாயசைத்தால் போதும். முன்பே பதிவு செய்யப்பட்ட பேச்சு ஒலிபெருக்கிகளின் மூலம் எந்தத் தடுமாற்றமும் இன்றி கருத்துச் செறிவுடன் வெளிப்படும். நீ பேசுவதுபோலப் பாவனை செய்தால் போதும். ரொம்ப முக்கியமான பேச்சாதலால், உன்னைத் தன்னிச்சையாகப் பேசவிட விருப்பமில்லை.'

'வாயசைப்பு பொருந்தாததை மக்கள் கவனிக்க மாட்டார்களா?'

'அவர்கள் தூரத்தில் இருப்பதால் கண்டுகொள்ள முடியாது. போ நிலா, இனி உன் எல்லாப் பேச்சுமே இவ்வகைதான்!'

நிலா திடுக்கிட்டு மெல்ல முன்னே செல்ல, கண்ணாடித் தடுப்பு முன்னே வெற்றுவெளி. சற்றுத் தூரத்தில்தான் மக்கள் அணி ஆரம்பித்தது.

நிலா ஏதோ சொல்ல வாயெடுக்க, மைதானம் முழுவதும் குரல் ஒலித்தது. 'என் இனிய சக மக்களே!' நிலா பிரமித்து நிறுத்த, அந்தக் குரலும் நின்றது. 'இது என்ன என்றே எனக்குப் புரியவில்லை' என்று இவள் சொல்ல, வெளியே எதிரொலியுடன் கூடிய குரல், 'உங்கள் அனை வருக்கும் வீர வணக்கங்கள்!' என்றது.

ரவி, 'ஏதாவது பேசிக்கொண்டே இரு. போதும். சிறிய பேச்சுகள். நீ பேசினால்தான் அது குரல் எழும்பும்!'

நிலா, 'எது!' என்றாள்.

'ஸிந்த்ரான் என்கிற புதுக் கண்டுபிடிப்பு, உன் குரலை வாங்கிக் கொண்டு, உன் குரலில் அரசாங்கச் செய்திச் சொற்பொழிவை சொல்லும் இயந்திரம்' என்றான் ரவி.

மக்கள் கைதட்டினார்கள்.

'நான் என்ன சொன்னேன்?' என்று கேட்டாள் நிலா.

'எல்லோருக்கும் ரயில் பயணம் இலவசம் என்று சொன்னாய்...' என்று பின்னால் ரவியின் குரல் கேட்டது.

'இதற்கும் ஜீவாவுக்கும் என்ன வித்தியாசம்?' என்றாள்.

'எதைக் கொண்டும் அந்த ஆட்சி திரும்பாது...' என்றது வெளியே குரல்.

'மக்களை இப்படி ஏமாற்றுவது தப்பல்லவா ரவி?'

'ஏமாற்றம் இல்லை, சௌகரியம். உனக்கு பேசப் பழகும்வரை-' மக்கள் எதற்காகவோ மறுபடி கைதட்டினார்கள்.

நிலாவுக்கு இப்போது அடிவயிற்றுப் பயம் அதிகரித்தது. 'எத்தனை பெரிய சக்தி இவர்கள்! விஞ்ஞானம், டெக்னாலஜி, பிம்பங்கள், குரல்கள் இவற்றை வைத்துக்கொண்டு ஒருத்தியின் உண்மையான வடிவத்தை முழுவதும் கலைத்துவிட்டு, வேறு குணாதிசயங்களை ஒட்ட வைக்கும் இந்த மகத்தான சக்தியை எப்படி எதிர்ப்பேன்?'

நிலாவின் பேச்சு முடிந்ததும், வானளாவப் பெற்ற ஆரவாரத்தைப் பற்றி நிலா கேட்டாள்: 'இது கூட இயந்திரம்தானோ?'

'இயந்திரத்தின் மூலம் கைதட்டலை ஆரம்பித்துக் கொடுப்போம். அதன்பின் மக்கள் இயற்கையாகக் கைதட்டுவார்கள்.'

'மக்களை இன்னும் எந்தெந்த விதத்தில் ஏமாற்றப்போகிறோம் என்று எனக்குச் சொல்லிவிடு ரவி. என் பெயரில் நடக்கும் இந்த ஏமாற்றம் என்னவென்றாவது எனக்குத் தெரியட்டும்.'

'இதை ஏமாற்றம் என்று சொல்வது தப்பு. நீ மக்கியாவெல்லி படித்திருக்கிறாயா, இல்லை நீட்ஷே?' என்று கேட்டான் ரவி.

'எனக்கு ஒன்றும் தெரியாது. எல்லாம் ஜீனோதான்!'

'நாயை நீ இன்னும் மறக்கவில்லை!'

'நான் மேற்கொண்டு என்ன செய்யவேண்டும்?'

'முன் வரிசையில் இருக்கும் சிலரோடு கைகுலுக்க வேண்டும். ஒன்றிரண்டு குழந்தைகளை முத்தமிட வேண்டும். நாடு தழுவிய வீடியோவிஷனில் தெரிகிறாய் அல்லவா! இந்தக் காட்சியை நூற்றிருபது கோடி மக்கள் பார்த்துக்கொண்டிருக்கிறார்களே!'

நிலா கையுறைகள் அணிவிக்கப்பட்டு முன் வரிசையில் வீற்றிருந்த சிலருக்குக் கை கொடுத்தாள்.

'உங்கள் பெயர்?'

'நிசி.'

'நல்ல பெயர்...' என்றான் ரவி.

'நிலா அருகில் என்ன அழகாக இருக்கிறார்கள்! நிலா, உங்களைத் தொட்டுப் பார்க்கலாமா?'

'தொட்டுப் பார், பிம்பமல்ல. நிலா, நிசியைத் தழுவிக்கொள். நாடு முழுவதும் தெரியட்டும். அந்த கேமராவை நோக்கிக்கூறு, 'நான் உண்மையானவள்!' என்று.'

நிலா எதிரே தோன்றிய விவி காமிராவை நோக்கி, 'நான் உண்மை யானவள்' என்றாள். குழந்தைகள் முத்தமிடப்பட்டன. மேலும் கைகள் குலுக்கப்பட்டன.

ரவியும் மனோவும் அவளை அணைகட்டி அழைத்துச் சென்று, அரசாங்க லிமோஸினில் உட்காரவைத்து, 'அரண்மனைக்குப் போ' என்றார்கள். பிரமிப்பில் ஜன்னலில் தெரிந்த முகங்களெல்லாம் வரவேற்க, 'ஜீனோ! நீ இல்லாமல் எப்படி இத்தகைய பெரிய பொய்யை, சதித்திட்டத்தைச் சமாளிக்கப் போகிறேன்!' என்று நினைத்தாள் நிலா.

'மாலை கலைவிழா' என்று சொல்வதற்காக மனோ மாளிகைக்கு வந்திருந்தபோது, அவன் கையில் ஒரு பொட்டலம் இருந்தது. 'நிலா, உனக்குப் பிடித்த பரிசு.'

அவள், 'எனக்கு ஒன்றும் வேண்டாம்' என்று சொல்ல, 'அரசுத் தொழில் சாலையில் புதிதாகத் தயாரிக்கப்பட்ட ரோபாட் நாய். இரண்டாவது ஜீனோ, மற்றொரு ஜீனோ?' என்று புதிய உறையில் இருந்த அந்தப் பொட்டலத்தை மேஜைமேல் வைத்துவிட்டுச் சென்றான் மனோ.

# 36

மனோ சென்றதும், நிலா அந்தப் பொட்டலத்தை வெறித்துப் பார்த்தாள். வலுவாக, உத்தரவாதமாக வினைல் வார்களால் கட்டப்பட்டிருந்தது. 'செய்குறிப்புகளுக்கு உள்ளே நோக்கவும்' என்று அரசாங்க ரோபாட் தொழிற்சாலை எண், தயாரிப்பு இவற்றோடு, 'வாழ்க நிலா… வாழ்க மனோ… வாழ்க ரவி' என்று வண்ணச் சித்திர எழுத்துக்கள் மேற்புறத்தில் அச்சிடப்பட்டிருந்தன. ஜன்னலுக்கு வெளியே ஆரவாரங்கள் அடங்கிய நிலையில், மக்கள் தம் தின வாழ்க்கைக்குத் திரும்பிக் கொண்டிருந்தார்கள். ஜீவாவைப் பற்றிய செய்திகளையும் போர்டுகளையும் மாற்றி எழுதிக்கொண்டிருந்தார்கள். 'ஜீவா வாழ்க' என்று இருந்த இடத்தில் எல்லாம் 'மூவர் வாழ்க' என்று திறம்பட ஒட்டிக் கொண்டிருந்தார்கள்.

மூவர்!

'ரவி - மனோ - நிலா! வினோதமான கூட்டு! ரவி, மனோவின் சதி எனக்குத் தெரியும் என்பது அவர்களுக்குத் தெரியுமோ என்கிற சந்தேக நிலையில் ஒருவருக்கொருவர் உள்ளுக்குள் விரோதித்துக் கொண்டு, வெளிப் புறத்தில் புன்னகைத்துக்கொண்டு எத்தனை நாளைக்கு இந்த வேஷம்? நான் இப்போது இருப்பது சிறைதான்! ஆனால் அலங்காரச் சிறை.'

'என்ன யோசனை?' என்று குரல் கேட்டு, திரும்பிப் பார்த்தாள். ஓசைப்படாமல் உள்ளே பஞ்சடிக் காலணிகள் அணிந்து வந்த ரவி அருகே நின்றுகொண்டிருந்தான். நிலாவின் மேல் உரிமையாகக் கை வைத்தான். அவள் சற்றே தனக்குள் சுருங்கிக் கொண்டாள். 'இது என்ன புதிய பரிசு' என்று அவன் கவனத்தை மாற்ற வினவினாள்.

மேஜையிலிருந்த பொட்டலத்தைப் பார்த்து, 'ஆம்! உனக்காகப் புதிய நாய்ப் பொம்மை. இது சிந்திக்காது. இதற்கு சிந்திக்கக் கற்றுத் தரவும் முடியாது. ஜீனோ ஜீனோ என்று அங்கலாய்க்கிறாயே என்று ஜீனோவின்

மாடல் போல செய்விக்க வைத்தோம்' என்ற ரவி, தன் இடுப்புக் கத்தியை எடுத்து அதன் கட்டுப்பாடுகளைத் துண்டித்தான்.

யூரித்தேன் நுரைக்குள் அந்தப் பொம்மை அங்கம் அங்கமாகப் பிரிக்கப் பட்டு, அழகாக அடுக்கி வைக்கப்பட்டிருந்தது. கழுத்து, உடல் என்று தனித்தனியாக எடுத்து வைத்தான். புத்தகத்தைப் பிரித்துப் படித்தான். 'முதன்முதல் சற்று நேரம் மின்கலத்தை வெயிலில் காட்டவும்.' ஜன்னலைத் திறந்து ரவி அந்தக் கலத்தை வெயிலில் காட்ட, 'எனக்கு இது வேண்டாம்' என்றாள்.

'இல்லை! நீ ஏங்கிப் போயிருக்கிறாய். ஜீனோவுக்குப் பதிலாகச் சில தினங்கள் இதை வைத்திருந்தால் இந்தப் பொம்மைமேல் பாசம் வந்து ஜீனோவை மறக்கமுடியும்.'

'ஜீனோவை மறக்கவே முடியாது.'

'மறந்து போவாய். மறக்காவிட்டாலும் ஆட்சேபணை இல்லை. இந்தப் பிரகடனங்களில் கையெழுத்துப் போடு. முதலில் அரசியல் கைதிகளை விடுவிக்கவேண்டும். நாம் பதவியேற்ற தினத்தைத் தேசிய விடுமுறை நாள் ஆக்கவேண்டும். மக்கள் கட்டுப்பாட்டுச் சட்டங்கள் அனைத்தையும் ரத்து செய்யவேண்டும். எல்லாம் ஜீவாவின் சுயநலத்தால், சர்வாதிகாரத்தனத்தால் ஏற்பட்டவை.'

'ஜீவா யார்... நீ யார், இரண்டுமே ஒன்றுதானே' என்று சொல்லத் தோன்றியதை நிலா கஷ்டப்பட்டு அடக்கிக்கொண்டாள்.

'என் கையெழுத்து எதற்கு?'

'நாட்டின் தலைவி நீதானே!'

'ரவி, மெல்ல மெல்ல என்னை இந்தப் பொறுப்புகளிலிருந்தும் நீக்கிவிடு. எனக்கு நாடாள இஷ்டமில்லை!'

'இந்த வேளையில் உன்னை நீக்குவது யாராலும் முடியாத காரியம். நாளடைவில் அதைச் செய்யலாம். இப்போது உன் கையெழுத்துக்குத் தான் மதிப்பு. நீ தலைவி, நாங்கள் தொண்டர்கள். நீதான் ஜீவாவை வீழ்த்தியவள்! சொல் நிலா, யார் உனக்குச் சொல்லிக்கொடுத்தார்கள் ஜீவா ஒரு லேசர் பிம்பம் என்று?' - அவன் கண்களில் மறுபடி அந்தச் சந்தேகம்! 'தற்செயலாகக் கண்டுபிடித்தேன்.'

'நாய் சொல்லிக் கொடுத்ததா?'

'நாய்தான் இப்போது இல்லையே. அதைப் பற்றி என்ன பேச்சு?'

ரவி, அவள் உடலைப் பற்றி வளைத்து, 'இனிமேல் இனிமேல் உன் கன்னங்களை...'

'ரவி, சிபிக்குச் சொல்லி அனுப்பினாயா?' என்றாள் அவனிடமிருந்து நழுவிக்கொண்டு.

'சொல்லி அனுப்பினேன். உன் கணவன் உன்னுடன் வாழ்வதில் பயப்படுகிறான். கட்டுப்பாடுகள் எல்லாம் சொன்னோம். தயங்கு கிறான்.'

'என்ன கட்டுப்பாடு?'

'வாரம் ஒருமுறைதான் உன்னைப் பார்க்க முடியும். நீ இப்போது நாட்டின் உன்னதத் தலைவியாதலால், நீ கணவனுடன் சுகம் அனுபவித்துப் பிள்ளை பெற்றுக்கொள்வது இப்போதைக்கு நல்ல தல்ல. உனக்கு இன்பம் தர எத்தனையோ வழிகள் உண்டு. உதாரண மாக...' அவளின் மெல்லிய தோள்களைப் பற்றி அழுத்தினான்.

'முதலில் சிபியை என்னிடம் அனுப்ப ஏற்பாடு செய்யுங்கள்' என்று அவன் கையை விலக்கிக்கொண்டு இடம் பெயர்ந்து நின்றாள்.

'நான் சரசமாடும் மனநிலையில் இல்லை ரவி!'

'மற்றொரு நாள்... மற்றொரு நாள்!' என்று கையைத் தேய்த்துக் கொண்டே ரவி செல்ல, நிலா பிரமித்துப்போய் மேஜை மேல் பாதி பிரித்துப் போட்டிருந்த பொட்டலத்தைப் பார்த்தாள்.

தொழிற்சாலையின் புத்தகத்தில் 'இந்த நாய் கீழ்க்காணும் வேலை களைச் செய்யவல்லது. கதிர்களின் குறுக்கே யார் வந்தாலும் ஒரு முறை குரைக்கும். பதினைந்து செகண்டுகளுக்கு ஒரு முறை வாலை ஆட்டும். மொத்தம் பதின்மூன்று வார்த்தைகள் பேசும். கொஞ்ச நேரம் சூரிய வெளிச்சத்தில் மின்கலத்தைக் காட்டிவிட்டு, படத்தில் உள்ளதுபோல் இணைக்கவும்' என்று குறிப்புகள் இருந்தன.

ரவி ஜன்னலில் விட்டுப்போன மின்கலத்தை நிலா எடுத்து வந்தாள். 'செய்துதான் பார்ப்போமே!' என்று புத்தகத்தில் குறிப்பிட்டவாறு இணைக்கத் தொடங்கினாள்.

'இப்போது நாயின் தலை - உடல் - வால் பகுதிகளை இணைக்கவும்.'

இணைத்தாள்.

'வயிற்றில் அம்புக்குறி மூலம் காட்டியிருக்கும் சுவிட்ச் இணைப்பைப் பொருத்தவும்.'

பொருத்தினாள்.

'நான்கு செகண்டுகளுக்குள் சுயபரிசோதனை முடிந்ததும் நாய் ஒருமுறை வாலாட்டி விட்டு, ஒரு முறை குரைக்கவேண்டும். இல்லை

என்றால், தொழிற்சாலைக்கு உடனே தெரியப்படுத்தவும். தெரிவிக்கும் போது மறக்காமல் இந்த எண்ணைக் குறிப்பிடவும். பி.213-432-5466.'

அதற்குத் தேவையின்றி நாய் ஒருமுறை வாலாட்டியது. ஒரு முறை குரைத்தது. நிலா 'மேற்கொண்டு என்ன செய்ய' என்று புத்தகத்தை ஆராய்ந்துகொண்டிருக்கும்போது கீழே ஒரு குரல் கேட்டது.

'எத்தனை நேரம் இணைப்பதற்கு! நல்லவேளை, இணைக்காமல் தூக்கி எறிந்துவிடுவாயோ என்று பயந்து விட்டேன்' - மேஜையின் அடியிலிருந்து ஒரு நாய் வெளியே வர, 'ஜீஈஈனோஒ!' என்று பரவசத்துடன் கிறீச்சிட்டாள் நிலா.

'உஷ்...ஷ்... முதலில் கதவைச் சாத்திவிட்டு வா. ஜன்னலையும் சாத்திவிடு. மெல்லப் பேசு!' என்றது ஜீனோ.

நிலா உற்சாகத்துடன் கதவுகளையும் ஜன்னல்களையும் சாத்திவிட்டு ஓடிவந்து, 'ஜீனோ! ஜீனோக்குட்டி! இது எப்படி எப்படி! என்ன ஆயிற்று? என்ன இந்த சித்து வேலை!' என்று கேட்டாள்.

'சொல்கிறேன்.'

'இல்லை! இல்லை! இது ரவி, மனோவின் சாகசங்களில் ஒன்று! நீ ஜீனோ இல்லை. என் கண் முன்னால் ஜீனோ பிய்த்து உதறப்பட்டு எரிக்கப்பட்டதைப் பார்த்திருக்கிறேன்!'

'அவர்கள் பிய்த்துப் போட்டது என்னை இல்லை. சரியாக யோசித்துப்பார். அன்று ரவி என்னை உன்னிடமிருந்து பிடுங்கிக் கொண்டானல்லவா, அதன்பின் என்ன நடந்தது?'

'உடனே உன்னை அங்கம் அங்கமாகப் பிய்த்தெறிந்தார்களே?'

'உனக்குப் பழுதுபட்ட ஞாபகம்! என்னை உடனே பிய்த்தார்களா? நான் ரவியின் கையிலிருந்து தப்பித்துக் கீழே குதித்துப் பாயவில்லையா?'

'ஓ, ஞாபகமிருக்கிறது. கீழே போய் மேஜைக்கு அடியில் ஒண்டிக் கொண்டாய். கீழே மறைந்தாய்... அப்புறம் வெளியே வந்தாய்.'

'வெளியே வந்தது நானில்லை!'

'என்ன சொல்கிறாய் ஜீனோ?'

'இந்தமாதிரி விபரீதம் நடக்கும் என்று முன்னமே எதிர்பார்த்தேன். என்னைச் சந்தேகிக்கிற ரவியோ, மனோவோ நேரில் பார்த்தால் உயிருடன் வைத்திருக்க மாட்டார்கள் என்று எதிர்பார்த்து, தற்காப்புக்காக சமையலறையிலிருந்து என் ஜாதி, என் மாடல், என்னைப் போல்

தோற்றம் கொண்ட ஒரு ரோபாட் நாயைக் கூடவே அழைத்துக்கொண்டு வந்து மேஜையடியில் இருக்கச் சொல்லியிருந்தேன். ரவியின் கையிலிருந்து தப்பித்து மேஜைக்கு அடியில் நான் ஒளிந்துகொண்டு ரவி, 'வா வெளியே, வா வெளியே' என்று அதட்டியபோது அந்த முட்டாள் நாயை வெளியே அனுப்பிவிட்டேன்! தோற்றத்தில் அதுவும் என் மாதிரியே இருந்ததால், ரவி அதை நான் என்று நினைத்துக் கொண்டு அழித்து விட்டான்! இதனால், உனக்கு அடுத்த நாய் ஆர்டர் செய்யும்வரை நான் தலைமறைவாகவே இருக்க வேண்டியதாயிருந்தது. பண்டக சாலையில் மூட்டைகளுக்கு இடையே பதுங்கியிருந்தேன். அவ்வப்போது வந்து எட்டிப் பார்த்துக் கொள்வேன். அப்பாடா! உனக்கு மாற்று நாய் ஆர்டர் செய்துவிட்டதால் பிழைத்தேன்.' ஜீனோ மேஜைமேல் எட்டிப் பார்த்து, 'இந்த நாய்க் குப்பையை எல்லாம் ஒன்று சேர்த்துப் பொட்டலம் கட்டித் தலைமறைவாக வைத்திரு. இனி நான்தான் உன் புதிய நாய்!' என்றது.

'ஜீனோ, ஜீனோ! நீ ஒரு மேதை! எப்படி இதெல்லாம் தோன்றியது உனக்கு?'

'மனித சிந்தனையைக் கற்றுக் கொண்டதும் மனித தந்திரங்களும் தானாக வந்துவிட்டன. முதலில் இந்த மட நாயின் செயலை நிறுத்து. இன்னும் கேனத்தனமாக வாலாட்டிக்கொண்டு இருக்கிறது!'

'வவ்வவ்' என்றது புதுநாய்.

'வவ் வவ்' என்றது ஜீனோ, அதைக் கேலி செய்யும் வகையில், 'முதலில் இதன் வாலைப் பிரித்து பேட்டரியைப் பிடுங்கிவிடு. இந்த மாதிரி முட்டாள் நாய்களைக் கண்டாலே எனக்கு அலர்ஜி!'

'ஜீனோ, ஜீனோ' என்று மறுமுறை சந்தோஷத்தில் கூவினாள் நிலா. 'என் தங்கக்கட்டி கிடைத்துவிட்டது. இனி நான்...'

'நான் இல்லை, நாம்! என்ன செய்யவேண்டும் என்று கேள். ரவி, மனோவின் பொய்யை மக்களிடையே அம்பலப்படுத்த வேண்டும்.'

'ஜீனோ! அவர்கள் என்னை மக்கள் முன்னிலையில் பேசக்கூட விட வில்லை. வாயசைக்கத்தான் வேண்டுமாம். மற்ற பேச்செல்லாம் அவர்களுக்கு ஏற்றவாறு பதிவு செய்யப்பட்டு ஒலிக்கிறது! பித்தலாட்டம்!'

'தெரியும். 'வாய்ஸ் டப்' என்கிற இயந்திரம் அது. அதன் ப்யூசைப் பிடுங்கி விடலாம் தக்க சமயத்தில்! முதலில் அவர்களுக்கு உன்மேல் சந்தேகம் எழாதபடி அவர்கள் சொல்வதை வேதவாக்கு போலக் கேட்டுக்கொள். செயல்படு! சொல்கிறதை எல்லாம் செய். மக்களிடையே நாம் வலுப்பெற முதன்முதலில் ஆதாரமான விசுவாசிகளின் படை ஒன்றை, 'கமாண்டோ' என்று போன நூற்றாண்டில் சொன்னார்களே, அது

என் இனிய இயந்திரா ◆ 221

போலத் தயாரிக்க வேண்டும்! முதல் வேலையாக உன் அறையில் இருக்கும் ஒட்டுக் கேட்கும் சாதனங்களை எல்லாம் பிடுங்கிவிட்டுத் தான் நான் இந்த அறைக்கே வந்திருக்கிறேன்!

'இப்போது எனக்குப் படிக்க மூன்று, நான்கு புத்தகங்கள் வேண்டும். என் பூட்ஸ்ட்ராப் புரோக்ராமுக்கு ஒரு பட்டன் செல் வேண்டும். சிபியை வரவழைத்துக் கொள்.'

'ஜீனோ, நீ வந்துவிட்டாய். எனக்கு எத்தனை தெம்பாக இருக்கிறது! இனி இனி!' - ஜீனோவைத் தன்பால் எடுத்துக்கொண்டு அதன் முகத்தைத் தன் முகத்துடன் அழுத்திக் கொண்டாள்!

'திணறுகிறது!'

'ஜீனோ, இனிமேல் நான் சுதந்தரமானவள்!'

'சுதந்தரம் என்பதற்கே அர்த்தம் இல்லை. உன்னை சுதந்தரமானவள் என்று சொல்லிக்கொள்கிறாய். உன் புதிய சிந்தனை என்ன என்றுதான் நான் அறிந்துகொள்ள விரும்புகிறேன். எதிலிருந்து சுதந்தரம் என்பதை விட எதற்காக சுதந்தரம் என்றுதான் அறிந்துகொள்ள விரும்புகிறேன்!'

'ஜீனோ, நீ புரியாமல் பேசத் தொடங்கிவிட்டாய்!'

'சொன்னது நானல்ல. நீட்ஷேயின் ஜாரதுஷ்டிரா! எனக்குக் கண் பார்வை கொஞ்சம் மங்கிக்கொண்டிருக்கிறது. ஒரு புதிய ஸ்கானர் வேண்டும். இந்த மட நாயின் ஸ்கானர் பொருந்துமா என்று பார்க்க வேண்டும். இப்போது என்னை அணைத்துக் கொண்டாயே, அதை மறுமுறை அல்லது அடிக்கடி செய்யாதே.'

'ஏன்?'

'என்னவெல்லாமோ தோன்றுகிறது.'

'உதாரணமாக...'

'பாடத் தோன்றுகிறது. பயங்கரமான அபசுரம் தட்டப் பாட ஆரம்பித்து விடுவேன். அப்புறம் உன்பாடு ஆபத்து!'

நிலா வாய்விட்டுச் சிரித்தாள்.

ஜீனோ அவளை ஒரு மாதிரி நிமிர்ந்து பார்த்து, 'நிலா, உன் அனுபவத்தில் பார்த்ததெல்லாம் மனித நோக்கில் உண்மை. அது எப்போதுமே களங்கமாகத்தான் இருக்கும். சொந்த ஆசாபாசங்களும் விருப்பு வெறுப்பும் சேர்ந்திருக்கும். என் போன்ற இயந்திர உண்மையில் இதற்கெல்லாம் இடமில்லை. கருணைக்கும் மன்னிப்புக்கும்கூட இடம் இல்லாத அப்பட்டமான உண்மை. அதைக் கண்டுபிடித்து மக்களிடம்

சொல்லவேண்டியது நம் இருவரின் கடமை... உன்னுடன் இந்தப் பிரயாணத்தில் உனக்கு உதவுகிறேன். எனக்குத் தேவையானது என் சோலார் பேனல்களுக்குக் கொஞ்சம் சூரிய வெளிச்சம்... ஒரு சில புத்தகங்கள்... வாரம் ஒரு தடவை சற்றுமுன் கொடுத்தாயே, அதுபோல முத்தம். அது போதும்! இப்போது என்னை இந்தப் பெட்டிக்குள் வைத்து விட்டு, அந்த நாய்க்குப்பையை அப்புறப்படுத்து. ரவியோ, மனோவோ வரப்போகிறார்கள் என்பது பூமியின் அதிர்வுகளிலிருந்து தெரிகிறது...' என்றது ஜீனோ.

நிலா அவசர அவசரமாக அந்தப் புதிய நாய் பொம்மையைப் பிரித்து பீரோவுக்குள் மறைத்து வைக்க, ஜீனோ அந்த இடத்தில் தாவி நின்று கொண்டு பதினைந்து செகண்டுக்கு ஒருமுறை வாலாட்டி, அவ்வப்போது 'வவ் வவ்' என்று குரைக்கத் தொடங்கியது.

ரவியும் மனோவும் உள்ளே வந்து, 'என்ன, புதிய நாய் பிடித்திருக் கிறதா?' என்று கேட்டார்கள்!

'இது என்ன நாய்! இரண்டு காரியங்கள் மட்டும்தான் செய்கிறது! மட நாய்!'

'ஆம்! இதற்கு மேல் புத்திசாலித்தனம் கொடுக்க விருப்பமில்லை. ஜீனோ மாதிரி மற்றொரு ஆபத்து நம் நாட்டுக்குத் தேவையில்லை!'

ஜீனோ ஒரு முறை 'வவ்' என்று சொல்லி விட்டு வாலாட்டியது!'

'கையெழுத்திட்டாயா? காகிதங்களை எடுத்துச் செல்ல மறந்துவிட்டேன்!'

'ரவி, மனோ! நீங்கள் சொன்னபடியே நடக்கிறேன். யோசித்துப் பார்த்ததில் உங்கள் இருவரால்தான் இந்த நாட்டுக்கு சுபிட்சம் என்று புரிந்துவிட்டது.'

'புத்திசாலி! நிலா, இதை நீ உணர்ந்து கொண்டுவிட்டால் இனி நம் மிடையில் எந்தவிதமான குழப்பமும் வராது. பூசலும் கிடையாது!'

ஜீனோ, 'வவ்' என்று சொல்லி வாலாட்டியது.

'மட நாய்.'

'முட்டாள் நாய்! வருகிறோம்' என்று புறப்பட்டார்கள் ரவியும் மனோவும்.

'இந்த நாய் போதும் எனக்கு!'

நிலா, மேஜை மேலிருந்த நாயைப் பார்க்க ஜீனோ தெளிவாக அவளைப் பார்த்துக் கண்ணடித்தது.

---